साहित्यिक
जडण-घडण

डॉ. आनंद यादव

AA000846

मेहता पब्लिशिंग हाऊस

SAHITYIK JADAN-GHADAN by Dr. ANAND YADAV

साहित्यिक जडण-घडण : डॉ.आनंद यादव

© स्वाती आनंद यादव
'भूमी', ५ कलानगर, धनकवडी, पुणे-सातारा रोड, पुणे – ४११०४३.

प्रकाशक : सुनील अनिल मेहता, मेहता पब्लिशिंग हाऊस,
१९४१, सदाशिव पेठ, माडीवाले कॉलनी, पुणे – ४११०३०.

अक्षरजुळणी : संजीव मुळे

मुखपृष्ठ : चंद्रमोहन कुलकर्णी

प्रथमावृत्ती : जानेवारी, २०१२

ISBN 978-81-8498-327-2

साहित्यिक होऊ पाहणाऱ्या,
नव्या तरुण पिढीस अर्पण!

– आनंद यादव

अनुक्रम

मी कोण आहे?

मी ग्रामीण लेखक आहे. मी कसा शिकलो, लेखक कसा झालो, हे मी सांगणार आहे.

माझं शाळेतलं नाव आनंदा रत्नाप्पा जकाते ऊर्फ यादव. माझं जन्मगाव कागल. ते कोल्हापूर जिल्ह्यात आहे. कोल्हापूरचे राजर्षी शाहूमहाराजही माझ्याच गावचे. गाव तालुक्याचं आहे. भर रस्त्यावर आहे. जशी तुमची खेडी आहेत, तसंच माझंही खेडं आहे.

मी लहान असताना एवढं सुधारणेचं वारं नव्हतं. तशी माणसं रांगडी, साधी-भोळी, कष्टाळू होती. त्यांच्यात माझा जीव रमायचा. त्यांच्यातच मी वाढलो. याचा मला फार उपयोग झाला. घरची गरिबी होती. खेड्यातील बहुसंख्य समाज हा गरीबच असतो, तसं आम्हीही गरीब होतो. हातावरचं आमचं पोट. शेतमजुरी करून प्रपंचाचा गाडा चालायचा. तसं कुणाचं एक नाही, दोन नाही, पुढं बघून राबणारे आम्ही लोक. मी मोठा मुलगा. मला एकूण आठ भावंडं.

नदीकाठी गाव. विहिरींना भरपूर पाणी, तसं गाव बागायती. परिसर हिरवागार. 'हिरवे जग' हे कवितेचं पहिलं पुस्तक मी लिहिलं, त्याचं कारणही हेच. आम्ही जे जगतो, तसंच लिहितो.

मी गुराखी मुलगा. झाडा-माडावर चढणारा. नदीत पोहणारा, रानामाळातून हिंडणार, हे उघडं जग डोळसपणे बघणारा, चटणी-भाकरी खाणारा, उरसातून कुस्ती मारणारा.

उन्हापावसांत भिजलो, बागडलो. बालपणाच्या या काळात माझा जीव पक्षी-जनावरांवर जडला. ते माझे दोस्त बनले. त्यांच्याशिवाय मला करमेना. मी त्यांची देखभाल करू लागलो. नदी-तळ्याच्या पाण्यात दगडानं घासून त्यांना धुऊ

लागलो. माया जडली. माझ्या लिखाणात जनावरांविषयी मी आपुलकीनं लिहितो. कारण त्यांची भाषा मला कळते. त्यांचं मन मला कळतं. त्यांची माया मला कळते.

मी पाचव्या वर्षी शाळेत गेलो. शिकता शिकता वाढू लागलो. वडिलांच्या हाताखाली काम करू लागलो. मोकळ्या हवेत तगडा बनलो. औत, मोट धरू लागलो. कुळवट, नांगरट करू लागलो, गाडी हाकू लागलो. पीक जसं वाढू लागलं, तसा त्याच्यावर जीव जडू लागला. मातीशी माझं नातं जडलं; 'मातीखालची माती' हा शब्दप्रयोग मी घडवला. विद्वान चकित झाले. असे शेकडो रांगडे शब्द सहज लिहीत गेलो. मराठीत 'सत्यकथा' नावाचं एक मासिक होतं. मोठे-मोठे लेखक तिथं लिहायचे. मी तिथं सहज गोष्टी लिहून पाठवल्या, जशाच्या तशा छापून आल्या. खेड्यापाड्यातील अनेक शब्द शहरी लोकांना कळायचे नाहीत. आम्ही जे शब्द लिहिले ते शब्द मराठी शब्दकोशात नव्हते. मुद्दाम जगलो नाही, तसं मुद्दाम लिहिलं नाही. लिहिण्यासाठी लिहिलं नाही, सुचलं ते लिहिलं. स्वत:शी प्रामाणिक राहिलो. वाचकांना आवडेल तेच लिहिलं नाही, फार पुस्तकं लिहून लेखक मोठा बनतो, यावर माझा विश्वास नाही.

आता मी शहरात राहतो. छोट्या-छोट्या, कोवळ्या मुलांना इथं सारखं 'तुझी चिंता कर', असं बजावलं जातं. आम्ही गरीब होतो तरी मनासारखं जगलो; असलं ओझं डोक्यावर ठेवलं नाही. शिकायचा नाद लागला म्हणून शिकलो. नाद नसता लागला तर नसतो शिकलो. माझा एक लहान भाऊ निरक्षर आहे, मजुरी करतो. मीही तेच केलं असतं. तो जगतो तसा मीही जगलो असतो. कष्टाला लाज कसली?

मी मोठा झालो, लौकिक मिळवला. लोक मानू लागले, तरी मी खेडूतच आहे. सतत माझ्या डोक्यात तोच विचार असतो; म्हणून डोक्यात हवा शिरली नाही. इथलं भडक जग मला माझं कधीच वाटलं नाही. त्याचं आकर्षण नाही. माझा जीव इथं गुंतत नाही. माझी मुलं शहरात जन्मली – दोन मुली, एक मुलगा. बायको शिक्षिका आहे. इथं बंगला बांधलाय, त्याचं नाव मी 'भूमी' ठेवलंय. मी नेहमी म्हणतो – 'हे घर मला माझं घर वाटत नाही. खेड्यातलं माझं साधं घर तेच आपलं वाटतं. मी इथं कामापुरता राहाणार. रोजगार-हमीचे कामगार जसे कामासाठी राहतात तसं – धरणाचं काम चालू असलं की, तात्पुरता निवारा करतात, काम संपलं की, झोपडं मोडतात. तिथं कामापुरतं ते झोपडं असतं, तसा पुण्यातला माझा बंगला कामापुरता आहे. काम संपलं की चाललो माझ्या गावाला. मला इथलं आकर्षण नाही. करमणुकीशिवाय मी जगू शकतो. चटणी-भाकर, खर्डा हे माझं साधं अन्न आहे. हे देशी अन्नच मला गोड लागतं. साधे कपडे चालतात. फार रुबाबदार राहून मी दुसऱ्यावर छाप पाडत नाही. खेड्यातली माणसं श्रीमंती

लपवतात. शहरी माणसं भपकेबाज कपडे वापरून गरिबी लपवतात. मला त्याचे काही वाटत नाही. जसा आहे तसा खरा.

मी सभा-समारंभात भाग घेतो, भाषणं करतो. खेड्यातल्या लोकांसाठी मी भांडतो. त्यात मला रस आहे. त्यांच्या वेदना हेच माझं साहित्य आहे. माझ्या पदरचं मी काही लिहिलं नाही. खेड्यातील लोकांची बोली हीच खरी देशी मराठी आहे, हेच खरं देशी साहित्य, असं मी म्हणतो. कारण हे या भूमीतलं आहे. या भूमीतल्या माणसांविषयी बोलताना माझ्यावर शहरातील विद्वान चिडले. खूप टीका केली. मी घाबरलो नाही. मला जे वाटतं, जे खरं आहे, ते मी बोललो. काय हवे ते बोलायला मी भाडोत्री भाषणवाला नाही. मला कुणाला खूष करायचं नाही. मी खेड्यातील लेखकांची संघटना बांधतोय, संमेलने घेतोय. यामुळे मराठी भाषा समृद्ध होणार आहे, यावर माझी निष्ठा आहे. सामान्य माणूस हाच सर्वश्रेष्ठ माणूस आहे. तोच आमचा नायक आहे. माझ्या गाजलेल्या 'गोतावळा' कादंबरीचा नायक शेतमजूर आहे.

मी खेडूत आहे, याचा मला उपयोग झाला. जे हजारो ग्रंथ वाचून ज्ञान मिळालं नसतं, अशा अनेक गोष्टी मी खेड्यापाड्यातील रांगड्या माणसांकडून शिकलोय.

माझे वडील मला म्हणायचे, 'जे कडेला जाईल तेच करीत जा – वरच्या रंगाला भुलू नको. देखावा खोटा असतो. म्हणून मी एका प्रपंचप्रिय मुलीशी लग्न केलं. कुठं भुलून फसलो नाही.

खेडं बदलत आहे, बदलणार आहे. बदलणाऱ्या खेड्याचे चित्रण करणारे लेखक तयार झाले पाहिजेत, ही माझी तळमळ आहे. याला सांस्कृतिक क्षेत्रात फार महत्त्व असतं, म्हणून तरुणांसाठी मी धडपडतो. मला संधी मिळाली. मी उपयोग करून घेतला. अशी अनेक मुलं मला ठाऊक आहेत की त्यांना संधी दिली, तर इंचभरही कुठं कमी पडणार नाहीत. त्यांना मार्गदर्शनाची गरज आहे.

एक घटना सांगतो, राहून गेली होती. मी हायस्कूलचं शिक्षण पूर्ण केलं. मला पुढं कसं शिकावं? हा प्रश्न पडला. माझ्या आई-वडिलांना माझा शिक्षणाचा खर्च झेपणार नव्हता. मी शिक्षणासाठी धडपडत होतो. फीला पैसे नसायचे. अंगावर कापडे फाटकी असत. मुले जवळ करीत नसत, कारण शेणाचा वास येत असे; पण मी हुशार होतो. माझं गणित चांगलं होतं. त्यामुळे मुलं जवळ करू लागली. या काळात मी आगरकरांवरचं चरित्रपर पुस्तक वाचलं. ते शिक्षणासाठी कसे धडपडले, एकच सदरा घालून एम. ए. कसे झाले, हे वाचलं. त्यांची गरिबी पाहून त्यांचे गुरुजी म्हणाले, 'शिक्षण हे तुझं काम नाही', तेव्हा ते तेजस्वीपणे म्हणाले होते –

'सर, तुमच्यासारखा एक दिवस मी एम. ए. होईन.' आगरकरांचं उत्तर मला

फार आवडलं. मी तसंच व्हायचं ठरवलं. भूदानाची विनोबांची चळवळ फार जोरात होती. घरदार सोडून भूदानाच्या चळवळीत जावे, असा विचार मनात येऊ लागला. गावातले कार्यकर्ते विनोबांची पुस्तके मला देत. ती वाचून मला भूदान-चळवळीचं कार्य करावं, असं वाटू लागलं. मी भूदान-चळवळीला वाहून घ्यायचं, गरिबीत राहायचं, ब्रह्मचारी राहायचं, असं ठरवूनच टाकलं. श्रीकांत सुतार या भूदान चळवळीतील कार्यकर्त्यानं समजून सांगितलं. पुढं मी रत्नागिरीला त्यांच्याच मदतीनं अप्पासाहेब पटवर्धन यांचेकडे गेलो. सर्वोदय छात्रालयात राहून काम करून शिकायचं असं मी ठरविलं.

रत्नागिरीला मी कॉलेजचं शिक्षण घेऊ लागलो. य. द. भावे हे चांगले शिक्षक होते. मी कविता करायचो, त्यांना दाखवायचो, त्यांना आवडायच्या. भावे सर राहात होते, तिथंच शेजारी पु. ल. देशपांडे यांची सासुरवाडी होती. मराठीतील मोठे लेखक, रेडिओवर अधिकारी होते. त्यांच्याकडे माझी वही भावे सरांनी दिली. पु. ल. देशपांडे यांनी मला बोलावून घेतलं. ते म्हणाले, 'भूदानात जायचं तेव्हा जा – आधी शिक्षण घे. तू हुशार आहेस. तुझी कोल्हापुरात शिक्षणाची सोय करतो.' मी कोल्हापूरला गेलो. कोरगावकर ट्रस्टने माझी एक वर्षाची शिक्षणाची सोय केली. या ट्रस्टचे मुख्य जे. पी. नाईक होते. त्यांना खेड्यातील गरीब मुलांविषयी फार तळमळ होती.

व्यंकटेश माडगूळकर हे ग्रामीण विभागाचं आकाशवाणीचं काम बघत. बा. भ. बोरकर हेही तिथं होते. त्यांनी मला पुण्याला कविता वाचण्यासाठी बोलाविलं. अनेकदा व्यंकटेश माडगूळकरांनी अनेक श्रुतिका लिहायला लावल्या. शिक्षणासाठी पैसा मिळू लागला. रेडिओमुळं माझ्या नावाचा प्रसार झाला. कोल्हापूरला शिकत असतानाच एके दिवशी मला व्यंकटेश माडगूळकरांचं पत्र आलं. शंकर पाटील हे रेडिओवरची नोकरी सोडणार होते. ते मराठीतील आघाडीचे ग्रामीण लेखक. मला त्यांच्या जागेवर नेमण्याचा माडगूळकरांचा विचार होता. तसे त्यांनी मला सुचविले होते. ध्यानीमनी नसताना मी पुण्याला कामावर रूजू झालो. एम. ए.चा अभ्यासही करू लागलो. त्याच वेळी एक राज्य पुरस्काराची योजना जाहीर झाली. मी माझे हस्तलिखित स्पर्धेसाठी पाठवावे, अशी व. ह. पिटके या लेखकमित्राची इच्छा होती. या पुस्तकास मला राज्य-पुरस्कार मिळाला. पुस्तकाचं नाव 'हिरवे जग.' पुढं एम. ए. झालो. मी पंढरपूरला रयत शिक्षण संस्थेच्या कॉलेजमध्ये आलो. पुणे विद्यापीठाच्या मराठी विभागात रीडर म्हणून काम करत असे.

मी गरीब शेतमजुराचा मुलगा, घरची गरिबी, तरी हे केले. त्यासाठी खूप कष्ट करावे लागले, अनेकदा अपमान झाले. गरिबाच्या वाट्याला जे येतं ते सगळं आलं. मी त्याची केवळ तक्रार करीत बसलो नाही.

एक अजून वाटतं, शहरातील माणसं फार सुखी आहेत. खेड्यात फार गरिबी आहे. माझ्याबरोबरचे लोक कष्टाळू आहेत. ते काही करू शकत नाहीत. त्यामुळे या गरीब खेड्यातील लोकांविषयी मला आपुलकी आहे. माझ्या ताकदीप्रमाणे मी त्यांच्यासाठी करीत असतो.

जी भाषा गावंढळ म्हणून म्हटली जायची त्या भाषेला मी साहित्यात मान मिळवून देण्यात सहभागी झालो, याचा मला फार अभिमान वाटतो. माझी अनेक पुस्तके एम. ए.च्या वर्गापर्यंत शिकविली जातात. मला अनेक मानसन्मान मिळाले, तरी मी गरीब शेतमजुराचा मुलगा आहे, हे कधी विसरलो नाही.

गरिबीने खूप शिकविले. गरिबी ही शिक्षा देऊन शिक्षण देते.

खेडूत म्हणून जन्मलो, लेखक म्हणून वाढलो. शेवटपर्यंत मी खेडूतच राहाणार आहे. खेडूत लेखक म्हणूनच मरणार आहे.

खेड्यातील मुलं मागं पडतात, याचे कारण काय? भाषा हेसुद्धा एक महत्त्वाचे कारण आहे. आज प्राथमिक शाळेत जे पहिले पुस्तक (प्रायमर) तयार केले आहे, या पुस्तकाचा विचार करता हे पुस्तक मूठभर सुशिक्षित समाजातील मुले डोळ्यांसमोर ठेवून केले आहे. आमच्या खेड्यातील मुलांचे जीवन यात नाही; आमचे प्रश्न नाहीत. जे आमचे नाहीत, ते आमचे प्रश्न म्हणून डोळ्यांसमोर ठेवले आहेत. या पुस्तकातील आई ही आमची आई नाही, देशी आई नाही, ही आई बहुजन समाजाची नाही, बहुजन समाजातील आई ही राबणारी असते, या पुस्तकातील आईचे चित्र इतके देखणे दाखविले आहे की; हे मला कळत नाही. ही आई या रांगड्या मातीतील आहे, हे पटत नाही. खेड्यापाड्यातील छोट्या मुलांना ही आपली आई वाटणार नाही. त्यामुळे पहिलीच्या पुस्तकापासूनच आमच्या मुलांना दूर फेकले जाते. ही भाषा प्रमाण आहे, असे लहानपणीच सांगितले जाते. भाषेच्या माध्यमातून ग्रामीण समाजाचे शोषण होते. 'पुणेरी भाषा हीच प्रमाण भाषा,' असे सर्वांवर पद्धतशीर लादले गेले आहे. आमची गुणवत्ता तपासण्याचे अधिकार आम्हाला राहिले नाहीत. हा बदल झाला पाहिजे. खेड्यातील मुलांचे जीवन डोळ्यांसमोर ठेवून वाटल्यास वेगळी पाठ्यपुस्तके काढा, असे माझे मत आहे. त्याशिवाय हा समाज पुढे येणार नाही. यासाठी मी देशी भाषेचा आग्रह धरला.

आज खेडं बदलत आहे. शहरीकरण होत आहे. जुने जात आहे, जाणार आहे. हा बदल विज्ञानाचा आहे, काळाचा आहे. मनंही बदलत आहेत. जुन्या खेड्यात जे होतं, ते नव्या खेड्यात राहिलं नाही. मी महाराष्ट्रभर हिंडलोय. अनेक खेडी अजून आहेत तशी आहेत. बदल आहे तो वरवरचा आहे, जी गावे शहराजवळ आहेत, ती लवकर बदलतात. महामार्गावरील खेडीही बदलत आहेत.

खेड्यात अजून फार गरिबी आहे. गरिबीचे उदात्तीकरण सुरू आहे. याला माझा

विरोध आहे. गरिबी ही काही अभिमानाची गोष्ट नाही. आपण गरीब का आहोत? हे खेडुतांना कळलं पाहिजे. चांगलं जनावर, चांगला माणूस, चांगलं धान्य, सर्व खेड्यातल्या चांगल्या गोष्टी शहरात येऊ लागल्या आहेत. शहरात ते विकलं जातं. चार पैसे मिळतात. खेडे आणि शहर यांत मोठी तफावत आहे. शहरी असू द्या, खेडूत असू द्या, आम्ही माणसांच्या विरोधी नाही. शहरातली माणसेही आपल्या देशातीलच आहेत. आज सर्व सोयी शहरातच आधी होतात. त्यामुळे खेडी ओस पडत आहेत, जमीन हा केंद्रबिंदू मानून नियोजन झाले नाही; त्यामुळे शेतीवरचा माणूस लुबाडला जाऊ लागला.

आज शेती परवडत नाही. मोठा समाज हा शेतीवर उपजीविका करणारा आहे. हा बदल, यात होणारा संघर्ष हे लेखकांनी लिहिले पाहिजे. हे काम लेखकाचे आहे. आजच्या तरुण ग्रामीण लेखकांना माझे नेहमी सांगणे असते, आपले नेमके प्रश्न कोणते आहेत ते पाहा? ते प्रश्न सोडवायचे कसे; याचा विचार करा. यातच आपली प्रगती आहे. स्वत:ला तपासत राहिले पाहिजे, हे आज होताना दिसत नाही.

मी विद्यापीठात शिकवतो. विद्यार्थी दशेत खेडूत मुले सामाजिक विचार करतात. क्रांतीची भाषाही बोलतात. पुढे हीच मुले जेव्हा चांगल्या नोकरीला लागतात, तेव्हा सुखवस्तू बनतात, आपल्या समाजाला विसरतात; त्यांचे मोठे प्रमाण आहे. याला अपवादही आहेत. संधी मिळाली तर त्याचा उपयोग होऊ द्या; पण त्याने सुखवस्तू बनू नका, हे माझे तरुणांना सांगणे असते.

आमचे जोवर वेगळे प्रश्न आहेत; तोवर आमचे वेगळे साहित्य असणार, वेदना वेगळ्या आहेत, प्रश्न वेगळे आहेत. साहित्य आणि समाज यांचा जवळचा संबंध आहे. तळातूनच चांगले साहित्य निर्माण होऊ शकते. कारण वेदना जिवंत असतात, अनुभव जिवंत असतात. त्यामुळेच दलित साहित्याने खळबळ माजविली.

महाराष्ट्रभर आपली छोटी छोटी खेडी विखुरली आहेत. तालुक्याची गावेसुद्धा खेड्यातच जमा होणारी आहेत. आपली जिल्ह्याची ठिकाणे – मोठी गावे – हीही तशी ग्रामीण विभागातच जमा होतात. अशा छोट्या-मोठ्या खेड्यांतून आणि गावांतून ग्रामीण विभागातील नवा शिक्षित तरुणवर्ग विखुरला आहे. तो अशा ठिकाणातून एकाकी पडला आहे. नोकरी, शिक्षण, शेती, उद्योग यांविषयीचे अनेक प्रश्न त्यांना भेडसावत आहेत. कुणी त्यांची अडचण ऐकून घेण्याच्या मन:स्थितीत नाही की, कुणी त्याला नीटपणे समजून घेऊन त्याचे प्रश्न सोडवू शकत नाही. त्याच्या आशाआकांक्षा वाढल्या आहेत; पण त्या प्रत्यक्षात आणण्यासाठी त्याला अडचणी येत आहेत. त्याची मानसिक कोंडी होत आहे.

ग्रामीण विभागातील कार्यकर्त्यांना राजकारणाशिवाय दुसरे काही सुचत नाही. या नव्या तरुण पिढीकडे त्यांचे दुर्लक्ष झाले आहे. गावोगावी स्वार्थी, संकुचित असे

स्थानिक राजकारण चालते. त्यात ही तरुण पिढी होरपळून, कुचंबून जाते. खेड्याचे जीवन तर झपाट्याने बदलत आहे. या बदलत्या खेड्यात तरुणांना काय स्थान आहे, याची नीट विचारणा होत नाही.

खेड्याचे लक्ष फक्त शेती आणि राजकारण इकडेच लागल्याने समाजाच्या सांस्कृतिक भागाकडे दुर्लक्ष होत आहे. नीतिमत्ता, चारित्र्य, कर्तव्य यांना मूठ-माती मिळाली आहे.

तरुण पिढीला मी शेवटचे एक आवाहन करीत आहे. प्रत्येक महिन्यातून एकदा किंवा दोनदा आपल्या गावातील किंवा परिसरातील (आसपासच्या गावातील) शिक्षित तरुणांनी एकत्र जमावे, आपले प्रश्न मांडावेत, त्यांची उत्तरे शोधण्याचा प्रयत्न करावा. त्यासाठी आसपासच्या भागातील विचारवंतांचे, समाजजीवनाविषयी तळमळीने आस्था असणाऱ्यांचे मार्गदर्शन घ्यावे, त्याच्यावर विचार करावा. ग्रामपंचायतीच्या किंवा गावच्या नगरवाचनालयात चांगली पुस्तके, चांगली मासिके, नियतकालिके, दैनिक घेण्यासाठी संघटित होऊन आग्रह धरावा, त्यासाठी प्रसंगी अनेकांच्या सह्या घेऊन लेखी निवेदने तयार करावीत.

नंतर ती तालुकापातळीवरील किंवा जिल्हापातळीवरील संबंधित अधिकाऱ्यांकडे पाठवावीत आणि सुधारणा घडवून आणण्याचा आग्रह धरावा. त्याशिवाय सामाजिक, सांस्कृतिक पातळीवरील सुधारणा होऊ शकणार नाहीत; याची जाणीव ठेवून कार्यरत व्हावे.

■

मीपण माझे कळले हो!

मराठी वाङ्मय मंडळाच्या एका कार्यक्रमाचा पाहुणा म्हणून मी एका महाविद्यालयात गेलो होतो. नेहमीप्रमाणे 'साहित्य' विषयावर एखादे व्याख्यान देऊन परतावे, असा माझा बेत होता; पण प्रत्यक्ष गेल्यावर थोडे वेगळेच घडले. तेथे मानसशास्त्र शिकविणाऱ्या एका प्राध्यापिकेने माझी जाहीर मुलाखत घ्यायचा आपला निर्णय मला सांगितला. ''मला अगोदरच नाही का कळवायचं? मी थोडी तयारी वगैरे करून आलो असतो.'' मी त्यांना हसत हसत म्हणालो.

''तुमच्याकडून आम्हाला तयार केलेली पूर्वनिश्चित उत्तरे नको आहेत. आणि तुम्हाला आम्ही 'साहित्या'विषयी काहीच विचारणार नाही. तुमच्या एकूण जीवनाविषयीच विचारणार आहोत. एक माणूस म्हणून तुम्हाला आम्ही समजून घ्यायचं ठरवलं आहे. उत्स्फूर्तपणे आणि सहजपणे तुम्हाला सुचतील तीच उत्तरे आम्हाला हवी आहेत. अगदी मोकळेपणाने तुम्ही उत्तरे द्यावीत, अशी आमची अपेक्षा आहे. आणि मीच तुम्हाला प्रश्न विचारणार आहे.''

''ठीक आहे.'' मी.

कॉलेजमध्ये गेल्या गेल्या स्टाफरूममध्ये त्यांनी माझ्यापुढे हा प्रस्ताव मांडला. आणि मीही त्यांना होकार दिला.

थोड्याच वेळात विद्यार्थ्यांना सूचना गेल्या. मुख्य सभागृहात प्राचार्य, प्राध्यापक, विद्यार्थी जमले. प्रास्ताविक आणि औपचारिक परिचय करून दिल्यावर कार्यक्रमाला प्रारंभ झाला.

''तुम्हाला कोणता जीवमात्र आवडतो?'' प्राध्यापिकाबाईंनी खरंच सरळ, साधा प्रश्न विचारला.

''मला माझ्या लहानपणीची आमची बैलजोडी आवडते. तिला पन्नास वर्षे होऊन

गेली, तरी ती अजून माझ्या मनात गाडी घेऊन दुडदुडत असते.'' मी सहज बोललो.

''असं होण्याचं कारण काय असावं?''

''त्याच्या पाठीमागं थोडा इतिहास आहे... मी एका शेतकऱ्याचा मुलगा. माझ्या लहानपणी माझे वडील फाळ्यानं दुसऱ्याची बागायती शेती करत असत. आमचं सगळं घरदार त्या शेतावर राबत असे. त्यात मीही होतो. आमच्या मळ्यात त्या वेळी मोट ओढणारे दणकट दोन बैल होते. त्याशिवाय एक गाय, तीन म्हशी होत्या. दोन शेळ्या, त्यांची दोन-तीन करडं, असा जनावरांचा मेळ असे. आई दुधाचा व्यवसाय करायची. मळ्यात पिकणारा भाजीपाला बाजारात नेऊन विकायची. वडील मळ्यातील सगळी कामे करायचे. घरात आम्ही बरीच भावंडं होतो. मी पिकाला पाणी पाजायचो, कधी प्रसंग पडला तर माळाला गुरं राखायचो.

प्रत्येक वर्षी दिवाळी संपल्यावर त्या माळावर बैलगाड्यांच्या शर्यती लागत. तो दिवस ठरलेला असे. पहिल्या तीन गाड्यांना रोख बक्षिसं ठेवलेली असत. बैलांना शर्यतीचा सराव व्हावा म्हणून अनेक शेतकरी आपल्या बैलगाड्या जुंपून शर्यतींच्या अगोदर पंधरा-वीस दिवस त्या माळावर येत असत आणि शर्यतीच्या गाडीवाटेने बैलगाड्या पळवत असत.

आमचे बैल मोटेचे. ताकदवान पण शरीरानं बोजड होते. त्यामुळे ते बैलगाडीला जुंपले आणि त्यांना पळविण्याचा प्रयत्न केला, तरी ते फक्त थुलुथुलु पळत असत. म्हणून मला ते आवडायचे नाहीत. तसं त्यांचं वयही होत चाललं होतं. त्यांचा एखाद्‌दुसरा दात पडत चालला होता. पूर्वीच्या झपाट्यानं ते मोटही ओढत नसत. म्हणून वडिलांनी चिंचणी मायाक्काच्या जत्रेतून नवी, अगदी तरुण, चटपटीत, खिलारी बैलजोडी यथाकाळ आणली. त्यांचे रंगही छान होते; पण ते अजून गाडीला किंवा मोटेला जुंपलेले नव्हते. त्यांना हळूहळू शिकवायचं होतं. वडिलांनी वयाची पन्नाशी ओलांडली होती. त्यामुळे त्या तरुण पाड्यांना बैलगाडी ओढण्याचं शिक्षण मलाच द्यावं लागे. त्यांना माळावर नेऊन मलाच पळवून आणावं लागे. त्यांच्या दंगामस्तीवर मीच काबू ठेवत असे. त्यांच्या कलानं त्यांना शिकवत असे.

त्यातूनच त्यांच्यावर माझा जीव जडला. गाडी, मोट, नांगर, कुळव, कुरी, कोळपं ओढण्याचं शिक्षण मीच त्यांना दिलं. वेळच्या वेळी मीच त्यांना हिरवा चारा घालू लागलो, चंदी चारू लागलो. पाणी दाखवू लागलो. त्यांच्या अंगावरून हात फिरवू लागलो, त्यांच्या अंगावरची गोचिडं, तांबू काढू लागलो... नकळत त्यांची माझी गाढ मैत्री जमली. माझे ते पठ्ठे झाले.

गाढ मैत्रीची तीनचार वर्षे मी अनुभवली. ती जोडी माझ्या जिवाभावाचे मैतर झाली. दरम्यान माझं हायस्कूलचं एस. एस. सी.पर्यंतचं शिक्षण पूर्ण झालं आणि

मला पुढच्या शिक्षणासाठी नाइलाजानं गाव सोडावं लागलं. बैलांची नि माझी ताटातुटी झाली. ताटातुटी झाली तरी त्या बैलांनी नंतर पंधरा-वीस वर्षे आमच्या घरादारासाठी शेती पिकविली आणि आम्हाला जगविलं.

....परगावी शिकायला गेलो तरी मी दिवाळीच्या सुटीत आणि उन्हाळ्याच्या सुटीत गावी जात असे आणि त्या बैलांच्या संगतीत शेतीची कामं करत असे. ते माझ्या जिवाचे मुके मैतर झाले होते. काहीही तक्रार न करता त्यांनी जन्मभर कष्ट केले आणि आम्हाला जगवलं. मुक्यानंच काळाच्या पडद्याआड गेले. ते अजूनही माझ्या मनात अधूनमधून दुडदुडतच असतात.'' मी थांबलो.

''छान! आता सांगा; तुम्हाला कोणता पक्षी आवडतो आणि का? अर्थात तुम्हाला कोणताच पक्षी आवडत नसेल, तर तसंही सांगा.''

''नाही, नाही. पक्षी तर मला आवडतातच; पण त्यातल्यात्यात मला 'मोर' विशेष आवडतो. मोकळ्या रानात अनेक पक्षी पाहायला मिळतात; पण वयाच्या चाळिशीपर्यंत मी नीटपणे मोर पाहिला नव्हता. तसा तो चित्रात पाहिला होता. पशुपक्ष्यांच्या संग्रहालयात पाहिला होता; पण मोकळ्या रानातला मुक्तपणे हिंडणारा मोर मला प्रथम गुजरातमधील अभयारण्यात मनसोक्त पाहायला मिळाला.''

''म्हणून तो तुम्हाला आवडला काय?''

''नाही, तसं नाही... त्या अभयारण्यात जंगली, हिंस्त्र प्राणी पाहण्याच्या उद्देशानं आम्ही इकडे-तिकडे पाहत हिंडत होतो. बोलत, गप्पा मारत चाललो होतो. बोलता बोलता प्राण्यांच्या शोधात डोळे भिरभिरत होते.

पण एकाएकी एका मित्राने 'शुऽऽऽऽ' असा आवाज केला आणि ओठांवर बोट ठेवले. एकदम थांबायला सांगितलं नि हळूच दूरवरचं दाखविण्यासाठी दुसऱ्या हाताचं बोट त्या दिशेला नेलं. पाहतो तर काय; आपला पिसारा तरारून फुलवलेला एक मोर आणि त्याच्यासमोरच चारपाच लांडोऱ्या मातीत भक्ष्य शोधत हिंडणाऱ्या...

मोरावर माझी नजर खिळली... त्याने एक निळेभोर, अर्धगोलाकार, जिवंत चित्र सहजपणे आपल्या पाठीशी उभे केले होते. एकएक पीस हातहातभर लांब. मुळात त्यांचे कणे पांढरे, पण त्यांना केसासारख्या काळ्यानिळ्या, चमकदार दशा, पिसांच्या शेवटी निळेभोर, काहीसे लंबवर्तुळाचे डोळे. त्यातच थोड्या बदामी छटा. हे डोळे त्या फुललेल्या पिसाऱ्याच्या टोकाला असले तरी अधेमधेही भरपूर होते. अतिशय देखण्या श्रीमंत पिसाऱ्याच्या पार्श्वभूमीवर निळ्या माणकासारखा मोर उभा राहिलेला. त्याची चोच, डोक्यावरचा शिरपेचासारखा तुरा, डोळ्यांभोवती पांढरी किनार, हळूच पुढे पडणारे पाऊल... त्याच्यावरून सहस्र माणकं ओवाळून टाकावीत, असा तो धनाढ्य मोर!

....आम्ही सगळेच दगडासारखे स्थिर झालो होतो. थोड्याच वेळात त्या

पक्षीराजाचे लक्ष आमच्याकडे गेले आणि त्याने हळुवारपणे तो पिसारा मिटला आणि त्या सर्वांनीच आपली चरत चरत फिरण्याची दिशा बदलली.

पिसारा मिटलेला मोर मला एकदम सर्वसामान्य प्राण्यासारखा वाटू लागला. आपल्याजवळ जिवंत हिऱ्यामाणकांचा प्रचंड खजिना असूनही तो सहजपणे वावरू लागला, याचं मला आश्चर्य वाटलं. वास्तविक तो किती मस्तीत राहायला पाहिजे, श्रीमंती दिमाखात, ऐटीत चालायला पाहिजे; पण तसं काहीच त्याच्या चालण्यात, वावरण्यात दिसेनासं झालं... राजसंन्याशासारखा तो वाटला.

....पैसा, प्रसिद्धी, प्रतिष्ठा इत्यादींच्या अहंकारानं ताठ झालेल्या उद्दाम माणसानं त्याच्यापासनं कितीतरी शिकण्यासारखं आहे! ...परमेश्वरानं त्यासाठी तर मोराची निर्मिती केली नसेल? किती निर्मळ मनाचा जीव वाटला तो! ...असे काहीतरी विचार मनात येऊन गेले,'' मी म्हणालो.

''वा! फारच छान! आता पुढचा प्रश्न – जमिनीवर पाण्याचे साठे अनेक प्रकारचे असतात. विहिरी, तळी, तलाव, धरणे, सागर, ओढे, कालवे, नद्या, त्यांचे डोह इत्यादी... इत्यादी. त्यातील कोणता साठा तुम्हाला आवडतो ?''

''पृथ्वीच्या पाठीवर पाणी हे तर जीवन आहे. त्यांच्याशिवाय पृथ्वीचं जीवन चालणारच नाही. त्यामुळे सगळेच साठे अत्यावश्यक आहेत.''

''प्रत्येक पाणीसाठा अत्यावश्यक आहे, हे तर खरंच; पण तुमच्या मनाला, तुमच्या व्यक्तिमत्त्वाला कोणता साठा विशेष आवडतो? मी तुमच्या खास आवडीविषयी विचारते आहे.''

''त्या दृष्टीनं पाहायला गेलं तर मला सागर आवडेल.'' – मी.

''त्यात बोटीनं विहार करायला किंवा प्रवास करायला आवडेल, असंच ना?''

''तसं नाही. मला सागरतीरावर बसून, केवळ तो बघायला आवडेल.'' – मी.

''असं?''

''हो! कारण मी रत्नागिरीला एक वर्षभर राहिलो होतो. तिथं वेळ मिळेल तेव्हा मी सागरकिनाऱ्यावर जाऊन बसत असे.''

''का?''

''एकतर मला तिथं अतिशय एकान्त मिळत असे. समोर अथांग सागर. सागरापलीकडे दूरदूर फक्त क्षितिज दिसत असे... म्हणजे त्या सागराला अंत नसे. अनंत आकाश हीच त्याची भासमान सीमा. भासमान अशा अर्थाने की, दिसते पण जवळ जावे, तसतशी ती दूरदूर जाते... माणसाचं निखळ मनही असंच असतं. त्याच्या भावना, कल्पना, चिंतन यांना सीमा नसतात... समोर दिसणाऱ्या सागरावर चित्त एकाग्र केलं की, सागर आपला सखा होतो... क्षितिजाचं उसं करून तो पहुडला आहे, असं वाटतं. तो निवांत पहुडला असला तरी त्याच्या मनात अनंत

तरंग उमटत असतात. ते दीर्घ प्रवास करत पुढं पुढं जात असतात. शेवटी किनारा लागताच थोडी खळखळ करतात आणि नकळत वाळूत विरून जातात... स्वत:शी रममाण झालेला सागर. त्याच्या अंगाखांद्यावर होड्या, नावा, जहाजे, बोटी असतात. वळवळणारी, मासे पकडणारी माणसे इकडेतिकडे होड्यांतून जात असतात; पण त्यांची नोंदही घेण्याची सागराला गरज वाटत नाही. तो आपला स्वत:च्याच तंद्रीत निवांत पडून राहिलेला, 'त्याचा तो' असतो... माणसानं असंच जगावं... त्याच्याही विचारांना काठा-किनाऱ्यांची बंधनं नसावीत. त्यानं चिंतनात रमावं. अनंत निळ्या आकाशाचं प्रतिबिंब मनात जपावं. गडबड-घाईच्या, क्षुद्र स्वार्थात गटांगळ्या खाणाऱ्या जगापासून दूर राहावं, आपल्या आपल्या सुंदर सुखानंदात डुंबत राहावं, असे काहीसे मुक्त तरंग माझ्या मनात त्या पांढऱ्या वाळूत बसलो असताना येत असत... सागराचा सहवास माणसाच्या मनाला समृद्ध करतो, असा माझा अनुभव आहे.''

''फारच छान!... आता पुढचा प्रश्न – तुम्हाला सगळ्यात जवळचं माणूस कोणतं वाटतं?''

''आई!'' मी क्षणाचाही विलंब न लावता उत्तर दिलं.

''त्याची कारणं सांगता येतील का?''

''सगळ्या जगानंच आईच्या मोठेपणाविषयी पूर्वीच भरपूर सांगून ठेवलं आहे. मराठी साहित्यात कवी यशवंत, कवी माधव ज्यूलियन यांच्या 'आई'वरच्या कविता प्रसिद्धच आहेत. सानेगुरुजींनी तर मराठी साहित्यात 'श्यामची आई' अमर करून ठेवली आहे. तेव्हा मी फार काही वेगळं सांगू शकेन असं वाटत नाही... आयुष्यभराचा माझा अनुभव असा आहे की, इतर नाती असलेली माणसे कमी-अधिक प्रमाणात एकमेकांपासून दूर जाऊ शकतात. औपचारिकपणे नातेसंबंध ठेवू शकतात. एकमेकांना कारणपरत्त्वे आधार देऊ शकतात; पण 'आई' हे नातं आपल्या मुलांना निरपेक्षपणे जीव लावणारं असतं. ते स्वार्थ, लोभ, अपेक्षा, राग, संताप, देवाणघेवाण इत्यादींच्या पलीकडचं असतं... माझ्या आयुष्यात अनेक वेळा माझ्या वडिलांनी कारणपरत्वे मला बदडून काढलं आहे; पण आईनं मला त्यांच्या मारातून सतत वाचवण्याचाच प्रयत्न केला. वडिलांनी मला घरातून हाकलून देण्याचा, उपाशीपोटी कोंडून ठेवण्याचा प्रयत्न केला; पण आईनं मला चोरून जेवू घालण्याचाच सतत प्रयत्न केला. वडिलांच्या रागाला मी बळी पडू नये, म्हणून सतत तळमळीनं समजूत घालण्याचाच प्रयत्न तिने केला. ती असे तोपर्यंत; मला तिचा फार मोठा मानसिक आधार मिळत गेला. घोर निराशेत जगण्याचे बळही तिनेच मला दिले. अभावग्रस्त जीवनात तिच्याकडं बघूनच मी जगण्याचा निश्चय केला होता. मुख्य म्हणजे तिनंच मला या जगात आणून सोडलं. तिच्यामुळेच मी

या सुंदर जगाचा मनमुराद आनंद घेऊ शकलो आहे. एका माणसासाठी एवढं दुसरं नात्यातलं कोणतं माणूस करणार आहे? आणि हे सगळं काहीही अपेक्षा न ठेवता!''

''फारच उत्तम!'' प्राध्यापकबाई एवढं बोलून क्षणभर थांबल्या. एकदम नि:शब्द शांतता पसरली. क्षणभर शांतता पसरल्यावर बाई म्हणाल्या,

''मुलाखत संपली!''

– त्या असं म्हणताच कडकडून टाळ्यांचा पाऊस पडला. पुन्हा शांतता पसरल्यावर बाई म्हणाल्या, ''मित्रहो, तास-दीडतास कसा निघून गेला ते आपल्याला कळलंच नाही. सरांना विचारलेले प्रश्न साधेच होते; पण त्यांनी दिलेली उत्तरं वेधक आणि सुंदर होती. याचं कारण जीवनाकडं पाहण्याचा त्यांचा दृष्टिकोन वेगळा आहे. तो संवेदनशील कलावंत साहित्यिकाचा आहे. सर्वसामान्य माणसाच्या जीवनातही अशा साध्या घटना घडतच असतात; पण त्या साध्या असल्यामुळे किंवा त्या तशा वाटल्यामुळे आपण त्यांच्याकडं दुर्लक्ष करतो. त्या घटनाप्रसंगातील आर्थिक किंवा भौतिक नफातोटाच सामान्य माणूस पाहत असतो आणि पुढच्या पोटापाण्याच्या, नफ्या-तोट्याच्या उद्योगाला लागत असतो. अशी अखंड घटनांची मालिका प्रत्येकाच्या जीवनात चालूच असते. तिलाच आपण 'चाकोरीतील जीवन' असंही म्हणतो. त्यामुळे घटनांतील आणि पर्यायाने चाकोरीच्या जीवनातील सौंदर्यच आपल्या लक्षात येत नाही. त्यामुळे आपण चिडचिडे होतो. ठणठणीत कोरडे पाषाणच राहतो. पुढे त्याच-त्या वाटणाऱ्या घटनांचा कंटाळा येतो. त्यामुळे जीवन नीरस होते. प्रसंगी विद्रूप, विकृतही होऊ शकते; पण साहित्यिक हा संवेदनाशील, भावनाशील, सौंदर्यवेधी असल्याने त्याच प्रकारच्या घटना त्याच्या जीवनात घडत असूनही तो हळूहळू अनुभवसमृद्ध होत जातो. कारण जीवनात येणाऱ्या घटनाप्रसंगांकडे तो त्या त्या वेळच्या नव्या जाणिवांनी, नवनव्या संवेदनांनी, नवनव्या भावना-विचारांनी, नव्या नव्या अंगांनी पाहू लागतो. त्यामुळे त्याचे अनुभवविश्व अधिकाधिक समृद्ध, सुंदर, सुखमय आणि ताजे टवटवीत होत जाते. सरांशी झालेल्या चर्चेवरून हे तुमच्या लक्षात आलेच असेल. म्हणून जीवनात येणाऱ्या घटना-प्रसंगांना पूर्वग्रहदूषित मनाने सामोरे न जाता उत्साहाने आणि निर्मळ, ताज्या मनाने सामोरे जा. नव्या उन्मेषाने त्या पाहा. त्यांतील सौंदर्य चाखायला शिका. मग तुम्हीही सुखी, समृद्ध आणि सुंदर जीवन आकाराला आणू शकाल.'' मानसशास्त्राच्या त्या प्राध्यापिका माझ्या उत्तराचं विश्लेषण करत होत्या.

....मी ते गुंग होऊन ऐकत होतो... मीच मला नव्याने कळत चाललो होतो.

■

स्वतःच्या लेखनात रंगलेला साहित्यिक

डॉ. आनंद यादव हे ग्रामीण साहित्यातील परवलीचे नाव आहे. १९६० साली 'हिरवे जग' हा जानपद कवितांचा संग्रह प्रसिद्ध झाल्यापासून, गेली बावीस वर्षे ते सातत्याने लिहीत आहेत. त्यांच्या नावावर आज पंधरा-सोळा पुस्तके जमा आहेत आणि आजही सातत्याने लिहिण्यात हा साहित्यिक रंगलेला आहे. मूळ कवी असलेल्या या माणसाच्या लेखनसंभारात 'खळाळ', 'आदिताल', 'डवरणी'सारखे टवटवीत कथासंग्रह आहेत. 'गोतावळा', 'एकलकोंडा', 'नटरंग'सारख्या कादंबऱ्या आहेत. 'स्पर्शकमळे', 'पाणभवरे'सारखे ललित लेखांचे संग्रह आहेत. विनोदी कथांप्रमाणेच 'ग्रामीणता : साहित्य आणि वास्तव'सारखे वैचारिक ग्रंथही आहेत.

'मराठी लघुनिबंध : प्रेरणा, प्रवृत्ती आणि विकास' हा आनंद यादव यांच्या प्रबंधाचा विषय होता. त्यांच्या या प्रबंधाला कै. शि. म. परांजपे आणि केळकर पारितोषिकही मिळाले. प्रारंभी काही वर्षे शाहू महाविद्यालयात ते मराठीचे प्राध्यापक होते. गेल्या पाच-सहा वर्षांपासून पुणे विद्यापीठात प्रपाठक या पदावर ते काम करीत आहेत. समाजशास्त्रविषयक संशोधन हा त्यांचा अभ्यासाचा विषय आहे.

आनंद यादव हे डॉक्टर असले तरी विद्वज्जड नाहीत, कोणत्याही विषयावर त्यांची बोलायची तयारी असते. परवा त्यांच्या घरी अशीच गप्पांची बैठक जमविली. साहित्यविषयक गप्पा रंगल्या. त्यांच्या बोलण्याला चिंतनाची झालर होती. माणसाची अपूर्वाई जाणणारे यादव आत्मियतेने बोलत होते. या बोलण्यातूनच आकारलेली ही मुलाखत.

आनंदराव आपण १९६० पासून लेखन करीत आहात. आपल्या लेखनात कविता आहेत, व्यक्तिचित्रं आहेत. कथा, कादंबरी, विनोदी, ललित स्वरूपाचं लेखन आहे. हे सारं वाचणाऱ्याला त्यात कुठंही एकसुरीपणा जाणवत नाही. एवढं पैलूदार लेखन होण्यामागं कोणती कारणं आहेत, हे सांगाल?

आपल्या प्रश्नात माझ्या गौरवाचा भाग आहे, तो सोडून देतो आणि मुद्द्याकडं येतो; पण त्या उत्तरालाही अनेक पदर आहेत. एकतर माझं सारं लेखन मन:पूर्वक झालेलं आहे आणि मला वाटतं, ज्या कलाकृतीत 'मी'चे अनुभव गुंतलेले असतात, ती कलाकृती निर्माण करताना लेखकाला नेहमीच आनंद वाटत असतो. आपली कलाकृती जिवंत वाटावी म्हणून भावनांचे बारीकसारीक पापुद्रेही तो उलगडत राहतो. ज्या घटना 'मी'च्या आयुष्यात घडलेल्या असतात, ज्या व्यक्ती त्याच्या जीवनात येऊन गेलेल्या असतात, त्यांच्या आठवणी अंधूकपणे त्याच्या मनोविश्वात कुठंतरी विसावलेल्या असतात. प्रत्यक्ष लेखनाच्या वेळी ही माणसं व आठवणी यांच्याबद्दलचा लेखकाचा शोध सुरू होतो, त्यातून त्या त्या प्रसंगाचे बारकावे सुचत जातात.

'गोतावळा' ही माझी कादंबरी १९७१ सालची आणि 'नटरंग' १९८०ची; पण या दोन्ही कादंबऱ्या लिहिताना हा निर्मितीचा आनंद मला लाभला आहे. कादंबरीखेरीज अन्य ललित लेखन करतानाही हा आनंद सोबत करतोच. कारण त्या कलाकृतीत आंतरिकपणे 'मी' असतो. 'नटरंग' लिहिताना त्यातला 'मी' सावध होता. ज्या पात्रांकडे मी ज्या भूमिका दिल्या, त्या ती पात्रं बरोबर पार पाडतात की नाही, यावर माझं सतत लक्ष होतं.

'गोतावळा' कादंबरी लिहितानाही मी लक्ष्यावर अशी पकड ठेवून होतो. शेतमजुराचं दैनंदिन जीवन चितारणारी ही कादंबरी. तिच्यात मूक प्राणी आले आहेत. त्या प्राण्यांचा केविलवाणा आक्रोश मला त्यांच्या वृत्तीप्रवृत्तींसह बोलका करायचा होता. हे पुष्कळसं अवघड होतं. तथापि, 'गोतावळा'त प्राण्यांना बोलकं करण्याच्या बाबतीत मी यशस्वी झालो असं मला वाटतं.

'नारबा हा कादंबरीचा नायक. म्हालिंगा, शिवलिंग, नाग्या, वाघ्या, राम्या, भिम्या या गायी-वासरांचा तो धनी. स्वत:बरोबर हा जणू काही त्यांचंही मनोगत व्यक्त करतो, असं मी दाखविलं आहे. प्राण्यांच्या कृतीतून, हालचालींतून मी त्यांचा आनंद व दु:ख व्यक्त केलं. साऱ्या जनावरांना ममता लावीत, वर्षानुवर्षं मालकाच्या शेतावर राबणारा नारबा; पण एक दिवस डुईला तेल लावलेला नि गळ्यात तांबडाभडक रुमाल बांधलेला काळा मिचकूट ड्रायव्हर आपल्या ट्रॅक्टरसह शेतावर येतो आणि नारबाला ट्रॅक्टर पुसण्याचा हुकूम सोडतो. हा ड्रायव्हर एका

पाड्याला काठीनं मारतो. नारबा काठी काढून घेतो. ड्रायव्हरला म्हणतो, 'याद राखा. पुन्ना पाड्याच्या अंगावर काठी टाकलीसा तर!'

तक्रार मालकाकडे जाते. मालक नारबाला म्हणतो, 'हे बघ, सोसवत नसलं तर तुझी तू वाट धर!' आणि इथंच नारबाचं भावविश्व उद्‌ध्वस्त होतं. हे थोडं कथानक मी अशासाठी सांगितलं की, कलावंत म्हणून लेखकापुढं जे प्रश्न असतात ते 'गोतावळा' कादंबरीत मला सोडविता आले, असं मला वाटतं. या घटनेचा मला आनंद आहे.

हाच आनंद 'नटरंग' कादंबरी-लेखनाच्या वेळीही मला मिळाला. गुणा हा या कादंबरीचा नायक. या कादंबरीत त्याचा सासरा आहे, दोन मुली आहेत, त्याची आई आहे. कादंबरी लिहिण्यापूर्वी ही पात्रं जिवंत झाली पाहिजेत, अशी माझी तीव्र इच्छा होती. कोणतंही पात्र ठोकळेबाज होऊ नये याची मी सावधगिरी घेत होतो. हे झालं गुणाभोवतीच्या पात्रांसंबंधी. गुणाला नाइलाजानं नाच्याची भूमिका स्वीकारावी लागते. नाइलाजानं स्वीकाराव्या लागणाऱ्या या भूमिकेमुळे वैयक्तिक, कौटुंबिक आणि सामाजिक संघर्ष सुरू होतो. हाच या कादंबरीचा विषय. या संघर्षामुळं गुणाला खूपच यातना भोगाव्या लागतात. त्याच्या खऱ्याखुऱ्या सुख-दुःखासह हा संघर्ष उभा केला तरच वाचकांना तो परिणामकारक वाटणार होता. समरसून केलेल्या प्रयत्नामुळं मी यात कमी पडलो नाही, असं मला वाटतं. म्हणून 'नटरंग' पूर्ण केली तेव्हा मला खूपच आनंद वाटला.

या स्वरूपाचा आनंद दोन-तीन पातळ्यांवरचा असतो. कलात्मकतेचं एक आव्हान असतं. स्वत:च्या अनुभवातून आपण पात्रांना न्याय देतो की नाही, ती जबाबदारी पेलतो की नाही, ही जाणीव हिंदोळणाऱ्या लोलकाप्रमाणं सतत मनात असते.

माझ्या कथा-कादंबऱ्यांतील सारी पात्रं मी पाहिलेल्या व्यक्तींची प्रतिबिंबं आहेत. मी जे पाहतो-अनुभवतो ते लिहितो. माझ्या कादंबऱ्यांत येणारा परिसर हा माझ्या गावाकडचा असतो. ते माझं मूलद्रव्य (रॉ मटेरियल) आहे. माझी पात्रं त्या वास्तवातून आलेली आहेत. माझ्या लेखनात एकसुरीपणा नसतो, असं आपण म्हणालात, त्यामागं ही कारणं असावीत. विविधता आली की पैलू पाडणं फारसं अवघड नसतं.

आपलं जन्मगाव, शिक्षण, वय, बालपणीचे संस्कार यांच्याबद्दल काही सांगाल?

माझं जन्मगाव कागल. ३० नोव्हेंबर १९३५ या दिवशी मी जन्मलो. म्हणजे मी आता पंच्चाहत्तरीजवळ आलो आहे. आमचं कागल गाव कोल्हापुराजवळ असून

ते तालुक्याचं ठिकाण आहे. तिथल्या पुष्कळांचा व्यवसाय आहे तो शेतीचा. मीही एका शेतकऱ्याचा मुलगा. 'आन्दा' हे माझ्या घरातल्या व परिवारातल्या मंडळींचं मला हाक मारण्याचं संबोधन. आमची स्वत:ची अशी काही शेती नाही. माझ्या वडिलांनी (रतन त्यांचं नाव) दुसऱ्याची शेती खंडानं केली. त्यावर आम्ही राबत असू. आपल्या देशाला स्वातंत्र्य मिळेपर्यंत शेतमालक वेगळे व त्याच्या शेतात राबणारे वेगळे असं नातं होतं. स्वातंत्र्यानंतर शेतीचे नवे कायदे आले. माझे वडील भोळ्या स्वभावाचे. स्वातंत्र्यानंतर त्यांनी शेती मालकाला देऊन टाकली व कूळ म्हणून असलेला आपला हक्कही गमावला.

माझ्या किशोर वयात मला दोन-तीन वेळा शाळा सोडावी लागली. कौटुंबिक अडचणी हेच मुख्य कारण; पण शिक्षणाबद्दल मला आस्था होती, तळमळ होती, म्हणून खूप धडपड केली. त्या वेळी कोल्हापूरला असलेले गुरुवर्य शिक्षणतज्ज्ञ जे. पी. नाईक यांची तर मला मदत झालीच, पण श्री. पु. ल. देशपांडे यांचंही त्या काळात मोलाचं साहाय्य मिळालं. कागलसारख्या खेड्यात गेलेलं बालपण सुखापेक्षा दु:खाच्या आठवणीच अधिक ठेवून गेलं.

लहानपणी शेतातून हिंडायचो, त्यामुळं हिरवाकंच निसर्ग पाहायला मिळाला. टपोऱ्या मोत्यासारखे दिसणारे गवताच्या पानावरचे दवबिंदू, शेताच्या बांधावर वाढणाऱ्या लहानमोठ्या वनस्पती, शेतात तरारून येणारं पीक, खळाळत वाहणारे नदीनाले हे सारं माझं अनुभव-विश्व झालं. 'आदिताल'सारख्या कथेत येणारा निसर्ग ही तेव्हाच्या निरीक्षणाची देणगी आहे. वयाच्या विसाव्या वर्षांपर्यंत मी दारिद्र्य भोगलं; पण या वयात काही मोजक्या शिक्षकांनी केलेली मदत आणि त्यांनी मनावर केलेले संस्कार यांनी मी घडलो आहे.

चौथी-पाचवीत असताना मी कविता करू लागलो. सहावी-सातवीत आल्यावर चांगली चित्रं काढू लागलो, गाणी म्हणू लागलो, नाट्यछटा, पोवाडेही रचू लागलो. भूमिती, गणित शिकवायला नाईक नावाचे गुरुजी होते. निरनिराळ्या कलांच्या बाबतीत त्यांचं मार्गदर्शन मला लाभे. ज्ञा. बा. सणगर चित्रकला शिकवीत. न. वा. सौंदलगेकर गुरुजींनी माझ्यातली काव्याची ठिणगी ओळखली होती, त्यांनी मला उत्तेजन दिले. सणगर, नाईक, सौंदलगेकर या तिघांनी माझ्यावर प्रेम तर केलंच, पण माझा उत्कर्ष व्हावा म्हणून हरएक प्रकारचं साहाय्य केलं. महाविद्यालयीन शिक्षणासाठी मी एकदीड वर्ष रत्नागिरीलाही होतो.

मग कोल्हापूरला कधी आलात? पुण्याला कसे येऊन पोहचलात?

१९५५ साली मी कॉलेजात प्रवेश केला असला तरी प्रथम मी रत्नागिरीच्या गोगटे कॉलेजचा विद्यार्थी. १९५६ मध्ये मी परत कोल्हापूरला आलो, आणि

गोखले कॉलेजमध्ये दाखल झालो. रत्नागिरीच्या मुक्कामात प्रा. य. द. भावे यांचं खूप प्रेम मिळालं. माझी कविता पु. लं.च्या पर्यंत जाऊन पोहोचायला आणि त्यांचा परिचय व्हायला भावेच कारणीभूत झाले, तर ते असो. १९५९ साली कोल्हापूरच्या गोखले कॉलेजमधून मी बी. ए. झालो नि पुण्याला आलो. आकाशवाणीवर मला नोकरी मिळाली.

पण रेडिओवरच्या नोकरीचं हे एकदम कसं जमलं?

त्याचं असं झालं, 'हिरवे जग'मध्ये समाविष्ट असलेल्या कविता आधी एका वहीत एकत्र केल्या होत्या. आणि मी आता म्हटल्याप्रमाणं ही वही य. द. भावे यांच्यामार्फत पु. लं.च्या पर्यंत जाऊन पोहोचली होती. पु. ल. त्या वेळी पुणे-मुंबईच्या आकाशवाणी केंद्रावर काम करीत होते. त्या वेळी तेथील अनेक लेखकांना माझ्या कविता त्यांनी दाखविल्या होत्या. त्या पु. लं.ना खूप आवडल्याचं प्रा. भावेंनी मला तेव्हा कळविलंही होतं. रेडिओच्या ग्रामीण विभागात काम करणारे श्री. व्यंकटेश माडगूळकर हेही प्रसिद्ध होणाऱ्या माझ्या कविता वेळोवेळी वाचत. कॉलेजच्या पहिल्या वर्षात असल्यापासून रेडिओसाठी मी काही लिहावं असा तात्यांचा (म्हणजे माडगूळकरांचा) मला आग्रह होता.

१९५९ साली आकाशवाणीच्या ग्रामीण विभागात शेतकरी मंडळाचे काम करणारे श्री. शंकर पाटील यांना एक वर्षाची एशिया फौंडेशनची शिष्यवृत्ती मिळाली. आता ती जागा एक वर्षापुरती तरी रिकामी होणार होती. या वेळी कोल्हापुरातले माझे मित्र श्री. व. ह. पिटके सहज मला म्हणाले, 'शंकर पाटील आकाशवाणीची नोकरी सोडणार आहेत. तुम्ही त्या जागेसाठी का प्रयत्न करीत नाही?' त्यांचा प्रश्न मी हसण्यावारी सोडून दिला होता; पण योगायोगानं दुसऱ्या दिवशीच माडगूळकरांचं मला पत्र आलं. आंतरदेशीय पत्रावर घाईघाईनं लिहिलेलं – 'तुम्ही आकाशवाणीवर नोकरीसाठी येऊ शकाल काय?'

आदल्या दिवशीची पिटक्यांची सूचना आणि लगेच दुसऱ्या दिवशी आलेलं हे तात्यांचं पत्र... या योगायोगाची मला मोठी गंमत वाटली. त्यांच्या पत्राला मी लगेच संमतिदर्शक उत्तर पाठविलं, आणि पुण्यास येऊन आकाशवाणीच्या नोकरीत रूजू झालो. 'असिस्टंट टू द प्रोड्युसर कम स्क्रिप्ट रायटर' असा माझा हुद्दा. रेडिओची नोकरी करीत आपल्याला एम. ए. होता येईल, हाही पुण्याला येण्यात माझा हेतू होता. या वेळी श्री. बा. भ. बोरकर, सई परांजपे, अनंत फाटक, गोपीनाथ तळवलकर आदी कलावंत मंडळी रेडिओच्या नोकरीत होती.

मी 'नभोवाणी शेतकरी मंडळा'चे काम पाहू लागलो. शेतकऱ्यांच्या प्रश्नांना उत्तरं देण्याची, त्याचप्रमाणं त्यांना शेतीविषयक विविध प्रकारची माहिती पुरवण्याची

कामगिरी माझ्याकडं आली व त्या दृष्टीनं या कार्यक्रमाचं आयोजन होऊ लागलं. आठवड्यातून दोन दिवस हा शेतकरी मंडळाचा कार्यक्रम सादर होई. या कार्यक्रमात शेतकऱ्यांच्यासाठी संवाद लिहावे लागत. नंतर व्यंकटेश माडगूळकर ऑस्ट्रेलियाच्या दौऱ्यावर गेले तेव्हा आपली सर्व कामगिरी ते माझ्यावर सोपवून गेले. आकाशवाणीवर माझं बस्तान चांगलं बसलं. एम. ए.च्या अभ्यासासाठी तिथल्या अधिकाऱ्यांनी मला वेळोवेळी सवलती दिल्या. त्यामुळं मी एम. ए. होऊ शकलो. आकाशवाणीवरच्या तेव्हाच्या अधिकारी मंडळींबद्दलची कृतज्ञता आजही माझ्या मनात टवटवीत आहे.

तथापि, आकाशवाणीवर एखाद्या वर्षापेक्षा मी अधिक काळ राहिलो नाही. पुढे लवकरच कॉलेजमध्ये लेक्चररची नोकरी मिळाली.

रेडिओच्या नोकरीचा अनुभव कसा काय वाटला?

फारच चांगला. कार्यक्रम नियमानं सादर करायचा असल्यामुळं हातून वक्तशीरपणं लिहून होतं. शिवाय या काळात थोर कलावंतांचा परिचयही झाला, त्यांच्याशी वेळोवेळी चर्चा करायला मिळाल्या, त्यामुळं आत्मविश्वास वाढला.

रेडिओ सोडल्यावर तुमचा आवाज श्रोत्यांना एकदम दुर्मीळ झाला का?

नाही, तसं नाही. आकाशवाणीची नोकरी सोडली तरी 'चालू जमाना' हे सदर सात-आठ वर्षं मी चालवीत होतो. पंधरा दिवसांनी एक कार्यक्रम असे. माझ्या संवादात 'स्टॉक कॅरेक्टर्स' होत्या. या संवादातून शेतकऱ्याचं घर साकरण्याचा आणि विकसित करण्याचा मी प्रयत्न केला. श्री. व्यंकटेश माडगूळकर, कृष्णराव सपाटे, जयराम व मधु कुलकर्णी, पद्मा काकनूरकर व आकाशवाणी कलावंतांनी माझं सदर लोकप्रिय करायला महत्त्वाचा हातभार लावला.

लेखनाची प्रेरणा आपल्या मनात कशी उमलली?

प्रेरणा न म्हणता आपण आवड म्हणू या. लेखनाची आवड लहानपणापासूनच निर्माण झाल्याचा उल्लेख प्रारंभी मी केला आहेच; पण ही सुरुवात कविता-लेखनानं झाली. या काळात गिरीश, यशवंतांच्या 'जानपद' कविता माझ्या वाचनात आल्या. गिरीश तर आपल्या या ग्रामीण कविता गाऊन दाखवीत. किंबहुना रविकिरण मंडळातले गिरीश, यशवंत प्रभृतींची पद्धत कविता गाऊनच दाखविण्याची होती. या कवींच्या बरोबरीनं चंद्रशेखरांच्या कविताही त्या वेळी मला आवडत. साहजिकच त्यांचा माझ्या मनावर परिणाम होऊन माझी कविता अनुकरणात्मक स्वरूपाचीच लिहिली गेली.

पण लवकर माझ्या लक्षात आलं की, या कवींची कविता ग्रामीण असली तरी

ती 'कृतक' आहे. खरं ग्रामीण जीवन त्यापेक्षा वेगळं होतं. आपणच ते काव्यबद्ध करावं म्हणून मी पुढं सरसावलो. यालाच हवं तर तुम्ही 'प्रेरणा' म्हणा! रविकिरण संप्रदायातले कवी ग्रामीण कविता बांधावर उभं राहून करीत होते. आत आल्यानंतरचे पायाला लागणारे काटेकुटे ते अनुभवीत नव्हते. गुऱ्हाळातला गूळ ते खात होते; पण गुऱ्हाळ उभं करताना जो प्रचंड व्याप सांभाळावा लागतो, त्याची ते कधी दखल घेत नव्हते. मला प्रामाणिकपणे भावलेले ग्रामीण अनुभव मी झपाट्यानं काव्यबद्ध करीत गेलो. ही माझी कविता १९६० साली प्रसिद्ध झालेल्या 'हिरवे जग' या संग्रहात आलेली आहे. ही कविता आणि यातील जीवन हे खरं आपलं विश्व आहे, अशी माझी धारणा होती. पु. ल. देशपांडे त्या वेळी म्हणाले, 'बाळ, हिरव्या भूमीत तुला सोन्याचा हंडा सापडला आहे. हे गुण तू जप.' अनुकरणाच्या छायेतून मी झपाट्यानं बाहेर पडलो, याचं कारण पूर्वसूरींची कविता ही कृतक कविता आहे, याची मला तीव्रतेनं झालेली जाणीव.

हिरवे जग'बद्दल तुम्ही सांगताहात. 'मळ्याची माती' हा तुमचा दुसरा कविता-संग्रह प्रकाशित झाला १९७८ मध्ये. पहिला १९६०चा. म्हणजे दोन्हीत १७ वर्षांचं अंतर. गद्यलेखनाच्या मानानं आपली ही काव्यनिर्मिती बरीच कमी आहे. सुरुवात आपण काव्यलेखनानं केली आणि रमलात मात्र गद्य-लेखनात. काही अंशानं हा कवितेवर अन्याय झाला, असं आपल्याला नाही वाटत?

आपण म्हणता ते पुष्कळसं खरं आहे. 'हिरवे जग'नंतर 'मळ्याची माती' हा दुसरा ग्रामीण कविता-संग्रह प्रकाशात यायला दीर्घ कालावधी लागला, यात शंकाच नाही. दरम्यानच्या काळात मी बरंचसं गद्यलेखन केलं आहे; पण कविता थबकली याचं एक कारण असं की, अनुभव व्यक्त करण्याच्या दृष्टीनं कवितेच्या मर्यादा मला गैरसोयीच्या वाटल्या. माझ्या असं लक्षात आलं की, मला जे काही म्हणायचं आहे ते कवितेच्या छोट्या चौकटीत आकारत नाही. त्यासाठी थोडा विस्तृत पट (स्पॅन) पाहिजे. 'मोट' या माझ्या कथेचा आशय मी प्रथम कवितेत व्यक्त करण्याचा प्रयत्न केला होता; पण आपल्याला जे काही म्हणायचं आहे ते कवितेत मावत नाही असं लक्षात आल्यावर मी 'मोट' कथा लिहिली. केवळ काही ओळीत अभिप्रेत असलेला आविष्कार करणे जमत नाही असं वाटल्यामुळं तिची कथा झाली, हे उघडच आहे. यातून हळूहळू कविता मागं पडून कथेकडे मी जास्त आकर्षित झालो व हाच प्रकार अधिक उत्साहानं हाताळू लागलो.

आणखी काय घडलं ते सांगतो तुम्हाला. या काळात मी ज्या कवितेला प्रमाण मानीत होतो ती नव कविता प्रामुख्यानं 'सत्यकथे'तून येत होती; आणि ती व्यक्ति-

केंद्रितही होती. त्या कवितेला प्रमाण मानून मी माझे अनुभव ग्रामीण कवितेतून व्यक्त करण्याचा प्रयत्न केला; पण १९६० नंतर माझ्या असं लक्षात आलं की, आपण लिहीत असलेल्या व्यक्तिकेंद्रित, तरल व भावमग्न अशा कवितेतील अनुभवांना फारसं स्थान नाही, तर समाजजीवनातील नाट्यपूर्ण अनुभवांनाच तिथे मानाची जागा आहे. म्हणून ग्रामीण कविता लिहिण्यावरच्या माझ्या विश्वासाला या काळात ढळ पोहोचला. सतरा वर्षांत माझ्याकडून काव्यनिर्मिती का झाली नाही, असं आपण विचारलंत त्याचं उत्तर हे असं आहे.

आज मी कवितालेखन सोडलं असलं तरी काव्याचा आस्वादक ही माझी जुनी भूमिका कायम आहे. मराठीत नित्य प्रसिद्ध होणारं चांगलं काव्य मी आस्थेनं वाचीत असतोच. काव्यातील उत्तुंग कल्पना आणि प्रतिभेचे आकाशगामी उन्मेष पाहिले, की आजही माझं मन रोमांचित होतं. अगदी 'झपूर्झा' घातल्यासारखं वाटतं मला!

कादंबरी लिहिताना प्रकरणांचा आराखडा तुम्ही आधी पक्का करीत असणार. कथा सुचावी लागते तशी कादंबरीची प्रकरणं सुचावी लागतात का? प्रकरणं क्रमानं लिहिता की, सोयीप्रमाणं मागचीपुढची अशी लिहिता?

कादंबरीचा आराखडा मनात आणि कागदावर आधी पक्का असतोच. नित्य जीवनातल्या काही घटना आपल्या मनात पडून असतात. दैनंदिन व्यवहारात मित्र, परिचित, नातलग वेगवेगळ्या संबंधात विविध माहिती आपल्याला सांगत असतात. ती ऐकल्यावर लेखक त्या घटनांचा आपल्या परीनं अन्वयार्थ लावण्याचा प्रयत्न करतो. तसा लावताना आपल्या मनात तो कादंबरीही बांधत जातो. प्रसंगी यातलं काही बांधकाम तो पाडतो व तिथं नवं उभं करतो. हे करताना माणूसही त्याला समजत जातो.

'गोतावळा' कादंबरीचं उदाहरण सांगतो. एका सत्प्रवृत्त व गरीब शेतकऱ्याचं विश्व. शेतात ट्रॅक्टर आल्यामुळं त्याचं विश्व उद्ध्वस्त होतं, ही तिची 'पहिली प्रकिया (प्रोसेस). शेतावर राबणारी चार-पाच कुळं मी पाहिली होती. त्यातून नारबा उभा राहिला. मग त्याच्याभोवतीचा गोतावळा मी जमा केला. परस्परांचे संबंध पक्के केले; किंबहुना लिहिताना ते पक्के होत गेले ही 'दुसरी प्रकिया'.

'नटरंग' कादंबरीत एक कलावंत आणि त्याच्या जीवनात उभा राहिलेला झगडा हा तिचा विषय आहे. त्या कलावंताला कोणी नीट समजून घेत नाही, ही घटना मला कादंबरीत मांडायची होती. जरी आराखडा पक्का झाला तरी तेवढ्यानं भागत नाही. कादंबरीतली पात्रं, त्यांचे स्वभाव व दुसऱ्या पात्रांशी त्याचे अन्योन्यसंबंध हे अनेकदा लिहिता-लिहिता ठरत जाते व मग मूळ आराखड्यातही थोडाफार बदल होतो. 'गोतावळा' कादंबरीचा मी आधी ठरविलेला आराखडा प्रत्यक्ष लिहिताना

बराचसा बदलला आहे.

'गोतावळा' ही कादंबरी लिहून पूर्ण झाल्यावर मी ती प्रा. स. शि. भावे दांपत्याला वाचून दाखविली होती. ती ऐकल्यावर सौ. सुमित्रा भावे मला म्हणाल्या, 'कादंबरी वाचता वाचता संपते असं वाटतं हो!' आणि ते खरं होतं. म्हणून हस्तलिखितात, शेवटच्या प्रकरणात मी बदल केला.

कादंबरीची प्रकरणं सुचावी लागत नाहीत. आपण कुठल्या टप्प्यापर्यंत आलो हे लक्षात घेतलं की, पुढचं प्रकरण ओघातच लिहिलं जातं. कथानकाचे मात्र टप्पे पडतात. विविध पात्रांचं संयोजन असतं. त्यांच्या भूमिका लेखकाच्या मनात ठरलेल्या असतात. त्या सर्वांना न्याय द्यावा लागतो. कथानकाची सोय म्हणून प्रकरणं येत असतात. गद्यलेखन हा तसा कष्टाचाच भाग. सुचणं हे प्रतिभेचं देणं असतं. कादंबरी हा प्रकार आत्मनिष्ठ. त्यामुळं मी क्रमशः लिहितो. पुढची प्रकरणं आधी आधीची नंतर असं करीत नाही. नाटकात ते शक्य आहे, कादंबरीत नाही, असं मला वाटतं.

तुम्हाला स्वतःला कोणता लेखनप्रकार वाचायला आवडतो?

प्रथम एक लक्षात घ्यायला हवं की, माझं जे वाचन असतं ते वाचकाचं नसून लेखकाचं असतं. सर्वसामान्य माणसाचं जेवण नि पहिलवानाचा आहार यात जसा फरक तसा फरक वाचकाचं व लेखकाचं वाचन यात आहे. माझं वाचन साक्षेपी कसं होईल यावर माझं लक्ष अधिक असतं. म्हणून मला बौद्धिक आनंद मिळेल आणि लेखनाला पूरक होईल असं साहित्य मी अग्रक्रमानं वाचतो. हा अग्रमान मिळतो ग्रामीण साहित्याला. मराठीत प्रसिद्ध होणारं चांगलं साहित्य – कथा, कादंबरी, कविता, ललित-लेख या प्रकाराकडं मी आधी वळतो. यात आवड-नावड हा भागच येत नाही. एखाद्या कवितासंग्रहात संवेदनक्षमता ताजी असेल तर तो संग्रह मी एका बैठकीत वाचून संपवितो. कथासंग्रह वाचतो ते तो लेखक आपले अनुभव कसे हाताळतो, आविष्कृत करतो, आपला अनुभव विशिष्ट दृष्टिकोनातूनच का सांगतो हे शोधण्यासाठी, काहीसं अभ्यासासाठी म्हणा हवं तर, ललित लेखन हा प्रकार माझ्या आवडीचा आहे. याचं कारण तो लिहिताना किंवा वाचताना प्रत्यक्ष अनुभवाकडं जाता येतं म्हणून; अनुभव महत्त्वाचे असतात. वैचारिक वाङ्मयाचा मोह मला आहे, याचं कारण हे साहित्य मनाला परिमाणं (डायमेन्शन्स) देतं, म्हणून मी ते अधिक प्रमाणात वाचतो. लेखक चिंतनशील नसेल तर तो टिकू शकणार नाही. मग वाचकांच्या मनाची पकड तरी तो कशी घेणार?

आपले आवडते पाश्चात्त्य लेखक नि मराठी लेखक सांगा. त्यांच्या

कोणत्या कलाकृती विशेष आवडल्या?

गॉर्की, दस्तोव्हस्की, हार्डी, पर्ल बक यांच्या कादंबऱ्या मी आवडीनं वाचल्या आहेत. इंग्रजीत प्रसिद्ध होणारी समाजशास्त्रावरची आणि टीकात्मक स्वरूपाची पुस्तकं मी नेहमीच आवर्जून वाचतो.

'मराठीतल्या जी. ए. कुलकर्णी यांच्या कथा मला आवडतात. त्यांचे सर्वच संग्रह मी वाचले आहेत. दुर्गा भागवत, इरावती कर्वे यांच्या साहित्यकृतींनीही मला वेळोवेळी अपूर्व आनंद दिला आहे, आणि खरं सांगू का तुम्हाला? मी माणसं फार वाचतो. पाश्चात्त्य किंवा देशी लेखकांच्या कथाकादंबऱ्यांवर मी पोसला गेलेलो नाही. मी वाचतो, पण पुस्तकातला किडा होण्याचं टाळतो.

'स्पर्शकमळे' हा आपल्या ललित लेखांचा संग्रह वाचताना मोरपिसाच्या स्पर्शानं गुदगुल्या व्हाव्या असं काहीतरी वाटतं. एक संयत असा शृंगार या कथांतून दरवळत असल्याचं जाणवतं. हे ललितलेखन करण्यामागची आपली भूमिका कोणती?

आपण म्हणता तसा एक संयत शृंगार या संग्रहातील कथांतून पाझरतो, ही गोष्ट खरी आहे. कारण माझ्या अनेक वाचकांनी, 'स्पर्श-कमळे' संग्रहाबद्दल माझी तोंडी व लेखी प्रशंसा केली आहे. हे ललित लेख जमले आहेत असं मलाही वाटतं. काही वर्षांपूर्वी पुण्याच्याच एका मासिकात उगीचच भडक, शृंगारिक आणि अश्लीलतेकडं झुकणाऱ्या कथा प्रसिद्ध होत होत्या. त्या कथांबद्दल मी संपादकांना तीव्र नापसंती कळवली. भेटीत मी त्यांना म्हणालो, 'शृंगाराचं मला वावडं नाही; पण शृंगार कलात्मक असावा. बटबटीत असण्यापेक्षा तो ऋजुतेनं नटवला, संयतपणे सांगितला तर वाचकांना आवडतो.' संपादक म्हणाले, 'तुम्ही म्हणता ते खरं; पण तुमच्या कल्पनेत आहे त्या प्रकारचा शृंगारिक मजकूर दरमहा कोण लिहून देणार? मोठं अवघड काम आहे हो हे!

त्यांच्या पुढच्या अंकासाठी नमुना म्हणून मी 'गाठीची चोळी' हा ललित-लेख लिहून दिला. पौगंडावस्थेतील लैंगिक जाणीव – त्याची थरथरती भावना 'स्पर्शकमळे'तील अनेक लेखांतून व्यक्त झाली आहे. 'गाठीची चोळी' वाचून संपादक एकदम खूश झाले. त्यांच्यासाठी अशा प्रकारचे शृंगारिक लेख मी क्रमशः लिहिले. त्यासाठी शैलीचे काही प्रयोग केले, ते यशस्वीही झाले. लेखनाच्या जातीनुसार, आशयानुसार शैली बदलत गेली पाहिजे, या हेतूनंच शैलीचे हे प्रयोग मी केले. 'आदिताल' संग्रहातील माझी शैली वेगळी आहे, 'स्पर्शकमळे'त मी ती बदलली आहे. रोमँटिक एलिमेंट माझ्या त्यापूर्वीच्या लेखांतून आलेलं नव्हतं. वयाच्या आठव्या वर्षांपासून पन्नास वर्षांपर्यंत जी स्त्री-रूपं मी बघितली, जे थोडंफार स्पर्शून गेलं, ते या ललित

लेखांतून आलं आहे. किशोरवयात लैंगिक भावनेची होणारी अस्पष्ट ओळख आणि स्त्री-सहवासाचं वाटणारं आकर्षण यातून येणारं एक सात्त्विक मधुर नातं – चंदनाच्या सुवासासारखं जाणवणारं – हे रसायन 'स्पर्शकमळे'तील पहिल्या लेखात तुम्हाला दिसेल, तर अखेरच्या लेखात पन्नाशीत पुरुषाला येणारा स्नेहसखीचा संयत शृंगारिक अनुभव पाहायला मिळेल. अशा रीतीने वयाच्या 'आठीपासून साठीपर्यंत' पुरुषाला येणाऱ्या स्त्रीच्या अनुभवांची विविध चित्रं या संग्रहात रेखाटलेली तुम्हाला दिसतील.

प्रतिवर्षी साहित्य-संमेलन भरत असताना ग्रामीण साहित्य संमेलनाची अथवा शिबिरांची आवश्यकता आपल्याला का वाटते? याबाबतची आपली भूमिका काय?

दरवर्षी साहित्य-संमेलनं होत असली तरी या संमेलनांवर प्रस्थापितांचा पगडा असतो, म्हणून ग्रामीण भागातील लेखकांकडून साहित्याचा जो नवा प्रादेशिक आविष्कार होऊ पाहतो आहे तो अनिरुद्धपणे होऊ द्यावा, म्हणून ग्रामीण लेखकांच्या मेळाव्याची कल्पना मी काढली व ती यशस्वी होत आहे. अशा शिबिरांतून अनागरी युवकांना सामूहिक पातळीवर मार्गदर्शन करण्याची संधी मिळते व तशी आवश्यकताही आहे, असं मला वाटतं. ग्रामीण लेखकांचं पहिलं शिबिर पुण्यात घेतलं होतं. त्यानंतर १९७७ सालच्या पुण्यात झालेल्या शिबिराला तर अनेक थोर लेखकांचं मार्गदर्शन लाभलं. प्रा. नरहर कुरूंदकर, प्रा. स. शि. भावे, प्रा. हातकणंगलेकर, प्रा. शांता शेळके, प्रा. गो. म. कुलकर्णी या समीक्षकांप्रमाणेच प्रा. द. मा. मिरासदार, शंकर पाटील, द. ता. भोसले या कथालेखकांनी ग्रामीण लेखकांना त्या वेळी मौलिक मार्गदर्शन केलं आणि हे पहिलंच शिबिर अत्यंत यशस्वी झालं. ग्रामीण संमेलनाकडं पाहण्याची माझी भूमिका तिथल्या युवकांनी डोळसपणे लेखन करावं ही तर आहेच; पण एक समाजशास्त्रीय भूमिकाही आहे. उद्या ऐंशी टक्के लेखक हे खेड्यांतून येणार आहे. आज शहरात असलेल्या लेखकाला पाश्चात्त्य जीवनाची ओढ आहे; पण मला म्हणायचं आहे की, आपल्या जीवनाचे आदर्श आपल्याच संस्कृतीतून आले पाहिजेत, पाश्चात्त्यांच्या नकोत. आपल्या साहित्यातून विशुद्ध भारतीय जीवन यायला हवं असेल तर आपल्या संस्कृतीचा माणूस इथं घडायला हवा.

दरवर्षी होणारी साहित्य-संमेलनं ही ग्रामीण लेखकांना फारसं काही देत नाहीत, म्हणून त्यांचे मेळावे, शिबिरं यासाठी माझा आग्रह व प्रयत्न आहे. यातून ग्रामीण लेखकांना घडवायचं आहे. देशाला स्वातंत्र्य मिळून त्रेसष्ट वर्षं लोटली. या काळात खालच्या थरातून एक साक्षर असा वर्ग तयार झाला. लिहू लागला, विचारपूर्वक

बोलू लागला, त्यांची व्यथा, वेदना प्रकट व्हायला नको का? त्यांना मुक्त व्यासपीठ मिळावं म्हणून ग्रामीण साहित्य संमेलनाची अथवा शिबिरांची ही धडपड आहे.

ग्रामीण साहित्य आपण नक्की कशाला म्हणता? असं लेखन करणाऱ्या तरुण मंडळीत नाव घेण्यासारखा लेखक कोण? ग्रामीण जीवनाचं दर्शन त्यांच्या साहित्यातून किती प्रमाणात घडतं?

खेडेगाव, तेथील जीवनपद्धती, तेथील शेतीनिष्ठ समाजव्यवस्था, निसर्गाशी आणि मातीशी असलेले मानवी पण प्रदेशनिष्ठ वैशिष्ट्यपूर्ण संबंध ज्या साहित्यातून व्यक्त होतात, ते 'ग्रामीण साहित्य' असं स्थूलपणे मानायला हरकत नाही. अशा साहित्यात तेथील संस्कृतीला लाभलेली प्रादेशिक वैशिष्ट्ये जशी येतील, त्याचप्रमाणं त्या प्रदेशामुळं तिथं निर्माण झालेल्या आर्थिक, सामाजिक आणि ज्ञानविषयक मर्यादा व त्यातून उद्भवणारे प्रश्नही येतील. मग हे प्रश्न कथास्वरूपात मांडले असतील किंवा लेख वा निबंध स्वरूपात लिहिलेले असतील.

ग्रामीण साहित्यात चांगलं लेखन करणाऱ्या तरुणांची नावं आपण विचारता. माझ्या मते, गेल्या वर्षीच्या 'अक्षर दिवाळी' या प्रातिनिधिक संग्रहात 'कागूद' ही ज्यांची कथा समाविष्ट झाली ते आनंद पाटील, 'चुकार' ही कादंबरी लिहिणारे मराठवाड्यातील नव्या दमाचे गणेश आवटे, 'वायटोळ' लिहिणारे बा. ग. केसकर, श्रीराम गुंदेकर, भास्कर चंदनशिव, बोधे, मोहन पाटील, राजन गवस, सुरेश शिंगटे, शंकर सखाराम, द. स. काकडे प्रभृती लेखक या साऱ्यांचंच लेखन मला सशक्त वाटतं. ग्रामीण लेखन करणारी ही सजग अशी नवी पिढी उदयाला येत आहे. या सर्वांच्याबद्दल मी आशावादी आहे. कारण बदलत्या ग्रामीण जीवनाचं चित्रण हे लेखक कलात्मकतेनं करतात. नुसतं गद्यलेखनच नव्हे तर राजन गवस, मोहन पाटील, माधव थोरात हे तरुण ग्रामीण कवी जीवनाच्या संदर्भातली सुखदुःखं जानपद गीतांतून समर्थपणे मांडतात. याशिवाय नवे नवे लेखक व कवी ग्रामीण साहित्याचे क्षेत्र संपन्न करू लागले आहेत.

प्रस्थापितांच्या किंवा ग्रामीण लेखकांच्या साहित्यापेक्षा आपलं लेखन वेगळं आहे, म्हणून 'दलित साहित्य' हा वेगळा प्रकार माना असं या समाजातील लेखक सांगतात. ग्रामीण लेखक लिहू लागले तेव्हा आपले ग्रामीण साहित्य वेगळे माना, असा दावा त्यांनी केलेला नव्हता. प्रस्थापित साहित्यिकांच्या लेखनाबरोबरच मिळून-मिसळून त्यांची साहित्यनिर्मिती होत होती आणि स्वतःच्या पृथगात्मतेनं त्यांचं लेखन उठूनही दिसत होतं.

तथापि, 'आपलं लेखन मात्र वेगळं माना –' म्हणणाऱ्या दलित लेखकांचा दावा आक्रस्ताळेपणाचा आहे, असं आपल्याला नाही वाटत?

यालाही आपणच थोडेसे कारणीभूत आहोत. पिढ्यान्‌पिढ्या वाट्याला आलेलं दारिद्र्य, समाजानं केलेला अन्याय दलित लेखकांनी साहित्यातून मांडला तर त्यात काही गैर आहे, असं मला वाटत नाही. दलित साहित्य हा वेगळ्या आशयाचा प्रकार आहे. हे लेखक त्यांच्या समाजाचा अथवा स्वत:च्या जीवनाचा आशय साहित्यातून मांडू पाहतात. सर्व मराठी समाजाशी, परंपरांशी, धर्माशी, संस्कृतीशी एकजात विद्रोह पुकारून लिहिलं जाणारं हे साहित्य आहे.

अण्णाभाऊ साठे, शंकरराव खरात, बाबूराव बागूल हे लेखक दलित साहित्याची संकल्पना रूढ होण्याआधीपासून लिहीत होते. शंकरराव खरात ग्रामीण साहित्याची मुद्रा उठवून दलित साहित्यच लिहीत आले नाहीत का? पण आपण लिहितो ते दलित साहित्य असा दावा मात्र त्यांनी कधीच मांडला नव्हता, ही गोष्ट खरी आहे.

अस्पृश्य समाजातील तरुण लेखकांचं जे साहित्य १९७० नंतर वाचकांपुढं येऊ लागलं ते 'दलित साहित्य' असं मानलं जाऊ लागलं. बाबासाहेब आंबेडकरांच्या तत्त्वज्ञानाभोवती फिरणारं हे वाङ्मय हे समाजक्रांतीसाठी आहे, असं ही मंडळी म्हणतात. दलित लेखकांचं साहित्य हे काही बाबतीत ग्रामीणाहून वेगळं आहे, आविष्काराच्या बाबतीत अभिनिवेशयुक्त आहे, हे तर उघडच आहे. आपल्या लेखनात सामाजिक क्रांतीचा उद्‌घोष आहे, असं हे लेखक म्हणतात. त्यांचा सूर नेहमी वरच्या पट्टीत लागलेला असतो, ही गोष्ट मात्र खरी आहे.

ग्रामीण साहित्य हे ग्रामीण माणसं घेऊन येतात. तिथला शेतकरी, पाटील, एखादा बेरकी, इरसाल ग्रामस्थ, वाणी, शिंपी यांच्यासारखा छोटा व्यावसायिक – अशा स्वरूपाची पात्रं ग्रामीण साहित्यातून भेटतात. शासकीय विकास योजनांमुळं येणाऱ्या सोयी व त्यातील लबाड्या, शेतीमुळं येणारी भाऊबंदकी, किंबहुना खेड्यांचे प्रश्न व त्यात गुंतलेली निरनिराळ्या स्वभावाची माणसं आणि त्यातील काहींच्या वागण्याच्या विसंगतीपूर्ण पद्धती हे सारे आजच्या ग्रामीण वाङ्मयाचे विषय आहेत. जे जे चांगलं, आधुनिक, समतावादी, विज्ञाननिष्ठ, ते ते मांडण्याचा ग्रामीण साहित्यानं निष्ठापूर्वक प्रयत्न केलेला आहे. सामाजिक बांधिलकी मानणारं ग्रामीण साहित्य विज्ञाननिष्ठेला सामोरं जाऊ पाहतं. ग्रामीण साहित्य आणि दलित साहित्य यांच्यावर मी थोडी चर्चा केलीच. दलित साहित्यानं सामाजिक विद्रोहाचा लावलेला सूर थोडा कर्कश आणि ऐकारलेला वाटतो, हे खरं आहे. समाजातील सर्वच वर्गाची सहानुभूती हवी आहे हेही खरं आहे. तशी मिळविण्याकरता दलित लेखक आपल्या तात्त्विक भूमिकेत आता बदल करू लागले आहेत. आधुनिक ग्रामीण साहित्याच्या भूमिकेशी अधिकाधिक संवादी असं दलित साहित्य होत

चाललं आहे. त्याच्या भवितव्याच्या दृष्टीनं ही फार समाधानाची गोष्ट म्हणायला हवी. खरं म्हणजे ग्रामीण व दलित या दोन्ही साहित्य प्रकारांचे प्रवाह एकच आहेत. आणखी आठ-दहा वर्षांनी हे प्रवाह एकमेकांत मिसळून जातील व मराठी साहित्याला आणखी बळ लाभेल असं मला निश्चितपणे वाटतं.

हसविणारं कथाकथन करणाऱ्या ग्रामीण लेखकांबद्दल तुमची तक्रार आहे का?

या मंडळींच्या वाङ्मयीन निष्ठेपेक्षा त्यांच्या पोटभरूपणाचा मला विषाद वाटतो. कारण साहित्याकडे पाहण्याचा त्यांचा दृष्टिकोन हा व्यावसायिक (कमर्शियल) आहे. ज्यांनी उत्तम ग्रामीण कथा दिल्या, त्यांनी या बाजारूपणात का सामील व्हावे? श्रोत्यांना नुसत्या हसविणाऱ्या कथा ते सांगतात. मग आपल्या उत्तम कथा, प्रसंगी गंभीर असलेल्याही ते का सांगत नाहीत? म्हणून मी म्हणतो, या प्रकाराकडे पाहण्याची त्यांची दृष्टी काहीशी व्यापारी आणि वाङ्मयबाह्य आहे. त्यामुळं ग्रामीण साहित्याचं नुकसान होत आहे, असं माझं मत आहे. त्यांच्या कथाकथनात पु. ल., चिं. वि. जोशी अशांच्या विनोदी कथा असत्या, तर या प्रकाराबद्दल माझी तक्रार नव्हती व मी त्याला विरोधही केला नसता; पण माझा विरोध उथळपणाला आहे, व्यापारी वृत्तीला आहे, म्हणून असं कथाकथन बंद व्हावं असं मला वाटतं.

साहित्यनिर्मिती ही मी साधना मानतो. साहित्यिकानं उत्तम साहित्यनिर्मिती हे व्रत मानलं पाहिजे. ती त्याची नीती आहे. तो जेव्हा नीतिभ्रष्ट होतो, तेव्हा त्याच्यावर माझा हल्ला असतो, आणि अशा हसविणाऱ्या कथाकथनाचं समर्थन जेव्हा आमचे ग्रामीण लेखक करतात, तेव्हा माझा संताप होतो. माझा विरोध हसविण्याला नाही, त्या लेखकाच्या पोटभरू वृत्तीला आहे, त्यांच्या व्यावहारिकपणाला आहे.

साहित्याची बांधिलकी ग्रामीण साहित्यिक मानतात काय? त्यांच्या साहित्यातून येणारा 'पाटील' हा नेहमीच खलपुरुष कसा? हरितक्रांती, ग्रामीण विकास यांच्याशी पाटील या 'संस्थे'चं नातं आहे, असं साहित्यात कुठं जाणवत नाही. असं का व्हावं?

ग्रामीण लेखक वाङ्मयीन पातळीवरची बांधिलकी जरूर मानतात. अनुभवाची व्यापकता, सामाजिक जीवनातील जाणिवा, विश्वात्मकता हे सर्व त्यांच्या साहित्यातून कमी-अधिक प्रमाणात व्यक्त होतच असतं, तथापि, सामाजिक प्रश्नांची उत्तरं देणं हे त्याचं काम नव्हे, तशी अपेक्षाही नसावी. आपल्या लेखनातून एक सौंदर्यपूर्ण असं अनुभव-विश्व तो उलगडत असतो नि अनुभवांच्या आधारे सौंदर्याची प्रचीती घडवीत असतो.

ग्रामीण साहित्यात 'पाटील' ही व्यक्तिरेखा विकृत स्वरूपात पुढं आली, याला कारण शहरी लेखकांनी, खेड्यांतून बातम्या पाठविणाऱ्या बातमीदारांनी, मध्यमवर्गीय पांढरपेशा समाजानं आणि मुख्यत: चित्रपट कथालेखकांनी अनेक वर्षे ती विकृतपणे चित्रित केली म्हणून. खेड्यातला पाटील हा सरसकट खलपुरुष आहे, समाजकंटक आहे, असं अतिरंजित चित्र या मंडळींनी रंगविलं; पण सर्वच पाटील सिनेमात रंगविलेले असतात तसे नसतात, म्हणून ते चित्र पूर्णतया वास्तववादी म्हणता येणार नाही. उलट 'माझा गाव' या कादंबरीत रणजित देसाई यांनी रंगविलेला 'पाटील' ही व्यक्तिरेखा सत्प्रवृत्त आहे. गावाचं भलं करू इच्छिणारा आणि सामाजिक भान असलेला पाटील या कादंबरीत वाचकांना भेटतो. काही वर्षांपूर्वी पडद्यावर आलेल्या 'ईर्ष्या' चित्रपटातला पाटील पैशाअभावी खोळंबलेल्या आपल्या ब्राह्मण मित्राच्या मुलीचं लग्न स्वखर्चानं गावातल्या इंजिनिअरशी लावून देतो, असं दाखविण्यात आलं आहे. कादंबऱ्यातून व चित्रपटातून पाटलाची प्रतिमा आता उजळू लागली आहे. दलित क्रांती, ग्रामीण विकास, कुटुंबनियोजन अशा योजना शासन खेड्यातही राबविते. त्यात पाटलाचा सहभाग असतो; असावाही लागतो.

ग्रामीण साहित्यातील आपण आघाडीचे लेखक. मग आपण एखादं ग्रामीण नाटक का लिहिलं नाही?

हा प्रश्न अनेकजण मला विचारतात. मी नाटक लिहीत नाही याचं कारण नाटकासाठी बरंचसं दुसऱ्यावर अवलंबून राहावं लागतं. हस्तलिखित लिहून दिल्यानंतर दिग्दर्शक ते नाटक आपल्या पातळीवर नेण्याचा प्रयत्न करतो. त्याच्या पातळीवर मला जाता येणार नाही. मी मुळात आत्मनिष्ठ माणूस. दिग्दर्शकाला हवे असणारे बदल करून देणे मला परवडणार नाही. आणि असं बघा, निवडक साहित्यकृतींवर लिहिली जात असलेली नाटकं तरी कुठं यशस्वी होतात? नाटककार व्हायचं तर आपल्याभोवतीचं वातावरणही नाट्याला अनुकूल असं असावं लागतं.

माझा व्यवसाय आणि लेखन यात मी रंगलेला असतो. तसा फारसा कुठं जात येत नाही. एक कलावंत या नात्यानं नाटक हा प्रकार मला कृत्रिम वाटतो. कारण आपले सगळेच लेखन संवादाच्या स्वरूपात लिहिणं मला आवडत नाही. आपल्याला भावलेले काही अनुभव काव्यात्म असतात, काही स्वगत असतात, ते साहित्यात त्याच पद्धतीनं यावेत असं मला वाटतं. माझ्या अनुभवातलं जे नाट्य आहे ते लेखनात, डायलॉग फॉर्ममध्ये येतंच. संवाद, विनोद आणि काव्य हे अनुभवाचे घटक आहेत. मी नाटक न लिहिण्याचं कारण माझी विशिष्ट वैचारिक बैठकच असावी. सोयीसाठी तडजोड फक्त सिनेमातच होते, नाटकात केली जात नाही असं नाही; पण हा प्रकार मला रूचण्यासारखा नाही. किंबहुना, माझी प्रकृतीच नाट्याला

अनुकूल नाही असं म्हणानात!

साहित्यिक या नात्यानं तुमच्या कोणत्या कलाकृतींचा गौरव झाला?

हिरवे जग', 'खळाळ', 'मातीखालची माती', 'गोतावळा' या माझ्या चार पुस्तकांचा महाराष्ट्र शासनानं गौरव करून मला पारितोषिकं दिली. 'खळाळ'ला तर दोन पारितोषिकं मिळाली आहेत. 'कोयनेच्या काठावर' या प्रदीर्घ कवितेस आणि 'खेडं जागं झालं' या नाटिकेला पंचवार्षिक योजना पुरस्कार लाभला. याशिवाय माझ्या काही पुस्तकांना छोटी-मोठी बक्षिसं वेळोवेळी मिळत असतातच!

यादव, मुलाखतीच्या अखेरीस काही प्रश्न एकदम विचारतो. तुमच्या जीवनातला संस्मरणीय क्षण कोणता? आनंद कशानं होतो? दु:ख कशानं? संतापता केव्हा?

१९५५ साली पु. ल. देशपांडे यांना मी प्रथम भेटलो तो माझ्या आयुष्यातील संस्मरणीय क्षण. प्रवास आणि वाचन यात मी आनंद मानतो. लोकहिताकडे दुर्लक्ष करून राजकीय पुढारी आपसात लाथाळ्या करीत असल्याचं जेव्हा मी वाचतो तेव्हा माझा संताप होतो; एकाकीपणाची होत जाणारी जाणीव मला दु:खदायक वाटते.

तुमचं जीवनविषयक तत्त्वज्ञान?

तत्त्वज्ञान सांगण्याइतका मी मोठा नाही, पण माझं चिंतन मी सांगतो. माणसं आत्मपरीक्षण फार कमी करतात. माणसाला स्वत:मध्ये पाहता आलं पाहिजे. रोज एक-दीड तास केवळ एकटं राहून आपण नेमकं काय करतो, कसं जगतो, कसं वागतो, याचा वेध माणसानं घ्यायला हवा. मनाला प्रमाण ठेवून जगणं हे मोठेपणाचं लक्षण आहे, अशी माझी श्रद्धा आहे. जीवनात समजूतदारपणानं नि अलिप्तपणानं जगणारा माणूस सुखी होतो, असं मला मनापासून वाटतं.

■

कथेचा अभ्यास कसा करावा?

कथा समजून घ्यायची असेल तर, साहित्याची परिभाषा आपणास प्रथम समजून घेतली पाहिजे. प्रथम कथा या शब्दापासून प्रारंभ करू. साहित्यक्षेत्रात 'कथा' हा एक गद्य साहित्यप्रकार मानला जातो. साहित्य म्हणजे 'ललित साहित्य'. 'ललित' याचा अर्थ 'सुंदर' असा आहे. त्याच्यापासूनच 'लालित्य' म्हणजे 'सौंदर्य' किंवा 'सुंदरता' असे भाववाचकनाम तयार करता येते. 'साहित्यातील लालित्य' याचा अर्थ 'साहित्यातील सौंदर्य' असा होतो. रूढ पद्धतीने आपण वाङ्मयाचे विद्यार्थी 'साहित्य' हा शब्द जेव्हा चर्चेच्या ओघात वापरतो तेव्हा, त्याचा अर्थ 'ललित साहित्य', 'सौंदर्याचा आविष्कार करणारे साहित्य', असा आपणास अभिप्रेत असतो. जेव्हा 'साहित्याचे प्रकार', असा शब्दप्रयोग आपण करतो तेव्हा आपणास कथा, कादंबरी, ललित गद्य (ललित लेख, लघुनिबंध, ललित निबंध इत्यादी), नाटक, कविता इत्यादी साहित्यप्रकार अभिप्रेत असतात. साहित्याची चर्चा करणारे, मूल्यमापन करणारे जे समीक्षालेख, निबंध, परीक्षणे, वैचारिक लेख असतात, त्यांना आपण 'साहित्यप्रकार' मानत नाही, हे कटाक्षाने लक्षात ठेवले पाहिजे. अशा वैचारिक लेखांचा स्वतंत्रपणे उल्लेख करणे शिस्तीला धरून असते. 'वाङ्मय' हा शब्द 'साहित्य' या शब्दापेक्षा अधिक व्यापक अर्थाचा आहे. या शब्दाने जे जे व्यवस्थितपणे, नीटपणे, अर्थपूर्णतेने शब्दबद्ध केले जाते, ते सर्व 'वाङ्मय' या शब्दाने निर्दिष्ट होते. म्हणजे वैचारिक निबंध, समीक्षात्मक, चिंतनात्मक लेख, ललित साहित्य, प्रबंध हे वाङ्मयाचे प्रकार असू शकतात; पण 'साहित्याचे प्रकार' असू शकत नाहीत, हे लक्षात ठेवून त्यांचा काटेकोरपणे वापर करावा.

साहित्यक्षेत्रांतर्गत कथेची व्याख्या सर्वसाधारणपणे अशी केली जाते – 'कमीतकमी पात्र-प्रसंगांच्या साहाय्याने साधलेला एकच एक कलात्मक अनुभवाचा गद्य आकृतिबंध.'

असे म्हणण्याचे कारण 'साहित्यक्षेत्रात' कथा कशाला म्हणतात हे स्पष्ट व्हावे. एरवी जीवनव्यवहारातही 'कथा' हा शब्द सर्वसाधारण अर्थाने आपण वापरतो. तो आणि तेवढाच अर्थ साहित्यक्षेत्रात 'कथा' या शब्दाला नसतो, तर तो विशिष्ट असतो. तो विशिष्ट अर्थच लक्षात ठेवून 'कथा' या साहित्य वस्तूकडे पाहावे, अशी अपेक्षा असते. उदाहरणार्थ, व्यवहारात 'कथा सांगणे' हा शब्दप्रयोग 'हकिकत सांगणे' असा होत नाही. 'हकिकत' ही वस्तुस्थितीत, जीवनव्यवहारात काय घडले त्याचा सरळ क्रमवार वृत्तान्त असतो; पण 'कथा' या शब्दाचा साहित्याच्या क्षेत्रात असा अर्थ नसतो. 'कथा' ही कधीकधी वस्तुस्थितीतील घटना, प्रसंग, व्यक्ती यांचा आधार घेऊन लेखक लिहितो, हे खरे आहे; पण तो लेखक त्या घटना-प्रसंगात किंवा व्यक्तीत बदल करू शकतो, नवी भरही घालू शकतो किंवा नव्या काल्पनिक घटना, प्रसंग, व्यक्तीही कथेत घालू शकतो. असे करण्याचे कारण असे की, त्या कथेच्या द्वारा जे वास्तवात घडले तेच किंवा तेवढेच लेखकाला सांगावयाचे नसते, तर तो लेखक आपल्याला मानवी जीवनाविषयी व्यापक पातळीवर काय अनुभवाला आले किंवा जाणवले, ते सांगण्याच्या हेतूने कथेतील पात्रे, प्रसंग, घटना यांची काल्पनिक नवी मांडणीही करू शकतो. म्हणून कथा वाचणे म्हणजे कुठली तरी 'हकिकत वाचणे' नव्हे.

सारांश, साहित्याच्या क्षेत्रात आपण जे व्यवहारातील शब्द वापरतो, त्यांना विशिष्ट वाङ्मयीन अर्थाने वापरण्याची सवय आपण अंगी बाणवली पाहिजे. त्यासाठी साहित्याची 'परिभाषा' आपण समजून घेतली पाहिजे.

तसेच कथा म्हणजे 'गोष्ट' किंवा 'कहाणी' नव्हे. त्यांच्यात वरवरचे साम्य असले तरी या दोन्ही बाजू मूलतः एक नाहीत. कथा हा आधुनिक युगातील एक साहित्यप्रकार आहे. तिची विविध रूपे आहेत. गोष्ट किंवा कहाणी हे प्रकार जुने, परंपरेने चालत आलेले, केवळ उपदेशासाठी किंवा अद्‌भुतरम्य मनोरंजनासाठी अवतरलेले असतात. आजीबाईंच्या कहाण्या, ते अगदी कहाणी सोमवारची किंवा सानेगुरुजींच्या गोड गोड गोष्टींपर्यंत राक्षस, राजा-राणी, सेनापती, प्रधान, देव, दानव, कोल्हा-करकोचा, चिमणी-कावळा इत्यादींच्या गोष्टी आणि कहाण्यापर्यंतचे सगळे प्रकार म्हणजे आधुनिक साहित्यातील 'कथा' नव्हे. कथेचा हेतू गोष्ट, कहाणी यांच्यापेक्षा वेगळा आणि भिन्न आहे. कित्येक वेळा लोककथा, नीतिकथा, इसापकथा असे शब्दप्रयोग केले जातात, त्यात 'कथा' हा शब्द गोष्ट, कहाणी या अर्थानेच आलेला असतो. त्यामुळे हे प्रकार प्रथमदर्शनी ललितकथेशी संबंधित असल्यासारखे वाटतात; पण तेही एक नव्हेत. लोककथा, नीतिकथा, इसापकथा या प्रामुख्याने प्रतीकात्मक, रूपकात्मक किंवा पौराणिक स्वरूपाच्या असतात. त्यांची मांडणी ही धर्मप्रवण, उपदेशप्रधान, पाप-पुण्यात्मक किंवा अद्‌भुत-मनोरंजनात्मक

किंवा नीतिबोधात्मक असते.

मात्र यावरून एक स्पष्ट होते की, गोष्ट किंवा कहाणी सांगणे ही मानवी प्रवृत्ती प्राचीन आहे. मानवी मनाची ही स्वाभाविक वृत्ती आहे. आदर्श जीवनमूल्ये, पारलौकिक जीवनाचे आकर्षण, त्या त्या प्रकारात गुणदोषांचे दिग्दर्शन यांच्या रोचक निवेदनासाठी व स्पष्टीकरणासाठी, तसेच उपदेश करण्यासाठी हा प्रकार सोईचा आहे.

आधुनिक 'कथा' मात्र तशी नाही. आधुनिक युगात जन्माला आलेल्या कथेचा हेतू हा वेगळा आहे. तो आधुनिक युगधर्माशी, आधुनिक समाजकल्पनांशी, मूल्यकल्पनांशी, मनोकल्पनांशी संबंधित आहे. तो प्रामुख्याने भौतिक जीवनदर्शनाचा, त्यातील विविध सौंदर्यदर्शनाचा, मानवी वृत्तीप्रवृत्तींच्या दर्शनाचा, तसेच अनुभवाच्या कलात्मक दर्शनाचा आत्माविष्काराचा आहे.

कथेची व्याख्या आपण आरंभीच पाहिली. कथेची ही व्याख्या करण्याचा हेतू 'कादंबरीच्या तुलनेत कथेची व्याख्या करावी', असा असावा असे दिसते आणि ते योग्यही आहे. कारण कथा, कादंबरी हे दोन्हीही गद्य साहित्यप्रकार एकमेकांशी साम्य दाखवतात. दोन्हीतही कथानक, पात्रे, घटना, प्रसंग, जीवनदर्शन; लेखकाचा हेतू, भाषा व तिची मांडणी इत्यादी घटक समान आहेत; परंतु कादंबरीच्या तुलनेत कथेमध्ये पात्रे, घटना, प्रसंग पुष्कळच कमी असतात. कथेत ती तशीच असावीत अशी अपेक्षा असते. कथेची लांबीही कादंबरीच्या तुलनेत कमी असावी. तिचे वाचन करण्यास कमीतकमी वेळ लागावा; तो अर्धा-एक तासापासून ते दोन एक तासापर्यंत लागावा, अशीही अपेक्षा कथेकडून केली जाते. म्हणूनच कित्येक वेळा कथा फार मोठी झाली तर तिला 'दीर्घकथा' किंवा 'लघुकादंबरी' असेही म्हटले जाते. आणि कादंबरी ही फारच लहान झाली तर, तिलाही 'लघुकादंबरी' किंवा 'दीर्घकथा' असे म्हटले जाते. यावरूनही कथेचा आणि कादंबरीचा असलेला परस्परसंबंध आपणास दिसून येतो.

यावरून असे सिद्ध होते की, साहित्यातील प्रकार हे लवचिक स्वरूपाचे असतात, एकमेकांत मिसळू शकणारे, एकमेकांशी संबंधित असतात.

या पार्श्वभूमीवर कथेचे स्वरूप आपणास समजून घ्यायचे आहे. कथेच्या स्वरूपाचे विविध घटक आणि त्यांचे कथेमधील नेमके स्थान काय आहे, हे समजून घेतल्याने आपणास कथेचा वाङ्मयीनदृष्ट्या आस्वाद घेणे आणि कथेचे मूल्यमापन करणे, हे सुलभ जाणार आहे.

कथेचे स्वरूप प्रथमदर्शनी कसे असते? कथेला काही ना काही कथानक असते. या कथानकात एकापेक्षा जास्त घटना घडलेल्या असतात. या घटनांच्या मालिकेतून कथानक आकाराला येत असते. या घटना कथेतील पात्रांच्यामुळे घडलेल्या असतात. या पात्रांच्या स्वभावामुळे त्यांच्यावर काही प्रसंग येऊन बेतलेले असतात.

त्यांतून त्या घटना घडत असतात. या घटना कुठल्यातरी विशिष्ट परिस्थितीत, विशिष्ट व्यक्तीसंबंधात घडलेल्या असतात. त्यातूनच पात्रांचा परस्परसंबंध येत असतो किंवा परस्परसंबंध निर्माणही होत असतो. त्या संबंधाच्या विशिष्ट रेट्यामुळे घटना अधिकाधिक घडत जातात. यातूनच कथा आकाराला येत असते. या सर्वांचे लेखन लेखकही विशिष्ट हेतूने करत असतो. हे हेतू अनेक प्रकारचे असतात. ते साध्य करण्यासाठीच लेखक पात्रे, प्रसंग, घटना, कथानक यांना विशिष्ट परिस्थितीमध्ये एकत्र आणून, सर्वांचे परस्पर विविध संबंध स्थापन करून आपला कथाहेतू साध्य करत असतो.

तो हेतू साधण्यातून लेखकाला भावलेले मानवी जीवनातील सत्यदर्शन, जीवनदर्शन, मनोदर्शन, व्यक्तिस्वभावदर्शन घडवायचे असते. तसेच मानवी जीवनातील नाट्य, काव्य, कारुण्य, विनोद, कल्पनाविलास इत्यादींचेही दर्शन घडवायचे असते. लेखकाला जीवनाचे काही एक आकलन झालेले असते. ते त्याला अर्थपूर्ण वाटते. त्याचे दर्शन घडवणे, हे त्याचे साध्य असते. हे दर्शन तो कलात्मकतेने घडवत असतो. हे साध्य साधण्यासाठीच तो कथेतील सर्व घटकांची मांडणी विशिष्ट पद्धतीने करतो. या विशिष्ट घटकांची मांडणी कलात्मक असण्याचे कारण असे की, आपणास जे काही सांगायचे आहे ते प्रभावीपणे, परिणामकारकतेने, आकर्षक रीतीने, सुंदरतेने, जिवंतपणे, प्रत्ययकारकतेने वाचकांपर्यंत जाऊन पोहोचावे. यातूनच कथेतील भाषेसह सर्व घटकांची वैशिष्ट्ये निर्माण झालेली असतात. या सर्वांतून लेखकाचे एक साहित्यविषयक व्यक्तिमत्त्व दिसून येते. साहित्यकलेविषयी त्याची जाण, पात्रे, प्रसंग, घटना, कथानक निर्माण करण्याची त्याची कुवत, जीवनाचे आकलन करण्याची त्याची शक्ती व तिच्या मर्यादा, वैशिष्ट्ये हे सर्व आपणास कळून येते.

वरील परिच्छेदात आठ-दहा महत्त्वाचे शब्द येऊन गेलेले आहेत. लक्षात राहण्यासाठी त्यांची यादी तयार करता येईल. कथानक, घटना, पात्रे, प्रसंग, विशिष्ट परिस्थिती, मांडणी, भाषाशैली, लेखकाचा हेतू, लेखकाचे व्यक्तिमत्त्व, जीवनदर्शन इत्यादी, यांनाच 'कथेचे घटक' असे म्हटले जाते. या घटकांच्या स्वतःच्या वैशिष्ट्यांमुळे आणि या घटकांच्या परस्परसंबंधामुळे कथेला 'स्वरूप' प्राप्त होते. तिला विशिष्ट बांधेसूद आकार प्राप्त होतो. कथेचा आकार बांधेसूद व्हावा यासाठी लेखकाची कलाशक्ती किंवा प्रतिभाशक्ती कार्यरत झालेली असते. या बांधेसूद आकारालाच 'आकृतिबंध' असेही म्हटले जाते; कथेची 'रूपसिद्धी' असेही म्हटले जाते.

एखाद्या कथेचे आपणास नीटपणे आकलन व्हायचे असेल तर किंवा तिचे स्वरूप नीटपणे समजून घ्यायचे असेल तर, कथेचे हे घटक कथावाचनाच्या वेळी

बारकाईने अभ्यासले पाहिजेत. त्या घटकांचा परस्परसंबंध कोणत्या स्वरूपाचा आहे; हे बारकाईने, सावधचित्ताने तपासले पाहिजे. हे घटक समजून घ्यायला तसे सहजपणे उपलब्ध नसतात. ते एकमेकांत गुंतलेले असतात. कथेमध्ये ते एकजीव झालेले असतात. वस्तुस्थिती अशी असल्यामुळे वाचकाला तल्लख बुद्धी वापरून हे घटक जाणीवपूर्वक शोधावे लागतात.

एखाद्या दृश्यरूप चित्रामध्ये त्रिकोण, चौकोन, वर्तुळे, पंचकोन, ठिपके इत्यादी, निरनिराळ्या रंगरेषांत स्पष्टपणे आणि सहजपणे पाहणाऱ्यांना दिसतात. त्या एकात्म, एकसंध चित्राचे ते घटक असतात. त्या घटकांमुळे त्या आकृतिबंधाला आकार, सौंदर्य, रेखीवता, मोहकता प्राप्त झालेली असते. ते घटक जसे त्या चित्रामध्ये एकात्म झालेले दिसतात आणि निरखून पाहणाऱ्याला ते अलग स्वरूपातही आपापल्या स्थानी दिसतात, तशी स्थिती कथेमधील घटकांची नसते. ते बौद्धिक पातळीवरच समजून घ्यावे लागतात, तरच कथेचे आकलन सर्वांगांनी परिपूर्ण होते. म्हणून कथा दोनदा-तीनदा तरी वाचावी लागते. अवधानपूर्वक, सावधचित्ताने, एकाग्रतेने, ती समजून घ्यावी लागते. वर्तमानपत्रात जशा बातम्या वाचल्याबरोबर समजतात, तशा प्रकारचे (वर्तमानपत्रीय) वाचन करून कथेसारखी साहित्यकृती समजू शकेल असे नाही. साहित्याचे वाचन ही एक सुबुद्ध, साहित्याच्या जाणकार मनाची प्रक्रिया आहे. ते वाचन करण्याची एक सुसंस्कृत, सुबुद्ध पद्धती असते. ती लक्षात आल्याशिवाय कथेचा आस्वाद, आकलन, मूल्यमापन नीट करता येणार नाही, हे लक्षात ठेवले पाहिजे.

कथेचे हे घटक परस्परांशी संबंधित असतात, तसे परस्परावलंबीही असतात. या घटकांचे पोटघटकही असतात. उदाहरणार्थ, 'घटना' ही नुसतीच घटना नसते; तर एखादी घटना नाट्यपूर्ण, एखादी काव्यात्म, एखादी विनोदी अशीही असू शकते. म्हणजे एकाच घटनेच्या वेळी तिच्यात अनेक पोटघटक असू शकतात. म्हणजे एकाच घटनेच्या पोटात नाट्यात्मता, काव्यात्मता, विनोद इत्यादी पोटघटक एकाच वेळी अस्तित्वात असू शकतात. त्यामुळे ती घटना जिवंत, वैशिष्ट्यपूर्ण, वेधक, मोहक ठरू शकते. एखाद्या घटनेच्या या वैशिष्ट्यपूर्णतेतूनच तिचे इतर घटकांशी असलेले संबंधसुद्धा वैशिष्ट्यपूर्ण ठरू शकतात. इतर घटकांशी आलेले हे वैशिष्ट्यपूर्ण संबंध इतर घटकांनाही वैशिष्ट्यपूर्ण बनवतात. एका घटनेचा परिणाम दुसऱ्या घटनेवर होऊन तिचे स्वरूप बदलून जाऊ शकते. कथेमध्ये नुसतीच एकासारखी 'पात्रे' नसतात. प्रत्येक पात्र आपल्या स्वभावधर्मामुळे वैशिष्ट्यपूर्ण झालेले असते. त्याच्या स्वभावात विविध किंवा अनेक मानवी गुणधर्म असतात, तर दुसरे एखादे पात्र, त्याचा विशिष्ट स्वभावधर्म, गुणदोषांचा अग्रक्रम, यांच्या कमी-अधिकपणामुळे वेगळे आणि वैशिष्ट्यपूर्ण ठरते. अशा पात्रांचा दुसऱ्या

पात्रांशी संबंध आला की, त्यातून नुसती घटना घडत नाही, तर वैशिष्ट्यपूर्ण घटना घडते. त्यातूनच घटनांचे परस्परसंबंध स्थापन होतात.

दोन किंवा दोनपेक्षा जास्त पात्रे काही प्रसंगाने एकत्र आली की, त्या त्या विशिष्ट पात्रांच्या विशिष्ट स्वभावामुळे संघर्ष, समेट, संवाद, विसंवाद किंवा मतभेद निर्माण होतात आणि नव्या घटना-प्रसंगांची निर्मिती होते. उदाहरणार्थ, विविध स्वभावांची माणसे एकाच प्रसंगाच्या किंवा वस्तूच्या संपर्कात येतात, त्यांच्याकडे निरनिराळ्या दृष्टींनी पाहतात. याचे कारण त्यांचे विविध स्वभावधर्म, गुणदोष आणि त्यांचे वर्तनातील अग्रक्रम असतात. त्यातूनच त्या त्या पात्रांच्या जीवनात वेगवेगळ्या वैशिष्ट्यांचे प्रसंग निर्माण होऊन त्यांच्या जीवनात वेगवेगळ्या घटना घडत जातात.

प्रत्येकाचा विशिष्ट स्वभाव असलेली अनेक पात्रे एकत्र आली आणि त्यांचा प्रसंगपरत्वे परस्परसंबंध आला तर, त्यातून एक विशिष्ट घटनायुक्त परिस्थिती किंवा वातावरणनिर्मिती होते. ही वातावरणनिर्मिती पात्रांच्या स्वभावातून, घटना-प्रसंगांच्या अनुषंगाने निर्माण झाली, तर ती स्वाभाविक, प्रत्ययकारी, वास्तव स्वरूपाची, वाचकाच्या मनाला पटणारी अशी होते.

लेखकाला केवळ तशा प्रकारची वातावरणनिर्मिती हवी आहे; म्हणून त्याच्या इच्छेनुसार मधेच तो त्या त्या विशिष्ट पात्रांच्या स्वभावात भलतेच बदल करू लागला आणि त्यांना सक्तीने वर्तन करण्यास भाग पाडू लागला तर, ती वातावरणनिर्मिती कृत्रिम होते. वाचकाला ती पटत नाही. म्हणून 'वातावरणनिर्मिती' हा घटक लेखकाच्या सुजाणतेच्या सामर्थ्यावर बराच अवलंबून असतो. अन्यथा सगळीच कथा अपयशी ठरते.

जाणकार लेखकाला हे कळत असल्याने 'कथा' लिहिण्यापूर्वी तो आपल्याला काय सांगायचे आहे हे मनाशी स्पष्ट करून घेतो. त्यावर जाणीवपूर्वक चित्ताची एकाग्रता करून त्याचा अभ्यास करतो. लेखकाचा 'लेखनहेतू'च जर स्पष्ट नसेल, तर कथालेखन संदिग्ध, उथळ, बाळबोध, भडक किंवा कृत्रिम होऊ शकते. ते भरकटतही जाऊ शकते. म्हणून 'लेखनहेतू' हा घटक अगोदरच लेखकाच्या मनात स्पष्ट असावा लागतो. आपल्या या हेतूनुसार तो पात्रांची संख्या आणि प्रत्येक पात्राचा स्वभावधर्म, गुणदोष मनोमन निश्चित करतो. त्यातूनच प्रसंगनिर्मिती, घटनानिर्मिती, वातावरणनिर्मिती करत जातो. त्यामुळे कथा सहज, स्वाभाविक, प्रवाही स्वरूपाची होत जाते. ती अशी होण्यासाठी कोणत्या घटनेने कथेचा प्रारंभ करायचा, या सर्वांना अनुकूल असे घटनास्थळ कोणते निवडायचे, त्यानंतर कोणते पात्र, कोणती घटना, कोणता प्रसंग योजायचा हे तो मनाशी निश्चित करतो. या सगळ्या घटकांच्या सुयोग्य मांडणीतून आपल्या लेखनहेतूला पूर्णपणे न्याय मिळाला पाहिजे, असे

त्याला वाटत असते. या उद्देशानेच तो घटना-प्रसंगांची, पात्रांच्या संख्येची, स्वभावाची, आरंभापासून अखेरपर्यंत एकात्म स्वरूपाची मांडणी करत जातो. या मांडणीत विकासक्रम असावा, ती वाचकाच्या मनात जिज्ञासा निर्माण करणारी असावी, आपल्याला मानवी जीवनातील जे सत्य कळले आहे; त्यातील गुंतागुंत उलगडून दाखवणारी असावी, सत्याचे अंतिम स्वरूप स्पष्ट करणारी असावी, असे त्याला वाटत असते. त्यामुळेच 'कथेची मांडणी' हा घटक महत्त्वाचा ठरत असतो. त्यात लेखक अपयशी ठरला तर कथा फसते. ती कृत्रिम, खोटी, बनावट, उथळ वाटू लागते आणि सगळ्या लेखनहेतूवर त्यामुळे पाणी पडते. म्हणून 'मांडणी' या घटकाचे अतिशय महत्त्व असते. अर्थात त्यासाठीच मांडणी कलात्मक असावी, अशी अपेक्षा केली जाते.

'कलात्मक मांडणी' म्हणजे उचित स्वरूपाची प्रमाणबद्ध मांडणी होय. कथेचे घटक हे जणू कथेचे अवयव असतात. ते सर्व मिळून एकात्म झालेले असतात. हे अवयव जर कथेच्या एकूण आकारामध्ये प्रमाणबद्ध, जिथल्यातिथे, बांधेसूद असतील तरच कथेला रूप प्राप्त होते. 'रूप' हे सौंदर्याचे लक्षण असते. पुष्कळ वेळा कथाकार नाना प्रकारच्या मोहांना बळी पडतो. तो अनभिज्ञ असेल तर त्याला प्रमाणबद्धता, कथेची लय यांसारख्या बाबी कळत नाहीत. त्यामुळे तो आपल्या ठिकाणी असलेल्या हुकमी गोष्टीचे वाङ्मयीन प्रदर्शन करण्याचा प्रयत्न करतो. काही लेखकांना खटकेबाज संवाद जमतात, काहींना निसर्गवर्णने चांगली जमतात. काहींना 'कल्पनाविलास' म्हणजेच कथा, असे वाटते. हे लेखक मग तारतम्य विसरून कथेत पदोपदी खटकेबाज संवादांची, निसर्गवर्णनांची, कल्पनाविलासांची ठिगळे जोडतात, तर काही लेखक वाचकाची जिज्ञासा वाढवण्याच्या उथळ कल्पनेमुळे कथा पाल्हाळीक करतात, ती लांबवत नेतात. हे सगळे मांडणीचे दोष आहेत. कथेच्या एकात्मतेची हानी या दोषांमुळे होते.

कलात्मक मांडणीला अनुकूल अशी भाषा आणि तिची शैली असावी लागते. मांडणी कित्येक वेळा गंभीर असते, तर कित्येक वेळा विनोद साधण्यासाठीही केलेली असते. अंतिमतः मानवी जीवनाचे जे दर्शन कथेतून घडवायचे असते, ते वास्तववादी आहे, का काव्यात्म स्वरूपाचे आहे, का मानवी जीवनातील सखोल गुंतागुंतीचे, का गंभीर प्रकृतीचे आहे, का प्रतीकात्मक, रूपकात्मक पद्धतीने लिहावयाचे आहे, का वास्तववादी, समाजदर्शनाच्या हेतूने सरळ रोखठोक लिहायचे आहे; याचा सांगोपांग विचार करून त्याच्या अभिव्यक्तीसाठी अनुकूल अशा भाषाशैलीचे स्वरूप लेखकाला योजावे लागते (कारण सर्व घटकांना व त्यांच्या परस्परसंबंधांना अनुकूल अशीच भाषाशैली असावी.). कारण भाषाशैली ही कथेच्या अंगावरचे अलंकार किंवा वस्त्रे नव्हे; त्या कथेच्या स्वरूपाला साजेल अशी ती

अंगभूत त्वचा असते. ती इतर घटकांपासून, त्यांच्यातून निर्माण झालेल्या शरीरप्रकृतीपासून अलग नसते. त्या दृष्टीनेच कथेच्या किंवा कोणत्याही साहित्यकृतीच्या भाषाशैली या घटकाचा विचार करायचा असतो.

पुष्कळ वेळा काही साहित्यिक आपली भाषाशैलीच महत्त्वाची मानतात. अनभिज्ञ, भाबडे वाचकही तिला मान्यता देतात. १९४५ पूर्वीच्या काळातील असे काही 'शैलीकार' साहित्यिक मराठीत होते. वास्तविक स्वतंत्रपणे शैली कमावणे, हा वक्तृत्व-कौशल्याचा भाग असतो. सर्जनशील साहित्यिकाला कथेच्या स्वभावानुसार भाषा आणि तिची शैली बदलावी लागते. अर्थात लघुनिबंध, कविता यांसारखे काही साहित्यप्रकार असे आहेत की, त्यांची शैली सामान्यत: एकाच प्रकारची असू शकते. कारण त्यांचा विषय प्रामुख्याने 'मी' आणि 'मी'चे आत्मनिष्ठ अनुभव व्यक्त करणे एवढाच असतो. म्हणजे त्यातील 'मी' हे पात्र ठरलेले असते. त्याचे व्यक्तिमत्त्व निश्चित झालेले असते. त्यांची अनुभव घेण्याची भावस्थिती व व्यक्त करण्याची पातळी, चिंतनाची पातळीही जवळजवळ निश्चित झालेली असते. त्यामुळे लघुनिबंधकार, कवी यांच्या भाषाशैलीचा स्वतंत्रपणे विचार करणे अप्रस्तुत मानता येणार नाही. यांचे जसे आहे तसेच काही कथाकारही कथा लिहीत असले तरी, त्यांची कथाविष्काराची एकूण शैली निश्चित झालेली असते. विषयही जवळजवळ नक्की झालेले असतात. साहित्याविषयी त्यांची मतेही निश्चित झालेली असतात. या संदर्भात साहित्यिक ना.सी. फडके यांचा निर्देश करता येईल.

सारांश, कथा-कादंबरीसारख्या जीवनाच्या विविध अंगांचा धांडोळा मन:पूर्वकतेने घेता येणाऱ्या या साहित्यप्रकारांची भाषाशैली त्यांच्या अंतर्गत घटकानुसार, विषयानुसार, जीवनदर्शनाच्या पातळीनुसार, भावस्थितीनुसार बदलणारी असावी लागते. ती एकाच प्रकारच्या वाङ्मयीन गुणांनी मंडित असून भागत नाही. साहित्याची सर्जनात्मक निर्मिती (क्रिएशन) आणि सरावाने केलेले साहित्याचे उत्पादन (प्रॉडक्शन) यातील हा भेद आहे. जाणकाराला तो बरोबर कळतो. कथा हा अनेक प्रकारचे स्वभाव धारण करणारा कलाप्रकार आहे. म्हणून कथेत भाषाशैली हा घटकही तितकाच महत्त्वाचा असतो.

लेखकाचे व्यक्तिमत्त्व असा शब्दप्रयोग आपण जेव्हा साहित्याच्या किंवा साहित्यकृतीच्या संदर्भात करतो, तेव्हा लेखकाचे 'साहित्यिक व्यक्तिमत्त्व' किंवा लेखकाचे 'वाङ्मयीन व्यक्तिमत्त्व' असा त्याचा अर्थ अभिप्रेत असतो. म्हणजे त्या लेखकाचे जे साहित्य किंवा जी साहित्यकृती आपण वाचलेली असते, त्या साहित्यकृतीचा एकूण दर्जा, तिच्यातील एकूण घटकांचे एकजीवीकरण नीट झाले आहे की नाही, त्या बाबतीत तो कितपत यशस्वी झाला आहे, कोणत्या घटकाकडे त्याचे दुर्लक्ष झाले आहे, कुठे कुठे तो वाहवत गेला आहे किंवा कमी पडला आहे, सर्व घटकांकडे तो कितपत गांभीर्याने पाहतो, कितपत उथळपणे केवळ बालीश

उत्साहाने पाहतो किंवा काय, 'मांडणी'ची त्याची जाण कितपत परिपक्व आहे किंवा अपुरी आहे का साक्षेपी, गंभीर, सखोल, सर्वांगांनी परिपक्व आहे इत्यादींचा विचार करणे आणि त्या लेखकाची एकूण वाङ्मयीन योग्यता ठरवणे, म्हणजे 'लेखकाचे व्यक्तिमत्त्व' समजून घेणे होय.

लेखकाचे व्यक्तिमत्त्व नेहमीच सर्वांग परिपूर्ण असू शकत नाही. त्याला काही ना काही मर्यादा अनेक कारणांनी पडलेल्या असतात. एखाद्या व्यक्तिमत्त्वाच्या काही विशिष्ट आवडी-निवडी असतात. त्या आवडी-निवडींचे किंवा लेखकाच्या काही खोडींचे प्रतिबिंब त्या साहित्यकृतीत पडलेले असते. त्याचबरोबर त्या व्यक्तिमत्त्वाने साहित्यनिर्मितीचा, साहित्यातील घटकांचा, साहित्याच्या सौंदर्यशास्त्राचा, एकूणच मानवी जीवनाचा किती खोलवर अभ्यास केला आहे, त्यावर त्याच्या साहित्यकृतीची, तिच्या विविध घटकांची, कलात्मकतेची, जीवनमूल्यांची, त्यांच्यातील गुंतागुंतीची जाणीव अवलंबून असते. तिचे प्रतिबिंब त्याच्या साहित्यकृतीत पडलेले दिसते. त्यानुसार त्या साहित्यिकाला, त्याच्या व्यक्तिमत्त्वाला वैशिष्ट्ये प्राप्त झालेली असतात. तसेच त्याच्या साहित्यकृतीचीही वैशिष्ट्ये निर्माण झालेली असतात. उदाहरणार्थ, एखादा कथाकार आपल्या कथेत घटना-प्रसंग याच्यावरच विशेष भर देतो. त्यामुळे त्याची कथा नेहमीच घटनाप्रधान झालेली असते. एखादा साहित्यिक कौटुंबिक जीवनावर किंवा ग्रामीण जीवनावर किंवा दलित जीवनावर किंवा स्त्री-जीवनावर विशेष भर देऊन लेखन करत असतो, तर एखादा साहित्यिक जीवनविचारांच्या दृष्टीच्या, मूल्यांच्या संदर्भातील एखाद्या पंथावर भर देऊन लेखन करतो. त्यामुळे तो गांधीवादी, मार्क्सवादी, आंबेडकरवादी साहित्यिक म्हणून ओळखला जातो; तर काही केवळ कलामूल्यांवर, त्यातील सूक्ष्मतेवर, अर्थपूर्णतेवर, सुंदरतेवर भर देऊन लेखन करतो. तो कलावादी साहित्यिक म्हणून ओळखला जातो. काही साहित्यिक कलामूल्यांकडे दुर्लक्ष करतात किंवा त्यांना गौण लेखतात, आणि जीवनमूल्यांचा आविष्कार महत्त्वाचा मानतात. प्रसंगी पाल्हाळ पत्करून प्रस्तुत-अप्रस्तुताचा विचार न करता आपले जीवनविषयक तत्त्वज्ञान ते कथेत मांडतात. पात्रांची कुवत, स्वभाव लक्षात न घेता हे साहित्यिक स्वतःच्या इच्छेनुसार त्या पात्रांना वागणे भाग पाडतात. असे साहित्यिक 'प्रचारवादी' मानले जातात, तर काही सुजाण साहित्यिक साहित्यमूल्ये आणि जीवनमूल्ये यांचा उत्तम मेळ घालून, समन्वय साधून लेखन करणारे असतात. ते दर्जेदार साहित्यिक मानले जातात. सारांश, लेखकाचे वाङ्मयीन व्यक्तिमत्त्व फार महत्त्वाचे असते. त्या व्यक्तिमत्त्वाच्या वाङ्मयीन मर्यादांचे, वैशिष्ट्यांचे, ताकदीचे आणि दोषांचेही प्रतिबिंब साहित्यकृतीत पडलेले असते. ते अनेक घटकांतून डोकावताना दिसते. लेखकाच्या वाङ्मयीन व्यक्तिमत्त्वाचा शोध घेताना हे सर्व पाहावे लागते.

कोणत्याही साहित्यकृतीत कलामूल्ये व जीवनमूल्ये या दोन्ही प्रकारच्या मूल्यांना महत्त्व असते, त्यात गौण-प्रधानभाव नसतो. साहित्यकृतीत जीवनातील अर्थपूर्ण अनुभव कलात्मक पातळीवर व्यक्त करायचा असतो. तसा तो व्यक्त केल्याने वाचकाच्या मनावर खोलवर सुंदरतेने संस्कार करतो. त्याच्या आनुषंगिक भावना, संवेदना, कल्पना, विचार या सर्वांनाच तो चालना देतो. त्या अनुभवातील कल्पना, नाट्य, काव्य, विनोद, उपहास, गांभीर्य या गोष्टी, व्यक्तिमत्त्वात भिनून जातात. वाचकाच्या मनावर त्याचे खोलवर संस्कार होतात. हे सर्व अनुभवाच्या कलात्मक मांडणीमुळेच साधलेले असते; म्हणजे कलामूल्यांमुळेच जीवनमूल्ये वाचकाच्या मनावर सर्वांगांनी परिणाम करू शकतात. त्या जीवनमूल्यावर लिहिलेला एखादा प्रभावी वैचारिक लेखही अशा प्रकारचा परिणाम साधू शकत नसतो. म्हणून साहित्यकृतीत कलामूल्यांचा आणि जीवनमूल्यांच्या उत्तम रीतीने समन्वय, मेळ साधावा लागतो. दोन्ही प्रकारच्या मूल्यांना समानतेने महत्त्व द्यावे लागते.

साहित्याच्या क्षेत्रात कथा, कादंबरी, कविता, नाटक इत्यादी जसे साहित्यप्रकार असतात, तसेच प्रत्येक प्रकारातही अनेक पोटप्रकार असतात, ते अभ्यासाच्या व्यवस्थेसाठी, विविध मानवी जीवनवैशिष्ट्यांना लाभलेल्या महत्त्वाच्या स्थानानुसार असू शकतात. उदाहरणार्थ, कथा या साहित्यप्रकारात ग्रामीण कथा, नागर कथा, दलित कथा, स्त्रीवादी कथा; त्याचप्रमाणे मार्क्सवादी, वास्तववादी, अस्तित्ववादी, नीतिवादी कथा असू शकतात. एवढेच नव्हे तर व्यक्तिचित्रात्मक कथा, भावकथा, विनोदी कथा, मनोविश्लेषणात्मक कथा, हेरकथा, चोरकथा, रहस्यकथा इत्यादी प्रकारच्या कथा असतात. हे पोटप्रकार त्या कथेत कोणत्या प्रकारचे जीवन प्रतिबिंबित झाले आहे यावरून; म्हणजे कथेतील जीवनदर्शन वैशिष्ट्यांवर, विशेषांवर अवलंबून असतात. तसेच मूल्यांच्या आधारेही प्रकार पडू शकतात. उदाहरणार्थ, कलावादी, जीवनवादी कथा. कथेच्या लांबीनुसारही कथाप्रकार पडलेले दिसतात. उदा. दीर्घकथा, लघुकथा, लघुत्तम कथा असे प्रकार असू शकतात. कथेचा अभ्यास करताना, आस्वाद घेताना, तिचे आकलन करून घेताना या सर्वांकडे लक्ष ठेवावे लागते.

काही कथाकार वाचकांना प्रमाण मानून कथा लिहितात. त्या प्रामुख्याने तंत्रप्रधान, लोकप्रिय प्रकृतीच्या कथा मानल्या जातात. या प्रकारच्या कथेत कोणते विषय घ्यायचे याचे आडाखे त्या कथाकाराला माहीत असतात. त्याची चटकदार भाषाशैली सर्वत्र सारखीच असते. कथेचा आरंभ कसा जिज्ञासावर्धक, नाट्यपूर्ण करायचा, हे त्याला ठाऊक असते. पात्रे कोणत्या स्वभावाची, कोणत्या वयातील असावीत हे त्याला माहीत असते. कथांचे विषय ठरलेले असतात. कलाटणीपूर्ण शेवट ठरलेला असतो... त्या त्या काळातील लेखकांना हे तंत्र जमलेले असते. अशा कथा केवळ बहुसंख्य सामान्य वाचकांच्या मनोरंजनासाठी असतात. एक व्यवसाय

म्हणून असे लेखन अनेक कथाकार करत असतात. सुजाण वाचकाला अशा प्रकारच्या कथा सामान्य दर्जाच्या वाटतात.

याउलट आपणास आलेला जीवनानुभव गंभीरपणे, कलात्मकतेने व्यक्त करण्यासाठी काही कथाकार कथालेखन करत असतात. त्यांचे एकच-एक प्रकारचे असे तंत्र नसते. अनुभवाच्या अभिव्यक्तीनुसार त्यांचे तंत्र बदलत असते. किंबहुना कथेच्या मागणीनुसार ते बदलत असते. अशी कथा जीवनानुभवाच्या कलात्मक, सुंदर आविष्कारासाठी अवतरत असते. ती गंभीर प्रकृतीची, मन:पूर्वकतेने लिहिलेली असते. म्हणून तिला एक विशिष्ट प्रकारचा दर्जा, प्रतिष्ठा प्राप्त झालेली असते.

या दोन्ही प्रवृत्तींचे कमी-अधिक प्रमाणात मिश्रण करून कथालेखन करणारेही काही कथाकार असतात. वस्तुस्थिती अशी असल्यामुळे कथेच्या अभ्यासू-वाचकासमोर (विद्यार्थ्यांसमोर) कोणत्या प्रकारची कथा आस्वाद, आकलन, अभ्यास यांच्यासाठी येईल हे सांगता येत नाही. म्हणून अभ्यासक वाचकाने कथेचे वाचन करण्यासाठी मनाची एक विशिष्ट स्थिती प्राप्त करून घेतली पाहिजे. कथेविषयीच्या आपल्या वैयक्तिक आवडीनिवडी व त्यानुसार कथेकडूनच्या आपल्या अपेक्षा हे सर्व बाजूला ठेवले पाहिजे. समोर येईल ती कथा मनाच्या पूर्वग्रहविरहित, अलिप्त, पण एकाग्र वृत्तीने वाचावी; म्हणजे तिच्यात जे काही आहे ते वस्तुनिष्ठ स्वरूपात आपणास कळू शकेल. अवधानपूर्वक, सूक्ष्मवाचन करावे म्हणजे कथेतील अनेक बारकावे कळू शकतात. कथेच्या एकाच वाचनात कथा कळू शकत नाही. पहिल्या वाचनात कथेचा विषय, कथानक, पात्रांची तोंडओळख, कथेचा एकंदरीत आवाका, व्याप, अवकाश ढोबळपणे कळतात. थोडक्यात, कथेचा फक्त पहिला परिचय होतो. पहिल्या वाचन-भेटीत संपूर्ण कथा कळणे अशक्य असते, म्हणून दुसरे वाचन करावे.

दुसऱ्या वाचनात कथेचे अनेकविध घटक तपासावेत. त्यांची चाचपणी करण्यासाठी पुन्हा एकदा तिसरे वाचन करावे. त्यातून जीवनदर्शनातील मूल्ये कळण्याची शक्यता जास्त असते. लेखकाचे व्यक्तिमत्त्व कळण्याची शक्यता जास्त असते.

दुसरे वाचन अतिशय महत्त्वाचे असते. कारण पहिल्या वाचनाच्या वेळी सबंध कथा आपणास अपरिचित असते. दुसऱ्या वाचनाच्या वेळी आपणास कथेचा अगोदरच पूर्वपरिचय झालेला असतो. तिच्यातील विविध घटकांची वाटचाल आरंभापासून शेवटपर्यंत कसकशी होत गेली आहे, हे स्थूलमानाने कळलेले असते. त्या घटकांचे 'आरंभ ते शेवट'पर्यंतचे आलेख आपल्या मनासमोर उभे असतात. विविध घटकांचे परस्परसंबंध कसे आले व त्यांची परिणती कशी होत गेली, ते आरंभी कसे होते व शेवटी कसे झाले, त्याचा नकाशा आपल्या मनासमोर ढोबळमानाने उभा असतो.

अशा तयारीनिशी आपण दुसऱ्या वाचनासाठी सज्ज असतो. दुसऱ्या वाचनात

अधिक सूक्ष्मात, तपशिलात जाऊन उपलब्ध झालेले आलेख आणि नकाशे, काटेकोर तपशीलयुक्त आधार देऊन तपासायचे असतात. दुसरे वाचन मध्येच थांबवून आपण मागचे-पुढचे संदर्भ लक्षात घेऊन एखाद्या घटकाचे (प्रसंगाचे, घटनेचे, पात्राचे इत्यादी.) चिंतन करू शकतो व निष्कर्ष काढू शकतो म्हणून दुसरे वाचन करताना घटकांच्या विषयीची विविध टिपणे आपण काढू शकतो. म्हणजे दुसरे वाचन आवश्यक तेथे थांबत अधिक खोलवर विचार करत, टिपणे काढत करायचे असते. त्यातून आपल्या हाताला कथेविषयीचे निष्कर्ष उपलब्ध होत असतात. कथेविषयीचा वैचारिक आशय, एकूण कथेतून उपलब्ध होणारे जीवनदर्शन, जीवननाट्य आपल्याला उपलब्ध होते. म्हणून दुसरे वाचन आकलन – अभ्यासाच्या दृष्टीने महत्त्वाचे ठरते. त्यावर त्या त्या वेळी टिपणे काढण्याने खोलवर विचार त्याच वेळी होतो. तो ताजा ताजा असल्याने अधिक सच्चा, चैतन्यशील, जिवंत, प्रत्ययकारी होण्याची शक्यता जास्त असते. म्हणून दुसऱ्या वाचनाच्या वेळीच सुचतील तशी विचारांची टिपणे काढावीत. थांबत, मागचा-पुढचा संदर्भ लक्षात घेत चिंतन करत, त्याची टिपणे काढत, दुसरे वाचन पूर्ण झाले की कथेतील जीवनदर्शन, मूल्यदर्शन, तिची कलात्मक योग्यता, लेखकाचे वाङ्मयीन व्यक्तिमत्त्व यांच्याविषयी त्याच वेळी विचार करावा, चिंतन करावे आणि त्यांचीही टिपणे काढावीत. असे केले तरच दुसरे वाचन सार्थकी लागते.

तिसऱ्या वाचनाच्या पूर्वी आपण काढलेली सर्व टिपणे पुन्हा एकदा नजरेखालून घालावीत. त्यामुळे पहिल्या दोन वाचनात आपल्या हाती नेमके काय लागले, त्या ऐवजाची स्पष्ट माहिती मनावर कोरली जाते. ही माहिती तिसऱ्या वाचनाच्या वेळी उपयोगी ठरते. कारण तिसरे वाचन करताना पहिल्या दोन वाचनात आपल्याकडून काही निष्कर्ष, प्रतिक्रिया इत्यादी राहून तर नाही ना गेल्या हे तपासण्यासाठी करावयाचे असते.

अशा रीतीने पहिल्या वाचनात कथेचा प्रामुख्याने आस्वाद घेतला जातो. या वाचनात आपणास आस्वादाचा आनंद मिळू शकतो. कारण पहिल्या वाचनात आपली संवेदनशीलता अधिक चिंतनशीलतेने प्रभावित झालेली असते. ते कथेच्या अभ्यासाला अधिक उपयुक्त ठरते. दुसरे वाचन हे आपण घेतलेला आस्वाद, केलेले चिंतन, काढलेले निष्कर्ष कुठे चुकले तर नाहीत ना, त्यात कुठे त्रुटी आहेत किंवा काय, यांची तपासणी करण्यासाठी करायचे असते. तिसऱ्या वाचनामुळे आपण निश्चिंत होतो. त्या कथेचे स्वरूप आपणास कळले याविषयीचा एक विश्वास आपल्या मनात तिसरे वाचन निर्माण करते. ही तीन वाचने कथेलाही यथार्थ न्याय देऊ शकतात.

■

माय-मातीची ओढ

ऐन बहरात आलेले ग्रामीण साहित्याच्या चळवळीचे दिवस. जमेल तिथं चळवळीच्या स्वरूपाविषयी, तिच्या वेगळेपणाविषयी व्याख्यानं देत होतो. वैचारिक लेख प्रसिद्ध करत होतो. ते विचार व्यक्त करण्यासाठी लागणाऱ्या परिभाषेचा शोध, त्यासाठी लागणारे नवनवे शब्दप्रयोग मनात गर्दी करत होते. तेच बोलण्यातून आणि लेखनातून बाहेर पडत होते. 'मातीखालची माती', 'मळ्याची माती' अशा मथळ्यांची पुस्तकं मी पूर्वीच प्रसिद्ध केली होती. 'माती हे धन असतंय', 'हे माती, हे माते' अशा शीर्षकांच्या कविताही दिवाळी अंकांतून प्रसिद्ध केल्या होत्या.

'मातीची ओढ', 'मातीचा लळा', 'मातीवरचे प्रेम', 'शेती-मातीतील सामान्य माणूस', 'ग्रामीण मातीचा गंध', 'ग्रामीण रक्तातील माती', यांसारखे शब्दप्रयोग माझ्या व्याख्यानांतून, लेखनांतून वरचेवर येत होते... ग्रामीण मातीचा जणू ध्यास लागला होता. दुसरं काही सुचत नव्हतं. चळवळीच्या लाटेत 'माती' शब्दाचा सतत वापर होत होता; पण त्याचा अतिरेक होतोय, हे माझ्या ध्यानीमनी येत नव्हतं. जेव्हा त्याची टिंगल-टवाळी सुरू झाली तेव्हा ते माझ्या लक्षात आलं.

पुण्याच्या एका साहित्य संस्थेत 'सध्याचे मराठी साहित्य आणि चळवळी' या विषयावर एका विद्वान समीक्षकाचे व्याख्यान होते. मी पाठीमागच्या बाकावर कुणाच्या लक्षात येणार नाही, अशा जागी बसलो होतो. व्याख्यानाच्या ओघात 'माती' या शब्दावर वक्त्यानं तुच्छतादर्शक काही कोट्या केल्या, टवाळीही केली. 'मातीची भलतीच ओढ या चळवळीला आहे. या नेत्यांना 'माती' म्हणजे नेमके काय म्हणायचं आहे याचा पत्ता कुठेच लागत नाही. ते काहीही असले तरी मातीची ओढ या चळवळीला अनावर असल्याने ही चळवळ शेवटी मातीत जाणार हे नक्की. तिच्या भविष्याची हीच दिशा आहे.' वक्त्याची ही वाक्यं माझा मर्मभेद

करून गेली.

दरम्यानच्या काळातच एका संमेलनातील माझ्या अध्यक्षीय भाषणाचा खरपूस समाचार घेणारा अग्रलेख मुंबईच्या एका महत्त्वाच्या दैनिकातून आला. 'मराठी साहित्यात माती', असा उपरोधपूर्ण मथळा त्याला दिला होता. 'माती' या शब्दाचा वापर माझ्याकडून वारंवार होत असल्यामुळे ही थट्टा, टवाळी होते आहे, याची मला जाणीव झाली. वाटू लागले की, या शब्दप्रभू साहित्य समीक्षकांना आणि वर्तमानपत्री विद्वान संपादकांना 'मातीचा अर्थ' कळणं अशक्य आहे. यांचा जन्म, जीवन आणि मृत्यू सगळं पुण्या-मुंबईसारख्या महानगरातच घडत असतं. या महानगरांचा मातीतून उगवणाऱ्या संस्कृतीशी कधी संबंध येत नसतो. यांच्या जगण्यासाठी मात्र ग्रामांतून येणारी चांगलीचुंगली अन्नधान्यं, फळफळावळ, भाजीपाले, मिरची-मसाले यांना स्वस्तात, फुकापासरी हवे असतात. या शहरातील घरांचा मातीपेक्षा सिमेंटशी संबंध जास्त येतो. निसर्गात मिळणाऱ्या लाकडांऐवजी लोखंडी सळ्यांचा आधार घेऊन ही घरं आणि इथले कारखाने उभे राहिलेले असतात... खरं तर ही घरं नसतात, फ्लॅटस् किंवा अपार्टमेंट्स असतात, ब्लॉक किंवा बंगलो असतात. या महानगरी संस्कृतीला मराठी मातीचा, भाषेचा, संस्कृतीचा साधा स्पर्शसुद्धा मनोमन नको असतो. म्हणून या वास्तू वरवर मजले बांधत, मातीपासून अंतराळी होत जातात. धुळीपासून, मातीपासून दूरदूर जातात. निसर्गापासून, शेजारपाजारच्या वस्त्यांपासून अलग होऊन 'आत्मनिग्रही'(सेल्फकन्टेन्ड) होतात. निसर्गातील मोकळ्या वाऱ्यापेक्षा पंख्याचा वारा यांना हवा असतो. सोप्यापेक्षा 'हॉल', स्वैंपाकघरापेक्षा 'कीचन-रूम', आई-बाबापेक्षा 'डॅडी-ममी' ही इंग्रजी भाषा त्यांना आपली वाटते. वाढदिवसापेक्षा 'बर्थडे' साजरा करण्यात यांच्या संस्कृतीला धन्यता वाटते. मराठी मातीतल्या मराठमोळ्या जीवनाचं प्रतिबिंब पडणाऱ्या ग्रामीण साहित्यापेक्षा, पाश्चात्त्यांचं इंग्रजी किंवा इंग्रजीतून मराठीत ओरबाडून आणलेलं साहित्य त्यांना आपलं वाटतं. त्याच्या अनुकरणात ही संस्कृती धन्यता मानते. म्हणून इथल्या पांढरपेशा लोकांना त्यांच्या तथाकथित मराठी साहित्यात 'ग्रामीण साहित्याची माती' कालवली जाऊ नये, असं वाटतं. त्यांच्या सुप्त मनीमानसी ग्रामीण साहित्याचं भवितव्य 'मातीत जाणारंच' असावं, असं वाटणं स्वाभाविक आहे.

तरीही त्यांना कळावं म्हणून मी 'माती' या प्रतीकाचा मला आतून भावलेला अर्थ शोधू लागलो. मी हे प्रतीक नेमकं कोणत्या अर्थानं वापरत आहे, याचा जाणीवपूर्वक विचार करू लागलो. 'माती' शब्दातून मला जे व्यक्त करायचे आहे ते दुसऱ्या शब्दांत मांडण्यासाठी अन्वर्थक शब्द धुंडाळू लागलो. या शब्दाने नेमका कोणता अर्थ प्रकट करायचा आहे, ते माझं माझ्याशीच स्पष्ट व्हावं, म्हणून विचार करू लागलो. निरनिराळे संदर्भ शोधू लागलो.

योगायोगानं माझ्या जन्माच्या अगोदरपासूनच माझा मातीशी संबंध होता. मळ्यात माझे वडील मोट मारायचे आणि सासुरवाशीण आई उसात पाण्याची दारं मोडायची. तिला पहिल्या दोन मुलीच झाल्या होत्या. आता तिसऱ्या खेपेला तिला मुलगा नाही झाला तर तिचा नवरा तिला सोडचिठ्ठी देणार होता. 'आता तिसरीबी पोरगीच झाली तर तिथल्या तिथं तिला मातीत गाडतो नि ताबडतोब तुला सोडचिठ्ठी देऊन कायमची म्हायारला लावून देतो का न्हाई बघ;' म्हणून दम देत होता.

....पोटातल्या गर्भाच्या नशिबात काय हाय कुणाला दखल, या काळजीनं झिजून-झडून आईचा फक्त जिवंत सांगाडा उरला होता. '....रांडंला साऱ्या पोरीच हुत्यात', म्हणून सासरचं घरदार तिचा रागराग करत होतं. दीस उगवायला तिला मळ्याकडं हाकलून देत होतं. उनातानात ती उसाला पाणी पाजत होती नि दीस बुडायला जळणाच्या गोवऱ्या घेऊन घराकडं येत होती... तिच्या पायांखालच्या रानमातीला तिची कणव आली नि तिसऱ्या खेपेला तिला मुलगा झाला. तो मी होतो. मला मातीत गाडलं नाही; पण वयाच्या विशी-पंचविशीपर्यंत मी मातीतच रूतलो होतो. भाताच्या रोपासारखा मातीला चिकटलो होतो. या रानमातीचा जीवनरस चाखत, चोखत, तिच्या अंगाखांद्यावर खेळत, माळानं ढोरंगुरं राखत मी लहानाचा मोठा झालो... मातीच्या चिखलाची बैलं करणं, बहिणींना चिखलाची लोटकी, तवा, चूल करून देणं, मातीच्या अंगावरच शेताची कल्पना करून तिथंच खड्डा खणणं, त्यालाच विहीर समजणं, त्या विहिरीवर मातीच्या बैलांची मोट जुंपणं, मनातल्या पिकाला पाणी पाजणं, असे खेळ केले. सगळे खेळ मातीचे, मातीत आणि मातीवरच होते.

वयाच्या पंचविशीपर्यंत या मातीशी अनेक नात्यांनी बांधला गेलो. उभं पीक काढल्यावर रानातली माती नांगरली, तिची ढेकळं वाळल्यावर तिच्यावरून हात फिरवावा तसे दिंडं, कुळव फिरवले. सड, धसकटं, पालापाचोळा वेचून रानं न्याहार केली. दिवाळीचं अभ्यंगस्नान केल्यावर माणसं जशी दिसतात; तशी माती स्वच्छ, सोवळी दिसू लागली. पावसाच्या पाण्यानं ती वाहून जाऊ नये म्हणून तिच्या आजूबाजूंनी सार-सारणी खोदल्या, बांध-बंदिस्ती केली. पावसाळा सुरू व्हायच्या टिपणाला रोपांच्या लावणीसाठी तिच्या अंगाखांद्यावर सऱ्या सोडल्या, वाफे बांधले, वरळे घातले. बाळपिकानं बाळसं धरावं म्हणून देशी खतं त्यातनं पसरली. पेरणीपाणी झाल्यावर पिकं तरारून माती लेकुरवाळी झाली. तिच्या लेकरांची वाढ नीट व्हावी म्हणून पिकाच्या तळातून हळुवार खुरपी फिरविली नि तणतणकाटाची वसब काढून टाकली... पुढं मातीवर पिकं डोलू लागताच शेरडं-मेंढरं, गायरं-म्हसरं यांच्यापासून त्यांची राखण केली. किडामुंगी, अळीपासनं निगा-निगराणी केली. सुगीच्या वक्ताला पिकांच्या काढण्या, मळण्या करून धान्याच्या राशी घराकडं नेल्या. घरादाराची

सालभराची बेगमी झाली. मातीच्या या उपकारांची जाणीव ठेवावी म्हणून मातीच्या मावल्या करून पुजल्या. तिनेच दिलेल्या धान्याला शिजवून तिलाच नैवेद्य दाखवला. तिच्याच अन्नाचा स्वाद शेजाऱ्यांनी चाखावा म्हणून डावरा घातला. तिच्या अंगाखांद्यावर राबलेल्या बैलांचे उपकार मानावेत म्हणून त्यांच्या नावानं बेंदूर शिलंगण साजरे करून त्यांना सजवले. ही सगळी रीतभात मातीनंच दिली-दाखवलेली. ही सगळी मातीमायेचीच कृपा. यातील प्रत्येक कृतीत, रीतीत मातीचाच आविष्कार असतो. मातीचीच स्वभाव-संस्कृती असते.

मातीच्या आंतरिक स्वभावात आणि शरीर-प्रकृतीतही अनेक रंग-ढंग असतात. निसर्गाच्या कुशीत वाढलेल्या खेड्यात आल्याशिवाय, तिथं राहिल्याशिवाय, लंगोट कसून उघड्या निसर्गात कष्ट केल्याशिवाय मातीचे गुणधर्म कळणार नाहीत... काळ्या मातीत फक्त पिकं काढायची असतात, तशी पांढऱ्या मातीवरच, खडकाळ रानात, टणक भूमीवरच घरं बांधायची असतात, हे पांढरपेशा शहरवासींना उभ्या जन्मात कळणार नाही. जनसामान्य ग्रामीणांची घरं कच्च्या विटांची असतात. कच्च्या बिनभाजलेल्या विटा पांढऱ्या मातीच्याच असतात. ही 'पांढर' चिवट, चिकण असते. घरांच्या भिंतींना ती रूप आणि आकार देते. अशी घरं कडक उन्हाळ्यातही थंडगार आणि घनगंभीर, मुसळधार पावसाळ्यात आणि कडक हिवाळ्यातही ऊबदार असतात. ही किमया त्या पांढरीवरच्या घरांचीच. एकदा ही माती भिंतीरूप झाली की, अनेक वर्षं पावसाच्या माऱ्यालाही दाद देत नाही. पक्क्या भाजीव विटांसाठी, कौलांसाठी, गाडग्या-मडक्यासाठी, डेरे-रांजणासाठी तांबड्या चिकण मातीचेच प्रकार वापरले जातात. तांबड्या मातीचे स्वभावधर्म या वस्तूंना अनुकूल असतात. कुंभारांना हवीहवीशी वाटणारी ही माती मोल देऊन मापून विकत घ्यावी लागते. तांबड माती कुंभाराची अन्नदात्री असते.

उलट काळी माती वत्सल, चिरंतन लेकुरवाळी असते. पशू, पक्षी, पाळीव प्राणी, माणसे यांची ती अन्न-ब्रह्म असते. ती अशी वत्सल माऊली असते म्हणून तर कोट्यवधी जीवमात्र जिवंत राहतात... पिवडीचं रूप धारण करणाऱ्या मातीचा रंग पिवळा, तर शाडूचे शुभ्ररूप. चुनखडीचे रूप धारण करणारी माती रंगाने खास पांढरी असली तरी तिचा स्वभाव गावपांढर मातीपेक्षा वेगळा असतो.

मातीच्याच घराला पिवडीने रंगवले, कावेचे पट्टे काढले, अंगणात चुनखडीच्या मातीची रांगोळी रेखाटली की तेच निर्जीव कोरे घर सुवासिनीच्या संसाराचे सजग नांदते घर वाटू लागते. हा मातीचाच महिमा. ही मातीचीच प्रकृती. जांभ्याची चमकती लालसर माती तर खेडूत मुलांना लोळायला, खेळायला सतत बोलावते. माती होऊन उधळायला प्रवृत्त करते. माळाची खरखरीत माती किंवा नदीकाठची गाळपेराची लोण्यासारखी मवाळ माती, दोघीही तांबूस रंगाच्याच; पण दोघीही

आपापले भिन्न स्वभाव जपूनच जगतात. गाळपेराच्या लालस मातीत जी पिकं घेता येतात, ती माळाच्या तांबूस मातीत कधीच उगवत नसतात आणि सक्तीनं लावली तरी जगतही नसतात. माळाच्या मातीनं किड्या-कीटकांना निवारा द्यावा, जनावरांना चारा द्यावा, पक्ष्यांना उडण्या-बागडण्यासाठी आसरा द्यावा, तर गाळपेराच्या खानदानी मातीनं माणसांना उत्तमातली उत्तम पिकं घेण्यासाठी बिनधास्त थारा द्यावा. मातीचे हे मौल्यवान नजराणे भूमिपुत्रालाच कळू शकतात.

...ते भूमिपुत्राला माहीत असतात; कारण माती त्याच्या घरगुती नात्यातली असते. ह्या घरगुती नात्यामुळंच तर तो मोठ्या विश्वासानं आपल्या अंगावर विशिष्ट मातीचे लेप देऊन आपल्या आधीव्याधी बऱ्या करतो आणि मातीत कष्टायला सिद्ध होतो. म्हणूनच आखाड्यातील लाल माती त्याच्या अंगाला लागल्या-चिकटल्याशिवाय जगल्यासारखे, शरीरात प्राण, रक्त सळसळल्यासारखे त्याला वाटतच नाही. आखाड्यातल्या मातीस्पर्शाला ग्रामीण समाजात म्हणूनच प्रतिष्ठा असते. गाव-मारुती ही शक्तीची देवता असली तरी मातीच्या कृपाप्रसादाशिवाय ती प्रसन्न होत नाही. वयाच्या विशीनंतर शिक्षण घेता घेता सुटीच्या काळात भूदान पदयात्रेतून सगळं कोकण पायी फिरलो. अनेक खेडी पायाखाली घातली. पुढं प्राध्यापक झाल्यावर ग्रामीण साहित्य चळवळीच्या निमित्तानं पश्चिम महाराष्ट्र, मराठवाडा, विदर्भ या भूमीतून दहाबारा वर्षं भटकत राहिलो. मराठी मातीची अनेक रूपं आणि अगणित आकार पाहिले. लहान-मोठे डोंगर, दऱ्या, पर्वत, टेकड्या, तुटलेले उंच उंच कडे, विस्तीर्ण पसरलेली पठारे, हिरवीगार कुरणे आणि मैदाने, काळीभोर काजळवडीसारखी सुपीक राने, त्यांच्यावरची शेकडो प्रकारची पिके, अंगावर काहीच न उगवणारे अटंगण-पटंगण माळ पाहिले. ही मातीचीच विविध रूपे होती. 'भूदान' हाही मातीदानाचाच प्रकार होता, हे पदयात्रेत फिरताना लक्षात आले.

....माती कोणतंही रूप धारण करते. ती प्रचंड जंगलाचा जसा उग्र आविष्कार करते, तसाच नाजूक, कोमल गवताचा आविष्कारही मैदानावर करताना दिसते. नाजूक, निष्पाप हरणे, ससे, दुबळ्या शेळ्या, मेंढ्या, आक्रमक बलिवर्द, रेडे, दुडदुड दुडक्या चालीची तट्टे आणि दौड मारणारे घोडे हे सगळे तिच्याच कुशीतले प्राणी. हे सगळे लहान-मोठे प्राणी केवळ शाकाहारी म्हणजे मातीच्या अन्नदानावरच जगणारे असतात. चित्ते, लांडगे, तरस, वाघ, सिंह हेही प्राणीच, पण केवळ मांसाहारी. हेही मातीचेच विविध चमत्कार... माती ही निसर्गाची क्रीडा-भूमी असते. माती नसती तर निसर्ग नसता. निसर्गाचं सगळं सत्त्व केवळ मूळ मातीतच असतं.

चराचर जन्माला येतं ते मूळ मातीतूनच. मातीवर आलं की, त्याला पालवी फुटते, पाय फुटतात, पंख फुटतात. वनस्पतींना फांद्या फुटून त्या विस्तारू लागतात. पानं, फुलं, फळं आली की त्यांचं सार्थक होतं. वनस्पती सगळ्या

हिरव्याच दिसत असल्या तरी त्यांचे असंख्य प्रकार एकमेकांच्या शेजारी सुखानं राहून जगत असतात. प्रत्येकाला पानं असली तरी एकीचं पान दुसरीसारखं नसतं. एकीचं फूल दुसरीपेक्षा वेगळं. प्रत्येकीच्या फळाचा आकार, बिया, गंध, रंग, चव दुसरीपेक्षा वेगळी... मात्र हा एकाच मातीचा आविष्कार. मुळात 'माती' एवढेच एक सत्य. सृष्टीतील चराचराला आदिअंती व्यापून उरणारी फक्त मातीच असते.

माती तुम्ही चिमटीत घेऊ शकता. तळहातावर घेऊन निरखू शकता. वाऱ्यानं उडून माती डोळ्यांत जाऊ शकते, इतकी ती हलकी आणि सूक्ष्म असू शकते; पण समोरची पर्वतराजी झालेलीही मातीच असते. महाराष्ट्रभर पसरलेल्या सह्याद्रीच्या दणकट रांगा हीही महाकाय मातीच आहे. ह्या रांगा नुसत्या पाहायच्या म्हटल्या तरी नजरेत मावत नाहीत; कल्पनेच्या पातळीवर मनात आकारूनही दशांगुळे उरतात. ह्या मातीच कोणतं रूप खरं? अणूरेणूचं डोळ्यात जाणारं कणरूप खरं की पर्वतपठारांचं डोळे फाडून टाकणारं जगड्व्याळ रूप खरं? ह्या मातीचा कोणता रंग खरा? काळा, तांबडा, पिवळा की पांढरा, गुलाबी, हुरमुजी खरा? फुलातून हळुवार उमलणारी तिच्या स्वभावातील नम्र कोमलता खरी की, गगनचुंबी वृक्षराजीतून गिरिशिखरांतून उभी राहणारी ताठर उत्तुंगता खरी ?

....चिमूटभर माती तळहातावर घेऊन हुंगली तर ती निर्गुण, निर्गंधी आणि निराकारही वाटते; पण तिचे विविध आविष्कार पाहिले तर ते अनेक गंधांनी, अनेक चवींनी, अनेक रूपाकारांनी नटलेले, अनेक ढंगांनी अवतरून सगुण, साकार झालेले असतात.

हातावर घेतलेली माती स्वत: हलत, बोलत नाही, चालत नाही. निचेष्ट पडलेली असते. संस्कृत भाषेत मातीचं एक नाव 'मेलेली' असं आहे. 'मृतपिंड' या शब्दात ते सापडतं; पण हीच माती पाण्याच्या सहवासात आली की जिवंत होते, गंधवती होते. तिच्या अंगाखांद्यावरच्या बिजांना हिरवी पालवी, फुलं, फळं येऊ लागतात. माती मृत असूनही संजीवनवती असते. माती पळीभर घ्या किंवा पोतंभर घ्या; ती पूर्णरूपच असते. पूर्णातून पूर्ण काढून घेतल्यावरही माती पूर्णच उरत असते. ती फक्त असते. तिचे हातपायादी अवयव, मुख, शीर्ष, डोळे, नाक, कान, पुच्छ, पाठ, पोट, पंख इत्यादींनी युक्त शरीर दाखविता येत नाही. तरी ती जिवंत असते. तिच्या अस्तित्वाचा पडताळा तिच्यातून उगवणाऱ्या वृक्षवेलींतून येतो. तिच्यातील चिद्रूप चैतन्य सतत आणि सर्वत्र प्रत्ययाला येतं. तिच्या फुलणाऱ्या निसर्गातून माती अन्नब्रह्म देते. तिचा हा चमत्कार मनालाही फुलवून जातो, आनंद देतो.

वेद-उपनिषदांतील सच्चिदानंद परमात्म्याची ज्ञानमीमांसा मातीला सर्वार्थांनी लागू पडते. त्या परमेश्वरासारखीच माती निर्गुण, निराकार आणि निर्विकल्प आहे;

तशीच ती सगुण, साकार आणि सविकल्पही आहे. ती तत्त्वत: एकमय आहे; तरी विविध रूपांनी जन्मणे, वाढणे आणि शेवटी पुन्हा मातीमय होऊन एकात्मतेत विलीन होणे, ही तिची प्रकृती असते. तिच्या प्रकृतीचं हे चक्र मातीत जन्मलेल्या, मातीवर वावरणाऱ्या प्रत्येक जीवमात्राला लागू पडतं.

खेड्यात जगणाऱ्या आणि मातीशी सतत संबंध असणाऱ्या प्रत्येक ग्रामीणाला हे मातीचं शाश्वत सत्य कळलेलं असतं; पण ते त्याच्या मनाच्या खोल तळाशी सुप्त स्वरूपात पडून राहिलेलं असतं. शब्दप्रभूंची भाषा, पंडिताचं तर्कज्ञान, अभिव्यक्तीचं सामर्थ्य त्या ग्रामीणाजवळ नसल्यानं त्याला ते व्यक्त करता येत नाही. म्हणून या सर्व नेणीव-जाणिवेला तो 'माती' असंच संबोधतो... आपण मातीतूनच जन्मलो, आपला पिंड मातीचाच आहे, आपल्या शरीरातील रक्तामांसात, प्राणांत मातीचीच स्पंदने, मातीचेच चैतन्य, मातीचेच सर्व काही असते याचा पडताळा त्याला मातीत जगताना पदोपदी येतो... म्हणून तो या सर्वांना मातीच म्हणतो... 'माती' हा एकच शब्द त्याचा महावेद असतो. त्याच्या जीवनोपनिषदाचं 'माती' हेच मध्यवर्ती सूत्र असतं.

मराठी साहित्याला मराठी मातीचा हा सर्जनशील स्पर्श नसेल तर ते साहित्य कागदी, नकली, निर्जीव आणि करंटं समजावं लागेल. ते जिवंत ठेवलं तरी मृतप्राय असेल. भारत हा कृषिप्रधान मातीमायेचा देश आहे. त्याच्या साहित्यात ही सच्चिदानंदवती माती कालवली, ती त्याच्या रक्तामांसात खेळवली, तर त्याला संजीवन लाभणार आहे. मराठीचं भविष्य आणि भवितव्य ह्या मातीशीच निगडित आहे. कोणत्याही साहित्यिकानं आपल्या श्रीमंत कल्पनेचं विमान मातीपासून फार उंच, अंतराळात नेऊ नये. त्यामुळं क्षण-चारक्षण 'मातीशी संबंध तुटला तरी चालतंय? असं वाटलं तरी शेवटी ते विमान मातीच्या पोटातील मूळ सांस्कृतिक खनिजापासूनच जन्माला आलेलं असतं, त्याचे प्रेरणारूप पंचप्राण असलेलं अन्नब्रह्माचं इंधन मातीच्या पोटातूनच मिळालेलं असतं, याचं पक्कं अवधान ठेवावं. ते नाही ठेवलं तर तुम्हाला न जुमानता ते मातीवर कोलमडेल, राख होऊन मातीत मिळून जाईल. भराऱ्या घेणाऱ्या कोणत्याही मनाला आणि विमानालाही भरारीपूर्वी तरी मातीचीच आधारभूमी असावी लागते. आणि अंतिमत: ती भरारी परिपूर्ण होण्यासाठीही मातीवरच उतरावं लागतं. आरंभी आणि अंती भरारीचा संबंध मातीशीच जोडलेला असतो, याचं भान ठेवावं. अंतराळात उगीच कोलांट्या, गटांगळ्या खाणं, म्हणजे भराऱ्या मारणं नव्हे. आधुनिक म्हणविणाऱ्या शब्दप्रभूंनी हा मातीचा महामंत्र कधी विसरू नये. कारण मंत्र विसरला की शब्दांची फक्त कावकाव शिल्लक राहते.

■

ग्रामीण साहित्य आणि माझी पिढी

माझी पिढी ही ग्रामीण साहित्यातील स्वातंत्र्योत्तर काळातील दुसरी पिढी मानली जाते. आमच्या पिढीचं लेखन हे १९६०च्या आसपास प्रसिद्ध होऊ लागले. आमच्या अगोदरच्या पहिल्या पिढीचे लेखन हे सामान्यत: १९५०च्या आसपास प्रसिद्ध होऊ लागले होते.

१९५० ते ६० हा दहा वर्षांचा काळ आमच्या पिढीचा हायस्कूलमधील आणि महाविद्यालयीन शिक्षणाचा काळ होता. पहिल्या पिढीच्या ग्रामीण कथा प्रामुख्याने या काळात मासिकांतून आणि संग्रहरूपाने प्रसिद्ध होत होत्या. ग्रामीण साहित्यिकाच्या या पिढीत प्रामुख्याने व्यंकटेश माडगूळकर, शंकर पाटील, रणजित देसाई, वि. श. पारगावकर, द. मा. मिरासदार, द. का. हसबनीस, मधू कुलकर्णी, इत्यादी ग्रामीण कथाकार विशेष प्रसिद्ध होते. यांच्या ग्रामीण कथा या काळात विशेष लोकप्रिय होत्या. मासिकांची संख्याही विपुल होती. त्या काळात साहित्याला सांस्कृतिक क्षेत्रात विशेष महत्त्व होतं. खेड्यापाड्यात वीज पोहोचलेली नव्हती. त्यामुळे रेडिओ माध्यम नव्हते. ते फक्त शहरात उपलब्ध होते. तो एक चैनीचा भाग होता. सर्वांना ते परवडत नव्हते. दूरचित्रवाणी नव्हती. त्यामुळे वाचनसंस्कृतीवरच विशेष भर होता. तरुण पिढी वाचनावर विशेष भर देत होती. पंचवार्षिक योजनांचा, नुकत्याच स्वतंत्र झालेल्या भारताचा उत्साह मोठा होता. नवी नवी शासकीय खाती जन्माला येत होती, योजनांमुळे नव्या नव्या नोकऱ्या, उद्योग, व्यवसाय जन्माला येत होते. म्हणून खेड्यापाड्यांतील समाजाच्या वरच्या वर्गातील तरुण पिढी शहरात शिकून शहरातच नोकऱ्या मिळवू लागली होती. स्वातंत्र्याच्या मुक्त वातावरणात मनही उत्साही, मोकळेढाकळे होत होते. परिणामी, साहित्यनिर्मितीही मुक्तपणाने होत होती. ग्रामीण भागांतून नशीब काढण्यासाठी शहरात आलेले

माडगूळकर, मिरासदार, पाटील, देसाई, पारगावकर, कुलकर्णी इत्यादी मंडळी आपल्या ऐनपंचविशीपर्यंत त्यांना आलेले खेड्यापाड्यातील अनुभव मोकळेपणाने लिहीत होती. त्यांचे हे अनुभव स्वातंत्र्यपूर्व काळातील होते. परंपरागत जीवनशैलीच त्या वेळी खेड्यात होती. त्यामुळे या पिढीचे अनुभव त्या काळातील आमच्या पिढीलाही आमचे वाटत होते. कारण स्वातंत्र्यपूर्व काळातच आमचाही १५-२० वर्षांचा काळ त्याच परंपरागत जीवनशैलीत गेला होता, त्याच शैलीत आमचा पिंड घडला होता. म्हणून आमची पिढी १९५० ते ६०च्या काळात शहरांत शिकत होती, तरी आम्ही प्रामुख्याने ग्रामीण साहित्यच वाचत होतो. त्यावरच चर्चा करत होतो. तशाच प्रकारचं साहित्य आपणही लिहावं, असं आमच्या पिढीला वाटू लागलं होतं. आमच्या पिढीला मिळणारी ही प्रेरणा फार महत्त्वाची होती. १९५० ते ६० या काळात या पहिल्या पिढीच्या ग्रामीण साहित्याने लोकप्रियतेची एक उंच लाट निर्माण केली होती. याच काळात ग्रामीण मराठी चित्रपटांचीही भरपूर निर्मिती होत होती. प्रभावी आणि नावीन्यपूर्ण मनोरंजन होत होतं. आपलाच ग्रामीण महाराष्ट्र नागर समाजाला यातून अगदी मोकळेपणानं, त्याच्या चैतन्यानिशी, त्यातील असंख्य बारकाव्यानिशी प्रथमच कळत होता. सांस्कृतिकदृष्ट्या हे नव्यानवतीचे दिवस मराठी साहित्यात बाजी मारून नेत होते. या लोकप्रियतेच्या उंच लाटेचा परिणाम आमच्या दुसऱ्या पिढीलाही 'या, या' म्हणून हाकारत होता, हातात लेखण्या घ्यायला प्रवृत्त करत होता. या वाङ्मयीन वातावरणात आमची पिढी वाचता वाचता लेखन करण्याच्या इच्छेने लेखनाकडे खेचली जात होती.

१९५८-६०च्या काळात कॉलेजला विद्यार्थी असतानाच आमच्या पिढीचे रा.रं. बोराडे पहिल्या पिढीला वाट पुसतच कथा लिहू लागले होते. सखा कलाल, चंद्रकुमार नलगे हे लेखकही याच काळात कॉलेजचे विद्यार्थी असताना कथा लिहू लागले होते. यांनी वयाची विशी ओलांडली होती. मी या काळात प्रामुख्याने ग्रामीण कविता लिहीत होतो. याचे कारण प्राथमिक शाळेत पाचवीला असल्यापासूनच माझा ओढा कवितेकडे विशेष होता. केवळ हौस म्हणून ग्रामीण, नागर असा भेदभाव न करता मी सुचेल त्या विषयावर ग्रामीण किंवा नागर कविता लिहीत होतो. मात्र हायस्कूलला गेल्यावर प्रामुख्याने ग्रामीण कविताच लिहू लागलो. १९५५ साली एस.एस.सी. झाल्यावर मी कॉलेज शिक्षणासाठी प्रथम रत्नागिरीला गेलो. बरोबर कवितांची वही होतीच. ह्या वहीतील कविता त्या वेळचे नवकवी आमच्या कॉलेजचे प्राचार्य य.द. भावे यांच्या वाचनात आल्या. त्यांनी त्या पु. ल. देशपांडे यांना वाचावयास दिल्या. पु.ल. त्या वेळी सासुरवाडीला महिनाभराच्या विश्रांतीसाठी आले होते. त्यांनी त्या वाचल्या. त्यांना त्या खूप आवडल्या. त्यांनी मला अशाच प्रकारच्या ग्रामीण कविता लिहिण्यास प्रेरणा दिली. मी ती शिरसावंद्य

मानली. आपण 'कवी' व्हायचं, असं मी मनोमन ठरवलं. याच काळात प्रा. रा. वा. चिटणीस आम्हाला मराठी विषय शिकवत असत. तोपर्यंत म्हणजे १९५५ मे अखेरपर्यंत मी कागलसारख्या खेडेवजा गावात राहत असल्यामुळे आणि प्रामुख्याने शाळा सुटल्यावर शेतावरच कामासाठी जावे लागत असल्याने, त्या वेळची वाङ्मयीन मासिकं वाचणं मला अशक्य होतं. त्यामुळं व्यंकटेश माडगूळकर, शंकर पाटील, द. मा. मिरासदार इत्यादी त्या वेळच्या लिहित्या ग्रामीण साहित्यिकांचे साहित्य माझ्या वाचनात आलेलेच नव्हते. मी फक्त क्रमिक पुस्तकातील साहित्य मोठ्या प्रेमाने वाचत होतो; पण १९५५च्या जूननंतर मी रत्नागिरीला गेल्यामुळे व तिथे थोडा मोकळा वेळ मिळू लागल्याने त्या वेळची सत्यकथा, वीणा, हंस यांसारखी वाङ्मयीन मासिके माझ्या वाचनात येऊ लागली; पण त्याच वेळी श्री. म. माटे यांचे 'उपेक्षितांचे अंतरंग' आमच्या अभ्यासक्रमातच असल्याने मला ते अतिशय आवडले, आपले वाटू लागले. त्या भरात मी झपाटून जाऊन माटे यांची इतर पुस्तकेही वाचली. मासिकातून येणाऱ्या ग्रामीण कथाही वाचू लागलो. पुढे हा वाचनाचा छंद विशेष वाढीला लागला. मे १९५६मध्ये मी रत्नागिरी सोडून कोल्हापुरास कॉलेज शिक्षणासाठी आलो; तरी हा छंद मी जोपासतच राहिलो. १९६०-६१मध्ये पुण्यात वर्ष-दीड वर्षं होतो. या काळात आकाशवाणीवर नोकरी करत करत एम. ए. झालो. छंद जोपासतच होतो, तरी पण प्रामुख्याने ग्रामीण कविताच लिहीत होतो. नाही म्हणायला १९५९मध्ये बी. ए. झाल्यावर उन्हाळ्याच्या सुट्टीत काही गद्यलेखन केले होते. 'एकलकोंडा' ही छोटी कादंबरी आणि दोन-तीन व्यक्तिचित्रे लिहून पाहिली होती. मात्र हे सर्वच साहित्य प्रसिद्ध केले नव्हते. त्यात माझा मलाच कच्चेपणा जाणवत होता. कविता मात्र प्रसिद्ध करण्यायोग्य वाटत होती. १९६० पासून ती मी प्रसिद्ध करू लागलो. १९५५ ते ६०च्या काळात मला अनेक चांगले मराठीचे प्राध्यापक भेटले. या काळात अनेक नवे मित्र भेटले. ते वाङ्मयप्रेमी होते. याच काळात माझ्यावर 'सत्यकथा' मासिकातील नवकथा, कविता, समीक्षा, कलावादी दृष्टीची मीमांसा यांचा प्रभाव वाढत होता. विशेषत: नवी वाङ्मयीन दृष्टी मला विशेष आकृष्ट करत होती. तिचा विचार मी अधिकाधिक करू लागलो. प्रयोगशीलतेचे महत्त्व मला वाटू लागले. ना. गो. कालेलकर यांनी मांडलेली भाषाशास्त्रीय नवी भूमिका मला पटत चालली होती. अलंकाराच्या वापरापेक्षा प्रतिमावाद मला मानसशास्त्रीयदृष्ट्या जवळचा वाटू लागला होता. या पार्श्वभूमीवर विचार करताना तोपर्यंतच्या ग्रामीण साहित्याच्या मर्यादा मला जाणवू लागल्या. स्वत: लेखकाने ग्रामीण जीवनाविषयी सांगण्यापेक्षा खुद्द ग्रामीण माणसांनाच आपण ग्रामीण साहित्यात बोलके केले पाहिजे, त्यालाच त्याची मानसिकता व्यक्त करू दिली पाहिजे, त्याचे अंतर्मन त्याला उघड करू दिले पाहिजे, असे वाटून मी नव्या

वळणाची, मला हवी तशी, नवी ग्रामीण कविता आणि कथा लिहिण्याचे मनाशी योजले.

जून १९६१ मध्ये मी एम. ए. झाल्यावर प्राध्यापकाची नोकरी करू लागलो. थोडे मानसिक स्वास्थ्य मिळाले. मग मी विचारपूर्वक आणि योजनापूर्वक नवी ग्रामीण कथा लिहू लागलो. 'सत्यकथे'तून ती १९६२ पासून प्रसिद्ध होऊ लागली. संपूर्ण ग्रामीण भाषेतील कविता मी १९५४-५५ पासूनच लिहीत होतो. आता ग्रामीण कथाही संपूर्ण ग्रामीण भाषेतच लिहिण्याचा आणि नवे नवे साहित्यप्रकार हाताळण्याचा मी निश्चय केला होता. त्यालाही १९६२ पासून प्रसिद्धी मिळू लागली. १९७०-७२ पर्यंत अशा प्रकारचे विपुल ग्रामीण साहित्य मी लिहिले आणि प्रसिद्धही केले.

या वेळेपर्यंतची साहित्यनिर्मिती करण्याचा माझा प्रयत्न हा ग्रामीण जीवनाला माझ्या परीने अधिक प्रमाणात खोलवर भिडण्याचा होता. त्यासाठी केवळ वास्तववादी बाह्यस्वरूपाचे जीवनदर्शन घडविण्यापेक्षा, ग्रामीण माणसाच्या अंतर्मनात शिरण्याची ओढ लागली होती. त्या अंतर्मनातील नाट्य व्यक्त करण्याचा, भावस्थिती, कारुण्य, असहायता व्यक्त करण्याचा, त्यातील सूक्ष्मतिसूक्ष्म पैलू दाखविण्याचा, विविध भावनांच्या निरनिराळ्या अवस्थांचे दर्शन घडविण्याचा माझा प्रयत्न होता. त्यासाठी स्वगते, एकान्तातील मने-माणसे यांचे मुक्तचिंतन मला महत्त्वाचे वाटत होते. म्हणून रूढ ग्रामीण कथेची घटनाप्रधान, केवळ वास्तवाचे, निसर्गाचे तपशीलवार वर्णन करण्याची, खटकेबाज संवादात धन्यता मानणारी मांडणी मी पूर्णपणे बदलून घेतली. तिला अधिक गंभीर रूप देण्याचा, मन:पूर्वक वेधक, नेटके, अंगभूत सौंदर्य किंवा लावण्य प्राप्त करून देण्याचा मी प्रयत्न केला. अनुभवाची विविध रूपे पकडता यावीत म्हणून अनेक साहित्य-प्रकार हाताळले. ते रूढ करण्याचा प्रयत्न केला.

या काळात बोराडे, नलगे, महादेव मोरे, इत्यादी ग्रामीण साहित्यिक आपापल्या परीने ग्रामीण साहित्यनिर्मिती करत होते. माझ्याअगोदरपासून ही मंडळी लेखन करत होती. या लेखनात ही मंडळी पूर्वसूरींची मांडणी यथास्थित स्वीकारूनच साहित्यनिर्मिती करत होती. या पार्श्वभूमीवर सत्यकथेतून १९६२ पासून १९६६ पर्यंत पाच-एक वर्षे सत्यकथेने माझ्या कथा-कविता झपाट्याने प्रसिद्ध केल्या. त्याकडे जाणकारांचे लक्ष वेधले. त्याचा परिणाम हळूहळू माझ्या पिढीच्या इतर ग्रामीण साहित्यिकांवरही होऊ लागला. १९६७ साली मौज प्रकाशनातर्फे माझा 'खळाळ' हा ग्रामीण कथांचा पहिला संग्रह प्रसिद्ध झाला. या संग्रहाला मी एक टिपण श्री. पु. भागवत यांच्या आग्रहामुळे जोडले होते. त्यात ग्रामीण भाषाच ग्रामीण साहित्याचे माध्यम म्हणून उपयोजणे कसे आवश्यक आहे, हा विचार मी मांडला होता. त्याचाही सैद्धान्तिक परिणाम माझ्या पिढीच्या इतर साहित्यिकांवर हळूहळू होऊ लागला. नंतरच्या काळात आमच्या पिढीच्या ग्रामीण साहित्याचा

चेहरा-मोहरा पूर्वसूरींच्या ग्रामीण साहित्याच्या तुलनेत बदलत गेला. आमच्या या साहित्याला त्याचे असे व्यक्तिमत्त्व, त्याचा असा वेगळा बाज प्राप्त झाला. नंतरच्या चार-पाच वर्षांत प्रसिद्ध झालेल्या 'गोतावळा', 'पाचोळा' या कादंबऱ्यांनी तर या पिढीचे वेगळेपण प्रस्थापित करण्यास विशेष मदत केली. या कादंबऱ्या १९७०-७१ मध्ये प्रसिद्ध झाल्या. स्वातंत्र्योत्तर ग्रामीण समाजातील युगांतराची चाहूल या कादंबऱ्यांतून मराठी साहित्याला प्रथम लागली.

१९७० नंतर आमच्या पिढीचा दुसरा टप्पा सुरू होतो. त्याला अनेक कारणे आहेत. मराठी साहित्याच्या क्षेत्रात १९४५च्या नंतर कलावादाचा काळ सुरू झाला होता. त्याचा प्रभाव मराठी साहित्यावर १९६५ पर्यंत विशेष होता. कलावाद्यांची पहिली पिढी या काळात विशेष कार्यरत होती. तिचे साहित्य व सैद्धान्तिक भूमिका या काळात वरचष्मा गाजवत होती. अनेक साहित्यिक आपल्या वैशिष्ट्यपूर्ण साहित्यनिर्मितीमुळे प्रस्थापित झाले होते. त्यांना प्रतिष्ठा प्राप्त झाली होती; पण १९६०-६५च्या दरम्यान कलावाद्यांची दुसरी आणि तरुण पिढी उदयाला येत होती; पण या तरुण पिढीवर कलावादाचे आनुषंगिक दुष्परिणाम (साईड इफेक्ट्स) विशेष होत होते. ती व्यक्तिकेंद्रित, व्यक्तिवादी, दुर्बोध, काहीसे श्लीलअश्लीलतेचा, बीभत्सतेचा विधिनिषेध न मानणारे साहित्य निर्माण करत होती. वैचारिक पातळीवर त्याचे समर्थनही करत होती. तिचे साहित्य बौद्धिक झटापटीचे होते. पहिल्या पिढीची बलस्थाने सोडून दिल्याने आणि भलत्याच गोष्टीचे समर्थन करू लागल्याने कलावादी साहित्याला, साहित्यिकांना आणि त्यांच्या प्रभावाला उतरती कळा लागली होती. पहिल्या पिढीचे अनेक प्रतिष्ठित साहित्यिकही १९६५ नंतरच्या काळात विस्तारवादी झाले होते. त्यांच्या विकासाचा काळ संपून विस्ताराचा काळ सुरू झाला होता. ते साहित्य आता वाचकांना फार फार ओळखीचे वाटत होते. त्यातील नावीन्य संपले होते. त्यामुळे वाचकांना ते जिज्ञासापूर्वक आकृष्ट करेनासे झाले होते. याच पिढीतील महत्त्वाचे ग्रामीण साहित्यिकही १९६५ नंतर प्रामुख्याने ग्रामीण विनोदी, मनोरंजक कथा लिहू लागले. अशा प्रकारच्या कथांचे (कथाकथनांचे) धंदेवाईक साभिनय प्रयोग मिळून करू लागले. त्याचाही विकास संपला होता. ग्रामीण कथा म्हणजे खेड्यातील अडाणी लोकांची आणि राजकारण्यांची टिंगलटवाळी करणारी किस्सापद्धतीची विनोदी कथा असे जणू समीकरण त्यांनी पुढच्या पिढीसाठी, वाचकवर्गासाठी मांडून ठेवले. आमच्या अगोदरच्या पिढीच्या या पार्श्वभूमीवर आमच्या पिढीची मानसिकता कोणत्या स्वरूपाची होती, याचा मागोवा घेण्याची आवश्यकता असल्याने अगोदरच्या पिढीविषयी थोडे विस्ताराने मांडले, असो.

या पार्श्वभूमीवर आमची ग्रामीण साहित्यिकांची पिढी १९७०च्या आसपास वैयक्तिक पातळीवर वाङ्मय क्षेत्रात उमेदवारीचा काळ संपवून प्रौढपणाकडे सरकत

होती. प्रत्येक साहित्यिकाला आपापला सूर सापडला होता. साहित्यक्षेत्रात १९६०च्या आसपास प्रविष्ट झालेल्या आमच्या या पिढीला १९७० साली दहाएक वर्षे झालेली होती. तिला आता आत्मविश्वास प्राप्त झालेला होता. अनुकरणातून बाहेर पडून तिला तिचा असा आशय सापडला होता. ती आता प्रौढवयात म्हणजे पस्तिशीच्या आसपास आल्याने लेखनाच्या ऐन बहरात होती. अगोदरची पिढी प्रामुख्याने पंचविशीनंतर वास्तव्यासाठी नोकरीच्या निमित्ताने शहरात येऊन स्थायिक झालेली होती, तर आमची पिढी माझा अपवाद सोडता प्रामुख्याने खेड्यांशी निगडित असलेल्या मोठ्या गावात वास्तव्य करत होतो. आमच्या या पिढीतील सर्व लेखक कौटुंबिकदृष्ट्या छोट्या शेतकऱ्यांच्या घरांतून आलेले होते. किंवा दुसऱ्याची शेती कसणाऱ्या कष्टकऱ्यांच्या घरांतून आलेले होते. सामाजिकदृष्ट्या या पिढीचा स्तर पूर्वसूरींच्या सामाजिक स्तरापेक्षा खालचा होता. ग्रामीण जीवनातील दारिद्र्याचे चटके या लेखकांना शालेय जीवनात बसलेले होते. या पिढीचा गोतावळा ग्रामीण जीवनात अजूनही कष्ट करत होता, दारिद्र्याचे चटके सोसत होता. त्याचे मानसिक भान या पिढीला अंगभूतच होते. त्यामुळे या पिढीला खेड्याशी, आपल्या घराशी घनिष्ठ संपर्क ठेवून राहावे, जगावे लागत होते. खेड्याचे तत्कालीन विद्यमान वास्तव ही पिढी विसरू शकत नव्हती.

१९७०-७२च्या आसपास महाराष्ट्राच्या विविध भागांतील खेडी एका भेसूर अवस्थेत सापडत चाललेली होती. देशाला स्वातंत्र्य मिळून वीसेक वर्षे होऊन गेली होती. या वीस वर्षांत खेड्यांचा फार मोठा अपेक्षाभंग झाला. लोकशाही आल्यावर ग्रामीण विभागाने सर्वांगीण विकासाचे एक स्वप्न उराशी धरले होते, त्याचा आता चक्काचूर झाला होता. १९७२ साली खेड्यात भीषण दुष्काळ पडला होता. त्यामुळे ग्रामीण कष्टकरी जनता सर्वांगांनी उद्ध्वस्त झाली. खेड्यात १९६० नंतरच्या काळात शिक्षणप्रसार, मोफत शिक्षण आले होते; पण १९७०च्या आसपास सरकारी, निमसरकारी, खाजगी नोकऱ्या संपल्या होत्या. त्यामुळे गोरगरिबांची मोठ्या अपेक्षेने शिकलेली पिढी बेकार राहू लागली. तिला पुन्हा अंतर्बाह्यातील शेतीकडे वळावेसे वाटेनासे झाले. वीज, धरणे, पाटबंधारे, नवी औत-अवजारे, नवी सुधारित बियाणे, नवी कीटकनाशक औषधे आली होती; पण त्यांचा फायदा फक्त वतनदार, इनामदार, सरंजामदार, पाटील, देसाई, कुलकर्णी इत्यादी जमीनदारांना, बागायतदारांनाच झाला. छोट्या शेतकऱ्यांना याचा फायदा आर्थिक ओढाताणीमुळे काडीइतकाही झाला नाही. उलट, जमीनदारांनी छोट्या शेतकऱ्यांना आर्थिक आमिषे दाखवून, दडपण आणून मुलांना नोकऱ्या देतो म्हणून सांगून, त्यांच्या छोट्या जमिनी घशात घालून आपली बागायती शेती वाढविली. बलुतेदारांचे परंपरागत धंदे नव्या सुधारणांमुळे, शहरांच्या खेड्यांवरील आर्थिक आक्रमणामुळे बुडाले. आणि

बलुतेदार केवळ मजूर, कामगार, कष्टकरी म्हणून जगू लागले. शहरांकडे त्यांचे लोंढेच्या लोंढे येऊन झोपडपट्ट्या वाढल्या.

१९७०च्या आसपास महाराष्ट्राच्या ग्रामीण राजकारणाचे संदर्भ बदलत जाऊ लागले. महात्मा गांधींच्या नेतृत्वाखाली तयार झालेली, स्वातंत्र्य मिळविण्यासाठी त्याग केलेली, लोकसेवेची मुळात ओढ असलेली राजकीय कार्यकर्ती मंडळी काळाच्या पडद्याआड जाऊ लागली होती, थकली होती. अशा वेळी राजकारणातील ग्रामीण विभागातून पुढे आलेली, लोकसेवेचा, त्यागाचा संदर्भ नसलेली तरुण मंडळी केवळ सत्तेच्या राक्षसी महत्त्वाकांक्षेने प्रेरित होऊन राजकारणात शिरू लागली होती. तत्त्वशून्य, स्वार्थाधिष्ठित, अर्थनिष्ठ, संधिसाधू वृत्तींचा वापर करून, भ्रष्टाचार करून सत्तेवर येऊ लागली होती. तिचे सत्तेचे खेळ सुरू झाले होते. या गडबडीत ग्रामीण समाजाच्या विकासाकडे तिने संपूर्ण दुर्लक्ष केले होते... परिणामी, ग्रामीण समाज अधिकाधिक विकल होत चालला होता. त्याची राजकीयदृष्ट्या प्रचंड फसवणूक सुरू झाली होती.

या पार्श्वभूमीवर ग्रामीण साहित्याच्या चळवळीची जुळवाजुळव झाली. आम्ही आमच्या पिढीचे साहित्यिक एकमेकांशी परिचित होतोच; पण आता संधी मिळेल तसे एकमेकांना भेटू लागलो. विचारांचे आदान प्रदान सुरू झाले. १९७३ साली मी पीएच.डी.चा माझा प्रबंध पुणे विद्यापीठाला सादर केला. त्या जबाबदारीतून मोकळा झालो; पण प्रबंधाच्या अभ्यासाच्या निमित्ताने पाच-सात वर्षे आधुनिक मराठी वाङ्मयाचा, एकोणिसाव्या शतकातील विविधांगी प्रबोधनाचा, साहित्यात काही काळ प्रभावी असलेले मार्क्सवाद, समाजवाद, गांधीवाद यांच्या प्रेरणांचा एकोणिसाव्या शतकातील समाजाच्या सामाजिक प्रबोधनाच्या धारेचा खोलात जाऊन अभ्यास करावा लागला होता. आवड म्हणून पाश्चात्त्य साहित्यविचार आणि त्यांतील विविध वाद (इझम्स) आणि सैद्धान्तिक तत्त्वज्ञान यांचेही वाचन मी माझ्या कुवतीनुसार केले होते. लहानपणापासूनच सर्वोदयी, सेवादलातील, समाजवादी, देशभक्त असलेल्या अनेक व्यक्तींशी संपर्क आला होता. श्रवणभक्तीने त्यांना फक्त ऐकत होतो. खूप काही कळल्यासारखे वाटे; पण स्पष्ट काहीच हाताशी लागत नसे.

या सर्वांचा परिणाम माझ्या कळत-नकळत माझ्या व्यक्तिमत्त्वावर झाला होता. पस्तिशीच्या आसपास स्वतंत्रपणे विचार करण्याची सवय हळूहळू लागत होती, आत्मविश्वास येत चालला होता. या सर्वांचा परिणाम मी ग्रामीण साहित्याचा विचार स्वतंत्रपणे करण्यात झाला. पूर्वसूरींचे मूल्यमापनही माझ्या दृष्टीने बिचकत बिचकत पण बंडखोरवृत्तीने करू लागलो. त्यांच्या मर्यादांवर बोट ठेवू लागलो, लेखणी चालवू लागलो. संधी मिळेल तिथे, विशेषत: ग्रामीण विभागात व्याख्याने देऊ लागलो. तरुण पिढीला आत्मविश्वास देऊन तिची अस्मिता जागवू लागलो. या

पिढीच्या भोवतालची सामाजिक, सांस्कृतिक, राजकीय, वाङ्मयीन परिस्थिती नेमकी काय आहे, त्या परिस्थितीतून वाट कशी काढावी लागेल, हे सांगू लागलो.

ही व्याख्याने एकाच वेळी सामाजिक स्वरूपाची आणि नव्या ग्रामीण साहित्याचा नवा आशय कोणत्या स्वरूपाचा असणे अपेक्षित आहे, याविषयीची असत. माणसाचा समाजाशी अपरिहार्य संबंध असतो. सामाजिक वास्तवाचा परिणाम माणसाच्या जीवनावर होतो. त्याचे अनुभव त्या समाजातच आकाराला येतात. या अनुभवांचे स्वरूप नीटपणे समजून घेऊन कलात्मकतेने साहित्यात ते मांडावे लागतात. सारांश, जीवनमूल्ये, जीवनानुभव आणि साहित्यमूल्ये उत्तम रीतीने एकजीव झाली तरच उत्तम साहित्य जन्माला येते, असे सूत्र माझ्या व्याख्यानांचे असे. यातूनच नव्या साहित्यिकांची, कॉलेजातील तरुण साहित्यिक पिढीची जडणघडण आपणास नीटपणे करावी लागेल, असे वाटून ग्रामीण साहित्य चळवळीचे विचार मनात आकार घेऊ लागले.

या दृष्टीने मी अनेक जाणकारांशी चर्चा करू लागलो. माझ्या पिढीच्या निवडक जाणकार साहित्यिकांना भेटून चर्चा करू लागलो. अनेकांना हे विचार पटत गेले. अनेक जण सुरक्षिततावादी राहून, चळवळीपासून अलग राहण्याचा निर्णय घेऊन तटस्थ राहिले. जे बरोबर आले त्यांना घेऊन १९७७ च्या नोव्हेंबरमध्ये ग्रामीण साहित्यिकांचा पहिला मेळावा पुणे येथील भारती विद्यापीठात श्री. आनंदराव पाटील, श्री. पतंगराव कदम यांच्या मदतीने आयोजित केला.

नंतरच्या दहा वर्षांत एखादी मोहीम चालवावी तशी ही चळवळ सक्रीय झाली. प्रामुख्याने रा. र. बोराडे, वासुदेव मुलाटे, चंद्रकुमार नलगे, भास्कर चंदनशिव, गणेश देशमुख इत्यादी निवडक मंडळींनी अनेक उपक्रम महाराष्ट्राच्या विविध भागांत राबविले. विदर्भात जनसाहित्याची चळवळ, खानदेशात दलित, आदिवासी, ग्रामीण संयुक्त चळवळ इत्यादींनी आकार घेतले. संमेलने, शिबिरे, चर्चासत्रे, व्याख्याने, वार्षिक उपक्रम राबविले. चळवळीविषयी अनेकांनी नियतकालिके काढली. अनेकांनी वैचारिक लेखन करून ग्रंथ, पुस्तके प्रसिद्ध केली. महाराष्ट्राच्या अनेक विद्यापीठात ग्रामीण साहित्याचा समावेश अभ्यासक्रमात करून घेतला. अनेक प्रकाशकांनी त्यावर आवर्जून ग्रंथ प्रसिद्ध केले. हे सर्व आमच्या पिढीने केले आणि 'ग्रामीण साहित्य' हे मराठी साहित्याचे महत्त्वाचे दालन, ग्रामीण बहुजनांचा साहित्य प्रवाह म्हणून त्याला मान्यता प्राप्त करून दिली.

....यातून प्रेरणा घेऊन आता आमच्यानंतरची पिढी सक्रीय झालेली आहे. विपुल प्रमाणात कथा, कविता, कादंबऱ्या, ललित लेख, समीक्षा इत्यादी विविध प्रकार यशस्वीपणे हाताळू लागली आहे, ग्रामीण साहित्य प्रवाह अधिक समृद्ध करू लागली आहे.

भारतीय ग्रामीण साहित्य : तुलनात्मक अभ्यास

भारतीय ग्रामीण साहित्याची संकल्पना ही मुळात 'आधुनिक' साहित्याच्या संकल्पनेच्या प्रवाहातील एक महत्त्वाचे नवे वळण आहे. त्यामुळे आधुनिक साहित्याची संकल्पना अधिक विकसित, अधिक व्यापक झालेली आहे.

आधुनिक साहित्याची संकल्पना ही महाराष्ट्रात इ. स. १८२०च्या आसपास जन्माला आली. या पार्श्वभूमीवर आधुनिक 'मराठी' साहित्याचा विचार करता येतो. मराठी साहित्याचा मूळ स्रोत इ. स. ११८८ साली लिहिल्या गेलेल्या मुकंदराजाच्या 'विवेकसिंधू' या ग्रंथापासून सुरू झाला, असे मानण्यात येते. बाराव्या शतकाच्या उत्तरार्धापासून ते एकोणिसाव्या शतकाच्या प्रारंभापर्यंतचे मराठी साहित्य हे प्रामुख्याने प्राचीन आणि मध्ययुगीन मराठी साहित्य मानले जाते. मूल्यदृष्ट्या या साहित्याचा विचार करताना हे साहित्य प्रामुख्याने 'संत, पंथ, पंत आणि तंत' यांचे आहे. संत वाङ्मयात प्रामुख्याने पारलौकिक, धार्मिक, आध्यात्मिक जीवनमूल्यांना प्राधान्य दिलेले दिसते. जीव, जगत आणि परमेश्वर यांच्यातील एकात्मता साधण्यात मानवाची कृतार्थता सामावलेली आहे. समाजाचे तेच अंतिम ध्येय आहे, असे प्रतिपादन त्यात दिसते. 'पंथ' साहित्यातही प्रामुख्याने तेच प्रतिपादन केलेले दिसते. तरीसुद्धा त्या त्या पंथाच्या परमेश्वरविषयक विशिष्ट कल्पना, त्यांच्या अनुषंगाने जगण्याच्या विशिष्ट (पंथीय) कल्पना, तसेच त्या त्या पंथाच्या गुरूंचेच साहित्य फक्त मानावे, अशा कल्पना प्रभावी दिसतात.

संत व पंथ यांच्या साहित्याची भाषा प्राकृत मराठी असून हे साहित्य प्रामुख्याने ओवी-अभंग वृत्तान्त आहे. तसेच ते गद्य-निवेदनात्मकही आहे. भक्तिरसाने युक्त असे हे साहित्य आहे.

पंत-साहित्य म्हणजे पंडित कवींचे साहित्य होय. या साहित्यात महाकाव्याच्या

आकृतिबंधाचा स्वीकार केलेला दिसतो. प्राचीन भारतीय साहित्यशास्त्राच्या संकल्पनांना अनुसरून याची मांडणी केलेली दिसते. शृंगार, वीर, करुणादि अष्टरसांना प्राधान्य यात दिसते. रसपरिपोषाची संकल्पना यात अनुभवाला येते. राजा किंवा त्या घराण्यातील व्यक्ती यांचे वैभवशाली भौतिक जीवन यात निरनिराळ्या रसांनी युक्त अशा शैलीत रेखाटलेले दिसते. पद्यरचनेच्या विविध वृत्तांचा उपयोग करणारी 'सरणी', 'संस्कृतप्रचुर मराठी भाषा', 'पारंपरिक', 'प्राचीन जीवनमूल्यांचा स्वीकार' इत्यादी वैशिष्ट्ये 'पंत' साहित्याला लाभलेली दिसतात.

तंत-साहित्य म्हणजे मध्ययुगातील शाहिरांचे साहित्य होय. पोवाडा, लावणी यांचा आकृतिबंध प्रामुख्याने स्वीकारून याची निर्मिती केलेली दिसते. प्रामुख्याने वीर आणि करुण रसांचा अवलंब यात असतो. राजे, सरदार, मानकरी, लढाया यांच्या गौरवार्थ 'पोवाडा' हा आकृतिबंध वापरला गेलेला दिसतो. 'लावणी' ही 'लावण्यवती स्त्री' हा विषय घेऊन शृंगाररसाचा अवलंब करणारी दिसते. आवेशयुक्त प्राकृत मराठी भाषेचा उपयोग पोवाड्याच्या आविष्कारासाठी असतो, तर लावणीसाठी शृंगारयुक्त प्राकृत भाषेचा मुक्तपणे उपयोग केलेला दिसतो. 'स्त्री' ही जणू एक भोगवस्तूच आहे, असे गृहितक लावणीमध्ये अनुभवाला येते. या काळात 'बखर' हा गद्य वाङ्मय प्रकारही क्वचित हाताळला गेला आहे.

एकोणिसाव्या शतकाच्या आरंभी जन्माला येऊ लागलेले 'आधुनिक मराठी साहित्य' हे प्राचीन व मध्ययुगीन साहित्याच्या तुलनेत प्रकृतीने अंतर्बाह्य भिन्न असलेले दिसून येते. त्याची ही भिन्न प्रकृती पाश्चात्त्य साहित्याच्या प्रभावातून जन्माला आलेली आहे. १८१८ साली पेशवाई संपुष्टात आली आणि ब्रिटिश साम्राज्याची निरंकुश सत्ता हिंदुस्तानावर प्रस्थापित झाली. एकूण दीडशे वर्षे या सत्तेने हिंदुस्थानावर राज्य केले. ही साम्राज्यसत्ता नुसतीच राजकीय स्वरूपाची नव्हती; तर तिने भारतीय समाजाच्या अंगोपांगात प्रवेश करून त्याचे अंतर्बाह्य स्वरूप बदलून टाकले. या बदलाचा परिणाम म्हणजे समाजाला हळूहळू आधुनिकता प्राप्त होऊ लागली.

आधुनिक समाजातील भारतीय साहित्यक्षेत्रापुरता (त्यातल्यात्यात आधुनिक मराठी साहित्यक्षेत्रापुरता) मर्यादित विचार करायचा झाला तर असे म्हणता येईल की, प्राचीन मराठी साहित्य हे धर्मप्रवण, आध्यात्मिक, पारलौकिक मूल्यांनी प्रेरित होते; तर आधुनिक मराठी साहित्य हे भौतिक, इहलौकिक जीवनवादाचा पुरस्कार करणारे होते. प्राचीन साहित्यात गतानुगतिक सनातन मूल्यांना स्थान होते, तर आधुनिक साहित्यात गतिमान जीवनवादी, पुरोगामी मूल्यांना, समाजजीवनप्रवाहात विकासाच्या विविध टप्प्यांवर बदलत जाणाऱ्या नवनव्या मूल्यांना स्थान होते. भौतिक जीवनवादी आधुनिक दृष्टी ही सुधारणावादी होती, तर प्राचीन दृष्टी ही

नियतिवादी, दैववादी, 'ठेविले अनंते तैसेची राहावे', अशी 'जैसे थे'वादी होती. प्राचीन साहित्य हे जुने ते सोने मानून ते सांभाळण्यात विविध प्रकारची धन्यता मानणारे, त्या जुन्याचा गौरव करणारे, त्याचीच आरास मांडणारे होते, तर आधुनिक मराठी साहित्य भौतिकवादी, गतिमान समाजात वेळोवेळी निर्माण होणाऱ्या अनेक आव्हानांना सामोरे जाणारे, विज्ञानाला प्रमाण मानणारे, सनातन, सांकेतिक, धर्मकल्पना यापेक्षा विकसनशील मानवतावादाला सामोरे जाणारे होते. त्यातूनच समाजाचा आणि साहित्याचा भौतिक विकास होतो, असे मानणारे होते. सारांश, आधुनिक मराठी साहित्याची संकल्पना ही गतिमान समाजाच्या प्रवाहाबरोबर एकनिष्ठ राहणारी, स्वत: विकसनशील असणारी, विद्यमान समाजवास्तवाचा शोधवेध घेणारी आहे. त्याचबरोबर आधुनिक युगाची जी सर्वमान्य मूल्ये आहेत, त्यांची प्रतिष्ठा राखणारी आहे. उदाहरणार्थ, आधुनिक समाजजीवनात समता, स्वातंत्र्य, बंधुता या धर्मनिरपेक्ष लोकशाही मूल्यांना प्रतिष्ठा आहे. त्याचबरोबर विज्ञाननिष्ठा, व्यापक मानवी नीतिमत्ता, व्यक्ती व समाज यांच्या जीवनात सुंदरता आणणारी कलानिष्ठा यांनाही मानणारी आहे. समाजाचे कल्याण लक्षात घेऊन जबाबदारीने व्यक्तीने वर्तन आणि आचरण केले पाहिजे; असे आधुनिक समाज मानतो. म्हणजे व्यक्तिविशिष्ट समाजनिष्ठा यांनाही आधुनिक साहित्यात मूल्यांच्या पातळीवर स्थान असते. यातूनच आधुनिक साहित्यात वेळोवेळी व्यक्तिनिष्ठ आणि सामाजिक पातळीवर प्रयोग, परिवर्तन होतात. उदा. वैयक्तिक पातळीवर आत्माविष्कार, विद्रोह, रोमँटिक वृत्ती, प्रयोगशीलता यांनाही स्थान असू शकते आणि सामाजिक पातळीवर दलित, ग्रामीण, आदिवासी, भटके, फुलेवादी, आंबेडकरवादी, सावरकरवादी इत्यादी परिवर्तनवादी साहित्यनिर्मितीलाही स्थान असू शकते. यामुळे आधुनिक मराठी साहित्य हे प्रवाही, प्रयोगशील, परिवर्तनवादी, विकसनशील, पुरोगामी, नवतावादी इत्यादी विशेषणांनी युक्त होऊन, समाजप्रवाहाच्या हातात हात घालून सतत काळाबरोबर वाटचाल करताना दिसते.

या पार्श्वभूमीवरच ग्रामीण साहित्याची संकल्पना समजून घेतली तर तिचे नीट आणि यथार्थ आकलन होऊ शकेल.

१८२० ते १९७० या दीडशे वर्षांतील आधुनिक मराठी साहित्याने आपल्या प्रवाहाच्या निरनिराळ्या टप्प्यांवर अनेक वळणे घेतलेली आहेत. त्या टप्प्यांवर त्याच्या अंगोपांगाचा विकास होत गेला आहे. सत्तर ते ऐंशीच्या दशकात दलित आणि ग्रामीण साहित्याच्या चळवळी आपापल्या मार्गांनी आकार घेताना दिसतात. यांतील ग्रामीण साहित्याच्या चळवळीचा सामाजिक-सांस्कृतिक अंगांनी विचार केल्याशिवाय साठोत्तरी ग्रामीण साहित्याच्या स्वरूपाचे नीटसे आकलन होणार नाही.

१८२० ते १९७० पर्यंतच्या मराठी साहित्यात ग्रामीण साहित्याची धारा अतिशय सबल स्वरूपात मराठी साहित्यक्षेत्राच्या वळचणीने वाहताना दिसते. तिला या काळात योग्य ते मध्यवर्ती स्थान प्राप्त झालेले नव्हते. असे का व्हावे? त्याची कारणे तत्कालीन मराठी समाजाच्या स्थितिगतीत दिसतात.

भारतीय हिंदुसमाज हा परंपरेने शेकडो वर्षे वर्ण आणि जातिव्यवस्थेमध्ये विभागला गेला होता. या व्यवस्थेमुळे प्रत्येक वर्णाचे आणि जातीचे समाजातील स्थान, अधिकार, व्यवसाय आणि जीवनशैली हे निश्चित झालेले होते. या परंपरेने दिलेला ज्ञानाचा, विद्येचा आणि धर्माचा अधिकार ब्राह्मण वर्णाकडे (किंवा जातीकडे) होता. 'वर्ण' म्हणून त्याला सर्वांत वरचे स्थान होते. धर्माचे अधिकारही त्याच्याकडेच असल्याने तत्कालीन धर्मप्रवण समाजात त्याच्याविषयी इतरांच्या मनात श्रद्धा व आदरही होता. महाराष्ट्रात पेशवाईच्या काळात त्याच्याकडे धर्मसत्ता, ज्ञान विद्यासत्ता यांच्याबरोबर राज्यसत्ताही आलेली होती. त्यामुळे मराठी समाजाच्या सगळ्या नाड्या त्यांच्या हातात गेलेल्या होत्या.

ब्रिटिश साम्राज्य सर्व हिंदुस्थानभर निरंकुशपणे प्रस्थापित झाले. त्या काळात पेशवाई मराठी राज्य हे हिंदुस्थानात सर्वाधिक प्रभावी होते. त्या राज्याचा ब्रिटिशांनी अस्त केल्यावरच हिंदुस्थानवरची ब्रिटिशसत्ता निरंकुश झाली; पण ब्रिटिशांना हिंदुस्थानावरील साम्राज्य केवळ लष्कराच्या बळावर चालवायचे नव्हते, तर हिंदुस्थानी माणसांच्या हातातच दुय्यम व्यवस्था देऊन, त्यांच्याद्वारा हिंदुस्थानात शासकीय किंवा सरकारी व्यवस्थापन निर्माण करावयाचे होते. एवढेच नव्हे तर ब्रिटिश हे जणू परमेश्वराने भारतीय समाजाचे कल्याण करण्यासाठी पाठविलेले देवदूतच आहेत, त्यांचे ज्ञान, लष्कर, समाजव्यवस्था, शिक्षण, जीवनराहणी ही जगात सर्वश्रेष्ठ आणि आदर्श आहे अशी भारतीय मनाची अंतर्बाह्य धारणा व्हावी, अशा हेतूने इथे नवा भारतीय समाज, आधुनिक भारतीय समाज त्यांना निर्माण करावयाचा होता... या हेतूने ब्रिटिशांनी भारतात शिक्षण सुरू केले, सामाजिक (आणि काही प्रमाणात धार्मिकही) सुधारणा केल्या, त्यांना अनुकूल असे कायदे आणले, त्यांच्या अंमलबजावणीसाठी व्यवस्था निर्माण केली. त्या अनुषंगाने न्यायालये निर्माण केली. त्यांना लागणारे नोकर, वकील, अधिकारी यांच्यासाठी शिक्षणाच्या विविध शाखा निर्माण केल्या... महाराष्ट्रापुरते बोलायचे तर या सर्वांसाठी ब्रिटिशांना महाराष्ट्रातील ब्राह्मणवर्ग सर्व दृष्टींनी सोयीचा वाटला. कारण मराठी राज्याच्या अंताच्या वेळी हा वर्ग राज्यकर्ता होता. राज्य कसे चालवावे याचे ज्ञान त्याला होते. समाजाचा धर्म त्याच्या हाती परंपरेने होता. ज्ञानाची व विद्येची परंपरा होती. त्यामुळे ब्रिटिशांना अपेक्षित असे शिक्षण त्याला देऊन त्यादृष्टीने त्याला सुशिक्षित करणे आणि त्याला शासकीय यंत्रणेत समाविष्ट करून घेणे इत्यादी सर्व दृष्टींनी सोयीचे होते.

यातूनच महाराष्ट्रात १८५०च्या आसपास हळूहळू मराठी समाजात नवा सुशिक्षित ब्राह्मणवर्ग तयार झाला. ब्रिटिश शिक्षणव्यवस्थेत पाश्चात्त्य साहित्याचा समावेश असल्याने या नव्या सुशिक्षित ब्राह्मणवर्गाला त्या साहित्याचा परिचय झाला. परिणामी, आधुनिक मराठी साहित्याचा स्रोत नव्या मराठी समाजाच्या सांस्कृतिक अंगाचा एक भाग म्हणून आकार घेऊ लागला. त्यातून अनेक मराठी साहित्यिक पुढे जन्माला आले. तथाकथित आधुनिक मराठी साहित्याची प्रस्थापना झाली. पुढे त्यालाच प्रवाह-स्वरूप प्राप्त झाले.

देशाला स्वातंत्र्य मिळेतोपर्यंत तरी आधुनिक मराठी साहित्यावर ब्राह्मणवर्गाचे वर्चस्व होते. या वर्चस्वामुळे व त्या वर्गाच्या नवसुशिक्षितपणामुळे त्या वर्गाचेच अनुभवविश्व मराठी साहित्यात आविष्कृत होत राहिले. त्या वर्गाच्या विचारविश्वाच्या कक्षेत येणारे नवनवे विचारप्रवाह, विकासाच्या नवनव्या कल्पना, साहित्यनिर्मितीच्या नवनव्या कल्पना, समाजशास्त्र व मानसशास्त्र यांच्यात नवनवी भर पडून त्यांच्या आधारे नवसमाजरचना, मनाची नव्याने कळलेली रचना यांचाही प्रभाव त्या त्या वेळी मराठी साहित्यावर पडत होता आणि विविध नावांनी ही वळणे ओळखली जात होती. उदा. जीवनवादी, कलावादी, मनोरंजनवादी, वास्तववादी, अतिवास्तववादी, मनोविश्लेषणवादी, व्यस्ततावादी, संरचनावादी, विरचनावादी, प्रयोगशील इत्यादी नवी नावे, नव्या संकल्पना त्या वेळी रूढ होत असत. हे सगळे होत असले तरी 'समग्र समाजाचे दर्शन' त्यात काही होत नसे. प्रामुख्याने ब्राह्मण समाज, त्याच्या सुधारणा, त्याचे कुटुंब, त्याचे ताणतणाव, त्याचे त्या वर्गांतर्गत समाजदर्शन एवढ्यापुरतेच ते मर्यादित होते.

अपवाद म्हणून महात्मा फुले यांचे सर्व साहित्य, धनुर्धारी यांची 'पिराजी पाटील' ही कादंबरी, ह. ना. आपटे यांची एखादी कथा, श्री. म. माटे यांचे साहित्य इत्यादींचा उल्लेख करावा लागतो.

१९२० नंतर ही कोंडी हळूहळू फुटताना दिसते. साम्यवादाच्या प्रभावामुळे मुंबईच्या कामगारविश्वावर भा. वि. वरेरकर लिहू लागले. वि. स. सुखटणकर, लक्ष्मणराव सरदेसाई, बा. द. सातोस्कर इत्यादी मंडळी प्रादेशिक जीवनाचे आणि उपेक्षित समाजघटकांचे चित्रण करू लागली. गांधीवादी तत्त्वज्ञानाचा प्रभाव हळूहळू त्या वेळच्या मराठी साहित्यविश्वावर पडू लागला आणि त्यातून कोकणातील, देशावरील, मराठवाड्यातील, विदर्भातील ग्रामीण समाजाचे वास्तव चित्रण मर्यादित प्रमाणात का होईना पण मराठी साहित्यात येऊ लागले.

असे असले तरी पुष्कळ वेळा अशा प्रकारचे साहित्य निर्माण करताना त्या साहित्यातील प्रादेशिक जीवन, ग्रामीण शेतकरी जीवन, कामगारांचे व उपेक्षितांचे जीवन यांच्याकडे पाहण्याचा दृष्टिकोन हा सहानुभूतीचा, त्या समाजाविषयीच्या

कणवेचा होता. समाजातील वरच्या थराने खालच्या थराकडे विशिष्ट अंतर ठेवून सोज्वळपणे पाहण्याचा तो दृष्टिकोन होता... तो क्वचितच खऱ्याखुऱ्या पोटतिडकीतून निर्माण होणारा असे. पुष्कळ वेळा या साहित्यनिर्मितीच्या मागे खालच्या समाजस्तराचे हे चित्रण वरच्या वर्गाच्या सुप्त जिज्ञासापूर्तीचाही विषय असे, तर पुष्कळ वेळा त्या चित्रण-विषयाला रोमँटिक वृत्तीचाही लेखकीय स्पर्श झालेला असे. कित्येक वेळा ग्रामीण माणूस केवळ विनोद विषय म्हणून साहित्यात अवतरताना दिसत होता... सामान्यपणे १९६० पर्यंत मराठी साहित्याची ही स्थिती होती.

१९५०च्या आसपास मराठी साहित्य क्षेत्रात 'नवकथे'चा, 'नवनाटका'चा जन्म झाला. उद्योगप्रधान समाजात माणसाच्या अंतर्मनात होणारी मानसिक आंदोलने 'नवकथेत' रेखांकित होऊ लागली. पारंपरिक 'कथे'ची, नाटकाची जी प्रकृती होती, जो आकृतिबंध होता; तो या प्रयोगशील नवकथेमुळे व नवनाटकांमुळे खिळखिळा झाला. मानसशास्त्रात सखोल संशोधन होऊन अनेक नवनवे शोध लागले. त्यामुळे बाह्य घटना, व्यक्तींचे सामाजिक व्यावहारिक वर्तन यांच्यापेक्षा व्यक्तीच्या अंतर्मनालाच प्रमुख स्थान नवसाहित्यात मिळत गेले. नवप्रतिमावादाचा जन्म होऊन नवकविताही जन्माला येऊ लागली. त्यामुळे जुनी पारंपरिक कवितेचीही संकल्पना कालबाह्य झाली. मुक्त मनाचा आविष्कार मुक्तपणे होण्यासाठी 'मुक्तछंद' जन्माला आला, त्यामुळे मराठी कविताही अंर्तबाह्य बदलली.

या निमित्ताने कला, कलेचे माध्यम, कलेची प्रेरणा, कलेचे ध्येय, ती निर्माण करणारे कलावंत व त्यांचे व्यक्तिमत्त्व, कलाक्षेत्रातील नवनवे अंत:प्रवाह, कलेचे आणि कलावंतांचे स्वातंत्र्य, कलाक्षेत्रातील प्रयोगशीलतेचे महत्त्व, कलेची अनन्यसाधारणता, कलेची स्वायत्तता इत्यादी अनेक विषय साहित्यक्षेत्रात चर्चेसाठी पुढे आले. त्यांच्यावर विपुल मुक्त चर्चा होऊ लागल्या... त्या नियतकालिकांत 'सत्यकथा', 'आलोचना' इत्यादी नियतकालिके अग्रेसर होती... या नियतकालिकांमुळे साहित्यविषयक मुक्त चर्चेला मान्यता मिळत गेली. साहित्याचे स्वरूप अंतर्बाह्य बदलले. प्रयोगांना, नवनव्या कलाविषयक दृष्टिकोनांना, कलेच्या स्वातंत्र्याला, कलावंतांच्या प्रयोगशीलतेला मान्यता मिळत गेली. अशा प्रकारची चर्चा १९५५ ते ७०च्या काळात विशेष प्रमाणात झालेली दिसते. साहित्याकडे सौंदर्यशास्त्रीय दृष्टिकोनातून पाहिले जाऊ लागले. कलावाद, रूपवाद, इत्यादी आशयनिरपेक्ष दृष्टिकोनांचा प्रभाव साहित्यनिर्मितीवर आणि तिच्या मूल्यमापनावर पडू लागला. कलेतून केवळ सौंदर्याचा आस्वाद घ्यायचा असतो, साहित्यकलेचाही असाच आस्वाद घ्यावयाचा असतो; असे मत प्रतिष्ठित झाले. त्यामुळे साहित्यकृतीच्या आस्वादाचे जीवननिष्ठ दृष्टिकोन कालबाह्य होत गेले. १९७० पर्यंत तरी मराठी साहित्याच्या क्षेत्रात या कलावादी, रूपवादी दृष्टीचा प्रभाव होता... हा साहित्याकडे

पाहण्याचा नव्यातील नवा आणि अद्ययावत दृष्टिकोन समजला जात होता... यामुळे समाजजीवन आणि साहित्यकला यांचे संबंध तुटत चालले. 'साहित्यकलेसह सर्वच कला ह्या स्वायत्त असतात', हे मत प्रतिष्ठा पावू लागले.

आतापर्यंत केलेल्या विवेचनातून आधुनिक मराठी साहित्याच्या १९७० पर्यंतच्या वृत्तीप्रवृत्तींविषयी काही सर्वसामान्य निष्कर्ष हाती लागतात.

१) भारतीय समाज हा धर्म, पंथ, जाती, वर्ण, प्रदेश, भाषा, परंपरागत उद्योग- वृत्ती, व्यवसाय यांसारख्या असंख्य तटागटांत हजारो वर्षांपासून विभागत गेला आहे (प्रामुख्याने भारतीय सामान्य माणसाला आपापल्या जाति-धर्मपंथाच्या गटात राहण्यात सुरक्षितता वाटत असते; हे इथे लक्षात ठेवावे.).

२) त्यामुळे आपले वाङ्मयीन अनुभवविश्व सामान्यत: त्याच गटसंस्कृतीपुरते मर्यादित राहते. तेच जिवंतपणे व्यक्त करण्यात आणि त्याचाच बारकाईने वाङ्मयीन आस्वाद घेण्यात त्याला धन्यता वाटते.

३) याचा अर्थ असा नव्हे की एखाद्या गटातील सामान्य माणूस इतर तथाकथित गटांच्या किंवा त्यातील माणसांच्या, त्यांच्या जीवनशैलींच्या विरोधात असतो. सर्वसाधारणपणे तो इतर गटांच्या बाबतीत उदासीन, तटस्थ असतो, असे दिसून येते.

४) १८७० ते १९७०च्या काळात मराठी साहित्याने अनेक टप्प्यांवर नवी नवी वळणे घेतली, विकास केला; पण त्या साहित्याचे आशयविश्व, अनुभवविश्व मात्र सामाजिकदृष्ट्या ठराविक जातिवर्णापुरतेच मर्यादित राहिले.

५) देशाला स्वातंत्र्य मिळाले. लोकशाही, प्रजासत्ताक आले. साम्यवाद, समाजवाद आला. समाजाच्या सर्वांगीण विकासाच्या योजना आल्या. तरीही आधुनिक मराठी साहित्याच्या अनुभवविश्वाचा विकास व्यापक मराठी समाजाला वेंघेत घेईल, अशी चिन्हे दिसेनात. उलट प्रस्थापित साहित्यिकांचा साहित्यविषयक दृष्टिकोन अधिकाधिक आत्मकेंद्रित झाला. त्यांची कलावादी, रूपवादी नव-साहित्यदृष्टी प्रभावी झाली आणि साहित्यातील सामाजिक आशयाला व्यापक सामाजिक अनुभवांना त्यांनी अतिशय चतुराईने फाटा दिला.

साहित्याच्या या काळात महाराष्ट्रात एकूण समाजजीवनाची स्थिती काय होती? १९६० साली महाराष्ट्र राज्याची स्थापना झाली. त्या वेळचे महाराष्ट्र राज्याचे पहिले मुख्यमंत्री यशवंतरावजी चव्हाण यांनी ठराविक वार्षिक उत्पन्नाच्या खाली ज्या कुटुंबाचे वार्षिक उत्पन्न आहे, त्या घरांतील मुलांना महाविद्यालयीन शिक्षण मोफत केले. त्यामुळे बहुजन समाजातील तरुण पिढी भराभर शिक्षणाकडे वळली. त्यांना मोफत शिक्षण मिळू लागले. त्याचबरोबर महाराष्ट्राच्या ग्रामीण विभागांत

शिक्षणसंस्था काढण्यास मुख्यमंत्र्यांनी जोरदार प्रोत्साहन दिले. त्यांच्या प्रोत्साहनाने अनेक शिक्षण संस्था खेड्यापाड्यात जन्माला आल्या. ग्रामीण तरुण पिढीची त्यामुळे खेड्यातल्या खेड्यात महाविद्यालयीन शिक्षण घेण्याची सोय झाली. त्यातून मोठ्या प्रमाणात ग्रामीण समाजातून सुशिक्षित तरुण पिढी तयार झाली.

आजवर शेकडो वर्षे उपेक्षित आणि शोषित असलेला ग्रामीण समाज या तरुण पिढीमुळे प्रथमच जागृतीच्या वाटेवर आणून सोडला गेला. या समाजाला योग्य दिशेने सामाजिक आणि सांस्कृतिक आत्मभान येण्यासाठी त्याला स्थायी स्वरूपाची 'वाचा' देण्याची गरज त्या समाजातील जाणकार, तरुण साहित्यिकांना वाटू लागली. त्यातूनच 'ग्रामीण साहित्याची चळवळ' आकाराला आली.

कोणतीही चळवळ निर्माण होण्यासाठी तिला वैचारिक भक्कम अधिष्ठान देण्याची गरज असते. त्या चळवळीचा पाया केवळ तात्कालिक हेतूने निर्माण केला, तर कालौघात तो संकल्पित हेतू साध्य झाला की ती चळवळ नष्ट होते, तिची गती नष्ट होऊन ती स्थिरपद होते, तिथेच विस्तारत, पुनरावृत्ती करत राहते. हळूहळू निष्प्रभ होऊन ती इतिहासजमा होते. तिचे असे होऊ नये म्हणून तिचा पाया मुळातच भक्कम आणि व्यापक स्वरूपाचा, शाश्वत स्वरूपाचे तात्त्विक अधिष्ठान चळवळीला कसे लाभेल, याचा गंभीर विचार करून निर्माण करावा लागतो. म्हणजे चळवळीची गतिमानता कायम ठेवण्यासाठी ती चळवळ कायमस्वरूपात विकसनशील, प्रवाही ठेवण्याची, अनेक दिशांनी वेळोवेळी ती वाढती ठेवण्यासाठी तिच्यात एक प्रकारची लवचिकता असावी लागते. कोणत्याही एकाच केंद्राभोवती, एकाच खुंट्याभोवती ती फिरत, घोटाळत राहता कामा नये, याचे तात्त्विक अधिष्ठान तिला मुळातच लाभावे लागते.

चळवळीचे हे सूत्र लक्षात ठेवून ग्रामीण साहित्याची चळवळ उभी करण्याचे प्रयत्न झाले. 'भारतीय संस्कृतीचे मूळक्षेत्र ग्रामजीवन हेच आहे.' भारतीय खेडी (ग्रामे) ही शहरांच्याही अगोदरची असून वेदपूर्वकाळापासून ती अस्तित्वात आहेत. हजारो वर्षे अस्तित्वात असलेल्या ह्या खेड्यांतून लोकसंस्कृतीचे झरे आजही वाहत आहेत. ऐंशी टक्के भारतीय जनता आजही ग्रामीण विभागातच राहते; कारण भारत हे कृषिप्रधान राष्ट्र आहे. तेव्हा या कृषिप्रधान राष्ट्राची संस्कृती ही खरी राष्ट्रसंस्कृती आहे. तिचा आधुनिक युगात अनेक अंगांनी विकास करणे, हेच प्रत्येक भारतीयांचे कर्तव्य आहे.

हजारो वर्षे काही ना काही कारणांनी, कोणत्या ना कोणत्या स्वरूपात ही संस्कृती पायदळी चिरडण्याचे, तिची उपेक्षा करण्याचे, तिचे शोषण करण्याचे प्रयत्न अनेक परकीय राष्ट्रांनी, परकीय संस्कृतींनी, परकीय राजेशाह्यांनी, परकीय व्यापाऱ्यांनी, हुकूमशहांनी केले. एवढेच नव्हे तर राष्ट्रांतर्गत स्वरूपातही, समाजांतर्गत

स्वरूपांतही धर्म, पंथ, जाती, वर्ण यांनीही तिचे शोषण करून स्वत: गडगंज होण्याचे प्रयत्न केले.

पण आता आधुनिक युगात आपल्या देशाला प्रथमच स्वातंत्र्य मिळाले आहे. १९५० नंतर प्रजासत्ताक लोकशाही ही शासनव्यवस्था रीतसर प्रस्थापित झाली आहे. त्यामुळे स्वतंत्र, प्रजासत्ताक भारतात त्याचा आत्मा असलेल्या लोकसंस्कृतीचा, ग्रामसंस्कृतीचा सर्वांगीण विकास करण्याचे कार्य प्रत्येक भारतीयाने केले पाहिजे. ग्रामीण माणूस, ग्रामीण समाज केंद्रवर्ती, मध्यवर्ती मानून त्या अनुषंगाने त्याला पूरक अशा इतर अनेक बाबींचाही विकास होत राहीलच, पण त्यांचा गौण प्रधानभाव, मुख्य-आनुषंगिक भाव विसरता कामा नये. आजही भारतीय समाजात अनेक धर्म, जाती, पंथ, प्रदेश राज्ये आहेत; पण त्यांची टोके, आग्रह, संधिसाधूवृत्ती इत्यादी, बाबी भारतीय मूलभूत लोकसंस्कृतीच्या आड येता कामा नयेत. ही लोकसंस्कृती, ही ग्रामसंस्कृती यांनी नटलेला भारतीय समाज एकात्म, एकजीव व्हावयाचा असेल, तर प्रत्येक भारतीय नागरिकाने प्रथम या भारतीय लोकसंस्कृतीला जपले पाहिजे आणि वाढविले पाहिजे, विकसित केले पाहिजे... त्यासाठीच संस्कृतीचे यथार्थ प्रतिबिंब ज्यामध्ये पडते ते ललित साहित्यही अवतरले पाहिजे, असे थोडक्यात 'ग्रामीण साहित्याच्या चळवळी'चे सूत्र सांगता येईल.

अर्थात ग्रामीण साहित्याच्या चळवळीचे हे सूत्र हळूहळू आकारत गेले. हे सूत्र आकारण्यासाठी आजवरच्या आधुनिक मराठी साहित्याच्या उणिवा तर शोधाव्या लागल्याच; पण साहित्यांतर्गत वाटा आणि वळणे, निरनिराळे पंथ आणि प्रवाह इत्यादींचाही तत्कालीन अभिनिवेश, आग्रह, दुराग्रह लक्षात घेऊन साहित्याचा मूळ गाभा नेमक्या कोणत्या साहित्यस्वरूपात सापडतो, याचाही शोध घ्यावा लागला. ह्या शोधयात्रेत एक वाङ्मयीन शाश्वत सत्य सापडले : 'साहित्यात पंथ, संप्रदाय, वाद काहीही असले तरी साहित्य आणि समाजजीवन यांचे नाते शाश्वत आणि अतूट आहे. तेच नाते अनेक अंगोपांगांनी भक्कम करणे चळवळीचे आद्य कर्तव्य आहे. त्यासाठीच वेळोवेळी चळवळी चालव्याव्या लागतात. कारण तात्कालिक अभिनिवेशाच्या भरात, नवतेच्या भरात, दुराग्रहाच्या, अहंकाराच्या भरात, एखाद्या साहित्यिक-समीक्षकांकडून, विचारवंतांकडून वा गटातटाकडून, वर्चस्ववादी जातिधर्माकडून साहित्याचा मूळ आत्मा, मूळ गाभा, बाजूला पडण्याची शक्यता असते. तो तसा पडू नये म्हणून वेळोवेळी जागरण, चळवळी करणे जरुरीचे असते.

ग्रामीण साहित्याच्या चळवळीचे कार्य अशा रीतीने विधायक आणि सर्वांना बरोबर घेऊन जाणारे होते. त्याचा योग्य तो परिणाम १९६० नंतरच्या ग्रामीण साहित्याच्या निर्मितीवर झालेला दिसतो. त्यातूनच साठोत्तरी नवे ग्रामीण साहित्य आकाराला आले.

या चळवळीमुळे महाराष्ट्राच्या ग्रामीण समाजात तरुण साहित्यिकांची एक पिढीच्या पिढी तयार झाली. ही पिढी ग्रामीण समाजाच्या सर्वसाधारण शेतकरी, कुणबी वर्गातून तयार झालेली आहे. त्या अर्थाने ती बहु-जन समाजातील तरुण साहित्यिकांची पिढी आहे. चळवळीने या साहित्यनिर्मितीच्या बाबतीत मोठा आत्मविश्वास प्राप्त झालेला आहे.

चळवळीमुळे पिढीला सामाजिक जाणिवेने प्रेरित होऊन साहित्यनिर्मिती करण्यास प्रवृत्त केले. त्यामुळे या पिढीच्या साहित्यात विद्यमान बहुजन ग्रामीण समाजाचे वास्तव प्रखर स्वरूपात व्यक्त होताना दिसते. हजारो वर्षे प्रस्थापित जातिवर्गाकडून चिरडल्या-भरडल्या गेलेल्या या समाजाचे वास्तव साहित्याच्या माध्यमातून अनुभवताना ते वाचकवर्गास अस्वस्थ करते. ते वास्तव योग्य त्या परिवर्तनाची अपेक्षा करते. पुष्कळ वेळा हे साहित्य परिवर्तनाची सूत्रेही विशद करते. त्यापेक्षा तरुण पिढीची विद्यमान ग्रामीण समाजात कशी घुसमट होते आहे, हे अधिक प्रभावीपणे ते दाखवून देते.

ग्रामीण साहित्याची चळवळ 'साहित्य' म्हणून साहित्याची प्रतिष्ठा करणारी आहे. साहित्याचे साहित्यपण जपणारी आहे. साहित्याला कोणत्याही पंथीय विचारांची बटीक म्हणून वापरणारी 'ग्रामीण साहित्याची चळवळ' नाही. तसेच ही चळवळ साहित्यिकाच्या 'साहित्यिक व्यक्तिमत्त्वाला' मानणारी आहे. ती ग्रामीण साहित्यिकांकडून एवढीच अपेक्षा करते की, 'तुमच्या भोवताली पसरलेला ग्रामीण समाज आणि नागर समाजही पाहा, अनुभवा, त्यातून तुमच्या लक्षात येणारी तफावत, विषमता, सामाजिक उपेक्षा, अन्याय यांची तुम्हीच डोळसपणे पाहणी करा. त्यासाठी महत्त्वाच्या विचारवंतांचे ग्रंथ वाचा. त्यावर चिंतन करा, त्या अनुषंगाने आवश्यक ते वैचारिक, समाजशास्त्रीय, समाजमानसशास्त्रीय, पंथीय इत्यादी स्वरूपाचे वाचन, चिंतन तुम्हीच तुमच्या व्यक्तिमत्त्वानुसार करा आणि तुमच्या अनुभवांना त्या अनुषंगाने अर्थपूर्णता प्राप्त करून द्या आणि ते तुमच्या साहित्यातून व्यक्त करा... यातूनच तुमची सामाजिक जाणीव वाङ्मयीन पातळीवर अभिव्यक्त होईल? अशी ही चळवळ साहित्यिकांकडून अपेक्षा करते.

यामुळे साहित्यिकाच्या निर्मितीचे व अभिव्यक्तीचे स्वातंत्र्य त्याला मिळू शकते. त्याला त्याच्या मनाविरुद्ध कुठल्याही एका विचारवंतांच्या वा महात्म्याच्या दावणीला बांधले जात नाही. चळवळीच्या या धोरणामुळे आज साठोत्तरी ग्रामीण साहित्य प्रभावीपणे व विपुलपणे निर्माण होते आहे. कथा, कादंबरी, ललित लेख, कविता या साहित्यप्रकारांत आज विपुल प्रमाणात निर्मिती होते आहे. ती एकसुरी, एकदेशीय नाही. उलट, ती निर्मिती प्रत्येक ग्रामीण साहित्यिकाच्या विशिष्ट वाङ्मयीन व्यक्तिमत्त्वानुसार होताना दिसते. त्यामुळे या ग्रामीण साहित्यात विविधताही भरपूर

आहे. अनेक अंगांनी बहुजन समाजाच्या ग्रामीण वास्तवावर प्रकाश पडताना या साहित्यातून दिसतो आहे.

जाताजाता मराठी साहित्यक्षेत्रातील एका विद्यमान वस्तुस्थितीची जाणीव करून दिली पाहिजे की, आधुनिक ललित साहित्याच्या जन्मापासून म्हणजे सामान्यपणे १८७० पासून ते १९७० पर्यंत प्रस्थापित नागर मराठी साहित्यात प्रत्येक पंधरा-वीस वर्षांच्या अंतराने साहित्यिकाच्या नव्या पिढीचा जन्म होताना, तिचा प्रभाव मराठी साहित्यावर पडताना दिसत असे; पण आज या नागरक्षेत्रात नवी पिढी जन्मताना अभावानेच जाणवते आहे. उलट ग्रामीण साहित्याच्या क्षेत्रात नवनवे अनेक साहित्यिक महाराष्ट्राच्या विविध क्षेत्रीय ग्रामीण समाजातून नव्या, ताज्या ग्रामीण साहित्याची निर्मिती करताना जाणवत आहेत. त्यांची संख्या वाढती आहे. २१व्या शतकाच्या मध्यावर 'ग्रामीण समाजाचे साहित्य हेच खरे प्रातिनिधिक मराठी साहित्य', म्हणून मान्यता पावले तर मला नवल वाटणार नाही. मात्र ते २१व्या शतकातील आधुनिक ग्रामीण समाजाचे साहित्य असणार आहे आणि ते आजच्या साहित्यापेक्षा खूपच वेगळ्या आशयाचे, वेगळ्या अनुभवाचे असणार आहे, हेही विसरता येणार नाही.

■

साहित्यनिर्मितीचे भान आणि जबाबदारी

साहित्य संमेलनं जवळ आली की, संमेलनांकडून काय अपेक्षा आहेत, याविषयी दरवर्षीच चर्चा होतात. अर्थात 'नेमेची येई पावसाळा' प्रमाणे ही साहित्य संमेलने झाली आहेत. दरवर्षी येणाऱ्या पावसाळ्याचे नावीन्य कोणाला राहिलेले नसले तरी हा पावसाळा शेतीसाठी, समाजाच्या हितासाठी कसा ठरेल, याची उत्सुकता असतेच. साहित्य संमेलनांचेही काहीसे असेच आहे. साहित्य संमेलनाच्या निमित्ताने होणारे वादविवाद हीदेखील आता नैमित्तिक बाब झाली आहे. यापुढे एखादे संमेलन कोणत्याही वादाशिवाय भरले, तर साहित्यिकांनाच काहीतरी चुकल्यासारखे वाटेल. या वर्षीच्या सांगलीमधील साहित्य संमेलनाच्या निमित्तानेही काही कमी वाद झाले नाहीत.

सांगली येथे भरणाऱ्या साहित्य संमेलनाच्या पार्श्वभूमीवर या संमेलनाकडून नेमक्या काय अपेक्षा आहेत, याचा विचार करताना सध्याच्या मराठी साहित्यसृष्टीवर प्रकाश टाकावा लागेल. त्याचप्रमाणे समाजात आलेल्या, येऊ घातलेल्या विविध प्रवाहांचा विचारही या निमित्ताने करावा लागेल. 'सहित नेते' ते साहित्य अशी साहित्याची व्याख्या केली जाते. साहित्य हे समाजाला आपल्याबरोबर घेऊन जाते. त्यामुळे साहित्य आणि समाज हे परस्परांमध्ये मिसळून गेलेले घटक आहेत.

कोणत्याही भाषेतील साहित्यामध्ये नवीन काय हवं या प्रश्नाचं उत्तर देताना अनेक महत्त्वाच्या मुद्द्यांचा विचार आणि चर्चा करण्याची गरज असते. संतपरंपरा लाभलेल्या मराठी साहित्यात नवीन काय हवं हा प्रश्न विचारात घेताना मराठी साहित्यातील प्रक्रिया आणि त्यावर परिणाम करणाऱ्या घटकांच्या अवलोकनाची नितांत गरज आहे. कोणत्याही भाषेतील साहित्याचं नातं त्या समाजाशी, समाजातील परिवर्तनांशी आणि मुख्य म्हणजे समाजाकडून जोपासल्या गेलेल्या संस्कृतीशी

असल्यामुळे या विषयाचा 'पट' रंगवणं हे बरंच जिकिरीचं काम आहे.

एखाद्या भाषेवर अनेक घटक परिणाम करतात. त्या घटकांचा संबंधित भाषेतील साहित्यावर परिणाम होणं स्वाभाविक आहे. साहित्याच्या निर्मितिप्रक्रियेत तीन घटक अत्यंत प्रभावीपणे परिणाम घडवत असतात. साहित्यिकांच्या या निर्मिती प्रक्रियेला 'दुर्बोध' मानून ती सामान्य वाचकांकडून एका उच्च पातळीवर नेऊन ठेवली जाते. साहित्यनिर्मितीच्या प्रक्रियेत साहित्यिकाचं व्यक्तिमत्त्व, त्या साहित्यिकांच्या काळापर्यंत निर्माण झालेले साहित्य आणि समाजाची स्थिती व गती हे तीन घटक महत्त्वाचे आहेत, असं मला वाटतं. हे तीनही घटक आपापल्या परीनं सतत कार्यशील असतात. त्यांच्या कार्यकक्षा इतक्या विस्तारतात की, एकमेकांवर अंमल गाजवतात. ही सगळी प्रक्रिया त्या लेखकाच्याही नकळत घडत असते. या तीनही घटकांच्या एकमेकांवरील अंमल गाजवण्याच्या प्रक्रियेमुळे साहित्यात कुंठितपणा, गतिमानता, विकास आणि विस्तार होत राहतो. यांपैकी नेमकं काय होईल आणि साहित्याला प्रवाहीपणा कसा प्राप्त होईल हे सांगणं अवघड आहे. यातूनच लेखकाची एखादी शैली किंवा बाज तयार होतो आणि त्यालाच आपण त्या लेखकाच्या 'प्रवाहीपणाचा दाखला' असं म्हणतो. या तीनही घटकांचा मारा कधीकधी घातक ठरतो, तर कधी साहित्यिकाला मोठं नाव मिळवून देतो. या सगळ्या प्रक्रियेतून घडणारा साहित्यिक प्रस्थापित व्यवस्थेवर आरूढ होऊन स्वत:ची उंची वाढवण्याचा प्रयत्न करत राहतो.

साहित्यिकाचं व्यक्तिमत्त्व कोणत्या धाटणीचं आहे यावर नवीन काय निर्माण होईल, याचा अंदाज लावता येणं शक्य आहे. उदाहरणार्थ, वृत्तपत्रातून लेखन करणाऱ्या व्यक्ती नवीन काही निर्माण करू शकत नाहीत. एखाद्या विषयाची चर्चा करणं किंवा एखाद्या चर्चेवरून नवीन विषय हाताळणं एवढ्या चौकटीत राहणाऱ्यांकडून नवीन निर्मितीची अपेक्षा करणं अयोग्यच म्हणावं लागेल. लेखकाच्या काळापर्यंत निर्माण झालेल्या साहित्याचा परिणामही लेखकावर होतो. उदाहरणार्थ, एखादा काळ स्त्रीवादी, दलित किंवा ग्रामीण कथा यांसारख्या प्रवाहांमुळे गाजत असेल, तर त्या काळातील लेखकांवर त्याचा परिणाम निश्चितपणे होतो. या दोन्ही घटकांबरोबर समाजाच्या स्थिती-गतीचाही परिणाम लेखकावर होतो. समाजात काय चाललं आहे हे न पाहता समाजविन्मुख होऊनदेखील साहित्यनिर्मिती केली जाते. समाज ही प्रवाही व्यवस्था असते. सतत बदलण्याचा, पुढे जाण्याचा आणि वाहण्याचा तिचा अंगभूत गुण आहे. या गुणाकडे दुर्लक्ष करून साहित्यनिर्मिती होते तेव्हा लेखक फार तर लोकप्रिय ठरू शकतो. परंतु, कसदार नाही. लोकप्रिय साहित्यिक कोणत्याही परिस्थितीत चालू शकतो.

साहित्यावर परिणाम करणाऱ्या या तीनही घटकांचा विचार करता आणखी एक

महत्त्वाचा मुद्दा पुढे येतो, तो समीक्षेचा! स्पष्ट केलेल्या या तीन घटकांच्या परिणामातून निर्माण होणाऱ्या साहित्याचं परखड समीक्षण होण्याची गरज असते. साहित्यावर परिणाम करणाऱ्या तीन घटकांचेही समीक्षण होणं आवश्यक आहे.

या सगळ्या चर्चेचा धागा मराठी साहित्याशी बांधताना साहित्यक्षेत्रातील अडचणी पुढे येतात. माझ्या मते, कसदार आणि परखड समीक्षकांचा अभाव ही आजच्या मराठी साहित्यातील सगळ्यात महत्त्वाची अडचण आहे. अर्थात समीक्षकांना वाव मिळत नाही हे याचं मुख्य कारण आहे. पूर्वीच्या काळी जवळजवळ ६०-७० वाङ्मयीन नियतकालिकं होती. साहित्याच्या चळवळीचा आत्मा असलेल्या या नियतकालिकांमधून इतर साहित्याबरोबर समीक्षेलाही महत्त्वाचं स्थान दिलं जात असे. सध्याची परिस्थिती मात्र यापेक्षा वेगळी आहे. सध्या साहित्याला वाहिलेल्या नियतकालिकांच्या चळवळी थंडावल्या आहेत. जी नियतकालिके सध्या सुरू आहेत त्यांना अनेक अडचणी आणि समस्यांना सामोरं जावं लागत आहे. त्यामुळे एकूणच साहित्याकडे गांभीर्याने पाहण्याची दृष्टी लोप पावली आहे. 'वृत्तपत्र' या सध्याच्या लोकप्रिय माध्यमालाही या सगळ्या प्रक्रियेविषयी गांभीर्य उरलेलं नाही, असं खेदानं म्हणावं लागेल (हल्ली दोनशे शब्दात अमुक पुस्तकाचं समीक्षण लिहा, असं पत्र समीक्षकाला दिलं जातं.). या सगळ्या घटकांचा परिणाम मराठी साहित्यावर होत आहे. सध्याचं मराठी साहित्य या सगळ्या प्रक्रियांमुळं काहीसं भांबावलेलं दिसतं.

सामाजिक परिवर्तनाच्या प्रक्रियेत चाचपडण्याचा प्रयत्न करणाऱ्या मराठी साहित्यात खरोखरच नवनिर्मितीची गरज निर्माण झाली आहे. अनेक कारणांमुळे मराठी साहित्यविश्वात निर्माण झालेली कोंडी फोडण्यासाठी प्रयत्नांची पराकाष्ठा करणं अपरिहार्य आहे. समाजाच्या प्रवाहाबरोबर हात धरून चालणाऱ्या साहित्यक्षेत्रात अचानक बदल होणं किंवा एका रात्रीत नवीन प्रवाह निर्माण होणं अवघड आहे, याची जाणीव ठेवूनही काही महत्त्वाच्या मुद्द्यांकडे लक्ष दिल्यास, मुख्य म्हणजे साहित्यविश्वाकडे गांभीर्याने पाहिल्यास अपेक्षित बदल घडवून आणणं निश्चितच शक्य होणार आहे. मराठी साहित्याची पालखी सध्या तरुण पिढीच्या खांद्यावर असल्यामुळे या पिढीकडून अनेक अपेक्षा व्यक्त होणं स्वाभाविक आहे. मराठी साहित्यात महत्त्वपूर्ण कामगिरी बजावणाऱ्या वाङ्मयीन नियतकालिकांची संख्या वाढणं आणि त्यांचा दर्जा सुधारणं अपेक्षित आहे. मराठी साहित्यात नवीन काय हवं हे नेमकेपणानं सांगता येणं कठीण असलं तरी काही नवीन निर्माण होण्याची गरज निश्चितपणे वाटू लागली आहे.

संपूर्ण समाज सध्या संक्रमणावस्थेतून जात आहे. अनेक प्रलोभनांचा मारा, चंगळवादी जीवनशैलीचं आकर्षण आणि बदलती मानसिकता या सगळ्यामुळे आपल्याला समाजाच्या दिशेचं स्पष्ट भान आलेलं नाही. हे भान येण्यासाठी योग्य

काळ जाऊ देणं आवश्यक आहे; परंतु त्याचबरोबरीनं साहित्यासारख्या महत्त्वपूर्ण क्षेत्रामध्ये नवीन लेखन निर्माण होणं आवश्यक आहे. समाजाच्या संक्रमणावस्थेला दोष देऊन निराश होणं हिताचं ठरणार नाही. सध्याच्या तरुण पिढीची मानसिकता बदलत असली तरी साहित्यक्षेत्राकडे पाहण्याचा त्यांचा दृष्टिकोन संकुचित आहे असं मात्र म्हणता येणार नाही. पुण्या-मुंबईतील साहित्यिकांच्या लेखनावरून संपूर्ण मराठी साहित्याचं अवलोकन करणं अन्यायकारक ठरेल. ग्रामीण भागामध्ये उमेदीनं आणि उत्साहानं लेखन करणाऱ्या तरुण-तरुणींची संख्या बरीच आहे; परंतु योग्य मार्गदर्शनाअभावी त्यांना अनेक समस्यांना सामोरं जावं लागतं. तरीही ते सर्वजण प्रयत्नपूर्वक लिखाण करतच आहेत. ग्रामीण भागालगतच्या काही शहरात अलीकडेच झालेली विभागीय साहित्य संमेलने पाहता याची प्रचीती येते. समाजातील या सगळ्या अवस्था आणि परिस्थितीचा विचार करून मराठी साहित्यात नवनिर्मिती होणं आवश्यक आहे. तरुण पिढीच्या जाणिवा अभ्यासून त्यांच्या समस्या आणि प्रश्नांचा विचार करण्याची गरज आहे. आजच्या काळातील युवकांचे प्रश्न समजून घेताना पूर्वीच्या काळातील मोजपट्ट्या वापरणं वेडेपणाचं ठरेल. समाजाची सद्यस्थिती आणि तरुण पिढीची मानसिकता यांचं अचूक निरीक्षण करण्याची गरज आहे. सध्याचे बरेच लेखक प्रवाहपतित आहेत. मराठी साहित्यात नवनवीन निर्मिती होण्यासाठी ध्येयवादी तरुणांना घडवण्याची जबाबदारी आपण घेणं आवश्यक आहे. 'पोटासाठी प्रकाशन' आणि 'प्रसिद्धीसाठी लेखन' या संकल्पना बदलण्याची गरज आहे. कसदार साहित्याच्या निर्मितीसाठी जोमाने प्रयत्न करण्याची गरज आहे. यासाठी योग्य संघटना निर्माण झाल्या पाहिजेत. फुटलेल्या ढगाप्रमाणे विस्कळीत झालेल्या समाजाला दिशा देण्याची जबाबदारी साहित्य व साहित्यिकांवर आहे.

■

एकविसाव्या शतकाच्या आरंभीची समाजस्थिती आणि साहित्य

आपणास साहित्यिक व्हायचे असेल तर आपण काही गोष्टी लक्षात ठेवल्या पाहिजेत. विशेष म्हणजे आपल्या साहित्यिक उमेदवारीचा, उपासनेचा काळ साहित्यिकाच्या जीवनात महत्त्वाचा असतो. अगदी आरंभीच्या काळात, आपल्या कुमार-वयात साहित्यनिर्मिती ही आनंददायी, उत्साहवर्धक केवळ शब्दक्रीडा वाटत असते. शब्दांशी खेळता खेळता यमक जुळतात, कवितासदृश ओळ, आपण एकीखाली दुसरी, दुसरीखाली तिसरी आणि तिसरीखाली चौथी अशी लिहू लागतो... आणि आपणास कविता करता आली, असे आपल्या बालमनास वाटू लागते; पण तत्त्वत: ती कविता नसते, शब्दांचा तो एक हौसेमौजेचा खेळ असतो; केवळ एक छंद असतो. कवितानिर्मिती हा खेळ किंवा छंद नाही, ते एक व्रत आहे, असे आपणास सुजाणपणी कळतं. कधीकधी ते फारच उशिरा कळतं. ...फुलांची पेंढी आणि फुलांचा गुच्छ या दोघांचं मूलद्रव्य जी फुले; ती एकच असली तरी; जोपर्यंत गुच्छातील फुलांची सौंदर्ययुक्त संगती आणि मांडणी आपल्या संवेदनशील मनास जाणवत नाही, किंवा मनाची तशी जडणघडण आपण जोवर करत नाही, तोवर आपण खऱ्या अर्थानं कवीच होऊ शकत नाही... आणि त्यामुळे फुलांच्या पेंढीलाच पुष्पगुच्छ मानू लागतो, कधीकधी आयुष्यभर ही गफलत, हा गैरसमज चालूच राहतो आणि सारे आयुष्य वाया जाते.

म्हणून नवोदित साहित्यिक मित्रांनी, चांगला साहित्यिक व्हायचं असेल तर आपल्या उमेदवारीच्या काळात, साहित्याची उपासना ही डोळसपणे, जाणीवपूर्वक, अभ्यासपूर्वक केली पाहिजे... कोणतेही शास्त्र असो वा कला असो, तिची अभ्यासपूर्वक

साधना केल्याशिवाय ती आत्मसात होऊच शकत नाही.

कलेच्या बाबतीत तर हे फारच महत्त्वाचे आहे... धांगडधिंगा म्हणजे नृत्य नव्हे आणि आरडाओरडा म्हणजे गीत नव्हे. नृत्यासाठी लागणारे पाय आणि हात सर्वांजवळच असतात; पण पायांनी चालणे किंवा हातांचे चाळे म्हणजे नृत्य नव्हे. त्यासाठी पायांतून लय-तालबद्ध पदन्यास आणि हातांतून हस्तमुद्रा जन्माला याव्या लागतात. तरच 'नृत्य' ही कला जन्माला येते. गायनकलेचेही तसेच आहे. प्रत्येकाला नरडे हे असतेच; पण त्या नरड्याला 'गळ्या'चे वैभव आणि रूप प्राप्त झाले तरच गीत जन्माला येते. साहित्याचेही तसेच आहे. जातिवंत साहित्यिक कलावंत हा कोणी शब्दार्थांची जोडणी करणारा सुतार किंवा शब्दांना बडवून, काटछाट करून, एकत्र जोडणारा लोहार नसतो. ज्ञानदेवांनी साहित्यिकाला 'शब्दसृष्टीचा ईश्वर' म्हटले आहे, सुतार किंवा लोहार म्हटले नाही. याचे कारण साहित्यिक हा शब्दकोशातील निर्जीव शब्दांत चैतन्यमय सुंदर अनुभवांचा प्राण भरणारा, त्यांना आत्मतत्त्वांनी साकारणारा, त्या शब्दांचा कोश नव्हे तर शब्दसृष्टी निर्माण करणारा परमेश्वर असतो, असं म्हटलं आहे....

सारांश

कलेच्या क्षेत्रात काही काळ जाणीवपूर्वक उमेदवारी, उपासना, साधना केल्याशिवाय कलेची सौंदर्यदेवता प्रसन्न होऊ शकत नाही. हे मी एवढ्यासाठी सांगतो आहे की, गेल्या दहा-बारा वर्षांत मराठी साहित्याच्या क्षेत्रात एका मोठ्या स्थित्यंतराची चाहूल लागत आहे. एकविसाव्या शतकाच्या आरंभी हे होऊ घातलेले स्थित्यंतर माझ्या दृष्टीने अतिशय महत्त्वाचे आहे. गेल्या सात-आठ वर्षांपासून माझ्याकडे प्रत्येक वर्षी चाळीस-पन्नास नवी पुस्तके भेटीदाखल, अभिप्रायासाठी, प्रस्तावनेसाठी किंवा लेखी आशीर्वादासाठी येत असतात. ही सर्व पुस्तके महाराष्ट्राच्या विविध ग्रामीण भागांतून, ग्रामीण समाजातून येत असतात. केवळ माझ्याकडे भेटीदाखल येणाऱ्या पुस्तकांची संख्या जर चाळीस-पन्नास असेल तर प्रत्यक्षात निदान दोन अडीचशे पुस्तके तरी मराठी ग्रामीण समाजात प्रसिद्ध होत असली पाहिजेत. या पुस्तकांचे सर्व लेखक तरुण, नवोदित असतात. स्वत: आर्थिक धस सोसून, प्रकाशकांनाच पदरचे पैसे देऊन त्यांनी ही पुस्तके प्रसिद्ध केलेली असतात. शुद्धलेखनाच्या त्यात असंख्य चुका असतात. प्रामुख्याने ही पुस्तके कवितासंग्रह, कथासंग्रह असतात. क्वचित कादंबऱ्याही असतात. ही पुस्तके प्रसिद्ध करण्यापाठीमागे प्रामुख्याने प्रसिद्धीची हौस किंवा सोस, हव्यास असतो, हे त्यातील साहित्य वाचल्यावर लक्षात येते... चुकून एखादे पुस्तक वाङ्मयीनदृष्ट्या चांगले महत्त्वाचे किंवा लक्षवेधी असते; नाही असे नाही... पण बहुतेक पुस्तके वाचताना असे लक्षात येते

की या लेखकांना पद्यरचना आणि अस्सल कविता, हकिकत लिहिणे आणि एखादी कथानिर्मिती करणे यांतील फरक कळलेला नसतो... कथा-कादंबरीचे लेखन जाणीवपूर्वक कलात्मक दृष्टी जागृत ठेवून करण्यापेक्षा ते एकटाकी भराभर माहिती लिहून काढावी, तसे करतात....

त्यांची ही पुस्तके वाचून एक ग्रामीण साहित्यिक या नात्याने मला हळहळही वाटते आणि आनंदही होतो. हळहळ एवढ्यासाठी वाटते की, ह्या नवोदित ग्रामीण साहित्यिकांजवळ त्यांच्या ग्रामीण समाजजीवनात सापडलेलं फार मोठं अनुभवाचं सोनं आहे; त्यांच्याजवळ प्रतिभाही आहे; पण त्यांच्याजवळ प्रतिभा असली तरी ती अजून अजाण, अनघड आहे. त्यामुळे ती प्रतिभा अनुभवाच्या सोन्यावर कलात्मकतेचे, नवीन उन्मेषाचे संस्कार नीटपणे, सुजाणपणे, प्रौढ गंभीरतेने करू शकत नाही. त्यामुळेच त्यांच्या साहित्यकृती सामान्य पातळीवरच रेंगाळत राहतात. त्या रसिक वाचकांकडून अलक्षित किंवा उपेक्षितही होतात. म्हणून मी नवोदित साहित्यिकांना अशी नम्र विनंती करीन की, त्यांनी आपला हा काळ साहित्यक्षेत्रात उमेदवारीचा, उपासनेचा काळ आहे, हे ओळखावे.

या काळात त्यांनी पूर्वसूरींच्या उत्तम साहित्यकृतींचा अभ्यास करावा. साहित्याचे केवळ वाचन, केवळ आस्वाद घेणे म्हणजे साहित्याचा अभ्यास करणे नव्हे. त्याचबरोबर हेही लक्षात ठेवावे की त्यांनी स्वत: एक निर्माणशील साहित्यिक या नात्याने, साहित्यकृतीच्या निर्मितीच्या अंगाने इतरांच्या साहित्यकृतींचा अभ्यास करायचा असतो. या अभ्यासामुळे तुम्ही तुमच्या ज्या जीवनानुभवाची कथा, कविता किंवा कादंबरी घडविणार असता; त्या अनुभवाची अनेक अंगोपांगे (उदा. भावना, विनोद, कल्पना, घटना, नाट्य, चिंतन-विचार, काव्य, संवादस्थळे, निवेदनस्थळे, आविष्कारस्थळे इ.इ.) निर्मितीसाठी तुमच्या लक्षात येतील आणि तुमची साहित्यकृती वाङ्मयीन गुणांनी तसेच कलागुणांनी समृद्ध होऊ शकेल.

या उमेदवारीच्या काळातच तुम्ही जर भारतीय समाजशास्त्र, मराठी ग्रामीण समाजशास्त्र, भारतीय संस्कृती, सामाजिक मानसशास्त्र, भारतीय तत्त्वज्ञान यांसारखे ग्रंथ अभ्यासले, तर तुम्हाला तुमच्याच समाजाची सखोल ओळख होऊ शकेल. मराठी माणसाचे अंतर्मन, त्याची संस्कृती, त्याच्या जीवनाची श्रद्धास्थाने, जीवनाविषयीच्या त्याच्या कल्पना सखोलपणे, व्यापकपणे तुम्हाला कळू शकतील आणि तुम्ही जातिवंत, सुजाण साहित्यिक होऊ शकाल.

मला माहीत आहे की, यासाठी लागणाऱ्या पुस्तकांचा आणि ग्रंथांचा अभाव ग्रामीण समाजात मोठ्या प्रमाणात आहे; पण त्याच्यावर उपायही अनेक आहेत. ग्रामीण विभागात अनेक वाचनालये, ग्रंथालये असतात. ती सटरफटर पुस्तके खरेदी करतात. तुम्ही वर्गणीदार वाचक असाल तर वाचकवर्गाला एकत्र करून

किंवा एकत्र येऊन, ठराव करू शकता आणि हवी ती पुस्तके, ग्रंथ वाचनालयास आणण्यास भाग पाडू शकता. हीच कृती तालुका ग्रंथालय, जिल्हा ग्रंथालय यांच्या बाबतीत करता येणे शक्य आहे. याशिवाय वैयक्तिक पातळीवर हवी असलेली पुस्तके वा ग्रंथही तुम्ही खरेदी करू शकता. कथा-कादंबऱ्या इत्यादी ललित वाङ्मयाची पुस्तके तुम्ही वाचतच असाल; पण आताच मी निर्दिष्ट केले ते वैचारिक ग्रंथही साहित्यिकांनी आपल्या व्यक्तिमत्त्वाचा वैचारिक विकास करण्यासाठी वाचण्याची गरज असते. अशा ग्रंथांचा अभ्यास केल्यास ग्रामीण समाजाच्या विद्यमान स्थितिगतीची साक्षेपी समीक्षा आपण करू शकतो. तिची सामाजिक, मानसिक, सांस्कृतिक, वैचारिक अंगे आपण जाणू शकतो. त्यामुळे आपल्या नवनव्या साहित्यकृती समाजावर प्रकाश पाडणाऱ्या भरीव साहित्यकृती होऊ शकतील. आणि अशाच साहित्यकृती साहित्यक्षेत्रात अजरामर किंवा चिरस्थायी होऊ शकतात. म्हणून वैचारिक ग्रंथांचाही अभ्यास साहित्यिकाला आवश्यक असतो.

याशिवाय आणखी काही गोष्टी करता येण्यासारख्या आहेत. ग्रामीण समाजात आता हळूहळू अनेक ठिकाणी निरनिराळी साहित्य-संमेलने तालुका पातळीवर, जिल्हापातळीवर, एवढेच नव्हे तर प्रादेशिक पातळीवरही संपन्न होऊ लागली आहेत. या संमलेनांची अनेक दृष्टींनी गरज तर आहेच, पण त्यांना काही अंगभूत मर्यादाही असतात, हे आपण लक्षात ठेवले पाहिजे. विशेषत: नवोदित साहित्यिकांच्या साहित्याची निर्मिती नीटपणे, सुजाणपणे आणि सशक्तपणे होण्यासाठी ग्रामीण समाजात केवळ संमेलने घेण्यापेक्षा शिबिरे किंवा कार्यशाळा घेण्याची नितान्त आवश्यकता आहे. ती सातत्याने घेतली पाहिजेत. शिबिरांना उपस्थित असलेल्या साहित्यिकांच्या साहित्यकृती वाचून त्यांच्यावर निर्मितीच्या अंगांनी चर्चा आणि मार्गदर्शन होत राहिले पाहिजे; तरच ग्रामीण समाजातील नवोदित साहित्यिकांची वाङ्मयीन जडणघडण योग्य दिशेने होईल, असे मला वाटते. म्हणून आता ग्रामीण समाजात साहित्यिक शिबिरसंस्कृतीचा उदय झाला पाहिजे.

आजवर मराठी साहित्याची निर्मिती प्रामुख्याने पुणे-ठाणे-मुंबई या महाराष्ट्राच्या शहरांत होत होती. पांढरपेशा मध्यमवर्गीय माणसाचे जीवन रेखाटणे हाच या साहित्याचा आशय, विषय आणि ध्येयधोरणही होते. पुणे-ठाणे-मुंबई हा शहरी पट्टा एकूणच मराठी साहित्यनिर्मितीचे मध्यवर्ती केंद्र होते. तिथे पिकेल तेच महाराष्ट्रभर प्रमाण मराठी साहित्य आजवर मानले जात असे. बाकीचे म्हणजे ग्रामीण, दलित, आदिवासी, भटके इत्यादींचे साहित्य या मध्यवर्ती केंद्राच्या वळचणीचे साहित्य म्हणून त्याला दुय्यम स्थान दिले जात होते.

पण गेल्या सात-आठ वर्षांत या केंद्रावर कळतनकळत मळभ साठत चालले

आहे; त्याच्यावर झाकोळ येत चालला आहे. १९९०-९१ पर्यंत या शहरी पट्ट्यात दहा दहा वर्षांनी साहित्यिकांची नवी पिढी जन्माला येत होती, भरघोस साहित्यनिर्मिती करत होती. या काळात अनेक मासिके हे साहित्य प्रसिद्ध करीत होते. अनेक मोठमोठ्या प्रकाशन संस्था त्यांचे ग्रंथ प्रतिष्ठापूर्वक सन्मानाने प्रसिद्ध करत होत्या. लेखकांना मानधन देत होत्या.

पण १९९०-९१ नंतर परिस्थिती बदलत गेली. या पट्ट्यातील तरुण पिढी आर्थिक, व्यावसायिक आणि जागतिकीकरणाच्या कारणांमुळे इंग्रजी माध्यमाच्या शिक्षणाकडे वळली. आणि मराठी संस्कृती, मराठी साहित्य, देशी मराठी समाज यांच्यापासून मनाने नकळत तुटत गेली. परदेशी नोकऱ्यांना प्राधान्य देऊन परदेशात जाऊन स्थायिक होऊ लागली. परिणामी, या पट्ट्यातील तरुण साहित्यिक पिढी नष्टप्राय झाली... जे कोणी थोडे तरुण साहित्यिक दिसतात ते निस्तेज, निष्प्रभ आहेत. त्यांच्यात नवसमाजाच्या जाणिवांपेक्षा व्यक्तिकेंद्रितता, रोमँटिक वृत्तीच अधिक दिसते. यातील तरुण स्त्रियांचे लेखनही शहरीवृत्तीच्या बाहेर जात नाही. त्यांचा स्त्रीवाद वा रोमँटिक वृत्ती ही आता गतानुगतिकच वाटते.

साहित्याला प्राधान्य देणारी मासिकेही १९८० पर्यंत या पट्ट्यात भरपूर होती. तीही धडाधड बंद झाली आहेत. अनेक मोठ्या प्रकाशन संस्थाही बंद झाल्या आहेत. आणि सामान्य दर्जाचे पोटभरू प्रकाशक उदयाला आले आहेत. ते साहित्याचा दर्जा न पाहता लेखकांकडूनच पैसे घेऊन त्यांची पुस्तके प्रकाशित करत आहेत. छोट्या-मोठ्या गटातटांत छोटे-छोटे पुरस्कार देण्या-घेण्याची धंदेवाईक वृत्ती भरपूर वाढलेली आहे. वर्तमानपत्रांतील पुस्तक-परीक्षणेसुद्धा अशीच झालेली आहेत. वर्तमानपत्रातील अपुऱ्या जागेमुळे ती एकदोन छोट्या परिच्छेदांतच गोलमाल मजकूर प्रसिद्ध करताना दिसतात. सारांश, या पट्ट्यातील साहित्यक्षेत्रावर आलेले मळभ किंवा झाकोळ अशा स्वरूपाचे आहे. याउलट, मराठी ग्रामीण समाजातील तरुण साहित्यिक पिढीची स्थिती आहे. तिच्या वाङ्मयीन उत्साहाला उधाण आलेले आहे.

१९६० साली महाराष्ट्र राज्याची स्थापना झाली. त्यानंतर त्या वेळचे मुख्यमंत्री यशवंतराव चव्हाण यांनी शिक्षण-सवलती जाहीर केल्या. ग्रामीण विभागातील ठराविक वार्षिक उत्पन्नाच्या खाली ज्यांचे उत्पन्न आहे अशा कुंटुंबांतील मुलांना त्यांचा भरपूर फायदा मिळाला. त्याच काळात मुख्यमंत्र्यांनी ग्रामीण विभागात नव्या शिक्षणसंस्था स्थापन करण्यास प्रोत्साहन दिले. त्यांनाही अनेक आर्थिक सवलती मिळाल्या. परिणामी १९७०-८०च्या सुमारास ग्रामीण विभागात शिक्षणाचा प्रसार झपाट्याने झाला आणि नवी तरुण पिढी शिकू लागली. पंचवार्षिक योजनांच्या विकासाचा हा काळ होता. त्यामुळे पदवीधर, सुशिक्षित तरुण पिढीला लहान

मोठ्या स्वरूपात खाजगी व सरकारी क्षेत्रांत भराभर नोकऱ्या मिळू लागल्या.

पण १९९०-९५च्या काळात जागतिकीकरणाचे वारे वाहू लागले. भारताची लोकसंख्या प्रचंड प्रमाणात वाढली. उद्योगधंदे, स्वतंत्र व्यवसाय, तंत्रविज्ञान, सरकारी खाती इत्यादी क्षेत्रांत स्थिरता आली. हळूहळू 'साचलेपणा' निर्माण झाला. ग्रामीण विभागात प्रामुख्याने 'आर्टस, सायन्स, कॉमर्स' याच प्रकारचे शिक्षण देणारी महाविद्यालये असल्यामुळे त्यांतून पदवीधर होणाऱ्या ग्रामीण तरुणांना १९९०-९५ पासून नोकऱ्या मिळेनाशा झाल्या. आर्थिकदृष्ट्या शहरी समाजापेक्षा ग्रामीण समाज मागासलेला असल्यामुळे त्याला शहरात येऊन तंत्रविज्ञानाचे, खाजगी महाविद्यालयांतील महागडे शिक्षण घेणे परवडणारे नव्हते. त्यामुळे शहरातील तरुणवर्गच ते शिक्षण घेत असे व तंत्रविज्ञानाच्या क्षेत्रात नोकऱ्या मिळवत असे. इंग्रजी माध्यमामुळे तो परदेशीही जाऊन नोकऱ्या मिळवू लागला. उलट, ग्रामीण समाजातील ग्रामीण सुशिक्षितवर्ग खेड्यातच अडकून पडला. तिथेच हातपाय हलवू लागला. फारच थोड्या ग्रामीण तरुणांना शहरात नोकऱ्या मिळाल्या.

परिणामी आज २०११ साली चित्र असे दिसते की, शहरातील बुद्धिमान, तरुण, सुशिक्षित वर्ग, इंग्रजी माध्यमातून शिक्षण घेऊन नोकरीसाठी परदेशात जाऊन तिथेच स्थिर होतो आहे; किंवा भारतातच तंत्रविज्ञानाच्या उद्योगक्षेत्रात नोकऱ्या करतो आहे. इंग्रजी माध्यमातून शिकल्यामुळे त्याचा मराठी भाषेशी, मराठी साहित्याशी संबंध राहिलेला नाही. त्यामुळे आज शहरी मध्यमवर्गीय मराठी साहित्यक्षेत्रात पोकळी निर्माण झाली आहे; तर ग्रामीण समाजातील तरुणवर्ग खेड्यात उपलब्ध होणारे आणि आजच्या कालसंदर्भात नोकरीच्या दृष्टीने कालबाह्य झालेले शिक्षण (आर्टस् , सायन्स, कॉमर्स) नाइलाजाने घेतो आहे आणि बेकार होऊन खेड्यातच कसेबसे जीवन जगतो आहे. त्यामुळे त्याचा खेड्यातील मराठी समाज, संस्कृती, भाषा, समाजव्यवहार व सामाजिक स्थितिगती यांच्याशी घनिष्ठ संबंध टिकून राहिला आहे... त्यातूनच मराठी साहित्याची निर्मिती लक्ष्यवेधी स्वरूपात तो करतो आहे.

महाराष्ट्रातील ग्रामीण साहित्याच्या चळवळीने या ग्रामीण तरुणांच्या साहित्यनिर्मितीसाठी भगीरथ प्रयत्न करून ग्रामीण साहित्याला आजचे स्वरूप प्राप्त करून दिले आहे. मराठी ग्रामीण समाजात साहित्यविषयक वातावरणनिर्मिती केली आहे. तरुण पिढीसाठी अनेक ग्रामीण साहित्य संमेलने आणि शिबिरे, कार्यशाळा घेऊन त्या पिढीत आत्मविश्वास निर्माण केला आहे. विसाव्या शतकाच्या उत्तरार्धातील ग्रामीण समाजासमोर कोणती आव्हाने आणि प्रश्न आहेत, त्यांची मांडणी केली आणि त्या दिशेने सुजाण साहित्य निर्माण करण्याची प्रेरणा दिली आहे. त्यामुळेच आज एकविसाव्या शतकाच्या आरंभी एकूणच मराठी साहित्याचे केंद्र पुणे-ठाणे-

मुंबई ह्या शहरी पट्ट्यात होते, ते आता ग्रामीण समाजात सरकताना दिसते आहे. एकूणच मराठी समाजाच्या साहित्यनिर्मितीचे केंद्र ग्रामीण समाजाच्या मध्यावर असणे ही स्थिती स्वाभाविक मानायला पाहिजे. कारण महाराष्ट्रातील सत्तर-पंचाहत्तर टक्के समाज ग्रामीण विभागातच राहतो. त्याचे प्रश्न, समस्या, स्थितिगती, परिवर्तन हेच प्रामुख्याने किंवा प्रातिनिधिक स्वरूपात एकूण महाराष्ट्राचे प्रश्न मानणे आवश्यक आणि आधुनिक काळात लोकशाहीला सुसंगत आहे.

नवोदित साहित्यिकांनी हे समाजसत्य ध्यानीमनी ठेवूनच साहित्यनिर्मिती करावी. आपला शेतीप्रधान ग्रामीण समाज आज एका गर्तेत सापडला आहे. त्याच्यासाठी नवोदित तरुण साहित्यिकांनी एक नवे प्रबोधनपर्व निर्माण करण्याची आज नितान्त गरज आहे. त्याची अनेक कारणे आहेत –

१) आपला शेतीप्रधान ग्रामीण समाज आज शेतीच्या आतबट्ट्यामुळे आर्थिक-दृष्ट्या मोठ्या प्रमाणात नुकसानीत येत चालला आहे. आपली महानगरे, तेथील व्यापारी, बाजार, उद्योगधंदे, कारखाने, पक्क्या वस्तू व साधनसामग्री यांच्या माध्यमातून ग्रामीण समाजाचे पद्धतशीर शोषण करीत आहेत. आपल्या शेतीला रसातळाला नेत आहेत.

२) खेड्यांतील तरुण वर्गाची चमत्कारिक कोंडी निर्माण झाली आहे. ग्रामीण तरुणांना बिकट आर्थिक परिस्थितीमुळे कालबाह्य झालेले शिक्षणच नाइलाजाने घ्यावे लागते आहे. त्यामुळे त्यांना नोकऱ्या मिळू शकत नाहीत. परिणामी, ते बेकार, निराश, उद्विग्न झाले आहेत. त्यांच्यासमोर जगण्याचे प्रश्न आ वासून सर्वभक्षक सैतानासारखे उभे आहेत.

३) एकेकाळी स्वावलंबी असलेली शेती स्वातंत्र्योत्तर काळात सुधारणांच्या नावाखाली आज पूर्ण परावलंबी झाली आहे. पूर्वीच्या स्वावलंबनाच्या काळात खेड्यातीलच सुतार, लोहार, चांभार, मातंग, बुरूड, साळी, कोष्टी इत्यादी बलुतेदार लोकांच्या आधारे ती चालत होती. तसेच ती बैलगाडी, सेंद्रियखते यांच्या आधारे पिकवली जात होती. त्यामुळे शेतीतील उत्पन्न खेड्यातच राहत होते; जणू बलुतेदारांमध्ये ते विभागले जात होते. त्यामुळे शेतकरी साधेपणाने व स्वावलंबी वृत्तीने राहत होता. आज शेतीची सुधारलेली तथाकथित अवजारे आणि साधने शहरात तयार होतात. ट्रॅक्टर, नांगर, डिझेल, पेट्रोल, इंजिने, त्यांची साधने, त्यांचे स्पेअर पार्ट्स हे सर्व शहरांत निर्माण केले जाते. त्यांच्याद्वारे शेतकऱ्याचा सर्व पैसा ही शहरी उद्योग-धंदेवाली लुटारू मंडळी लुटत असतात. त्याला कर्जबाजारी करतात. परिणामी, आज शेकड्यांनी शेतकरी आत्महत्या करू लागले आहेत.

४)	ग्रामीण समाज हा छोट्या छोट्या खेड्यांच्या समाजगटात विखुरलेला असतो. शेती करणारी खेडी लोकसंख्येच्या दृष्टीने आणि महानगरांच्या तुलनेने छोट्या छोट्या गटात स्वाभाविकच विखुरलेली असतात. त्यामुळे ग्रामीण विभागातील तरुण पिढीला एकत्र आणून संघटना करणे आणि प्रस्थापित शोषणव्यवस्थेवर आक्रमण करणे किंवा तिला थोपवून धरणे शहराच्या तुलनेत अशक्यप्राय असते. त्यामुळे हा ग्रामीण समाज एकूण संख्येने सत्तर टक्के असला तरी तो विखुरला गेल्यामुळे होणारा प्रचंड अन्याय सहन करतो आहे. मुसक्या बांधलेल्या आणि खुंट्याला डांबलेल्या ढोरासारखा हा ग्रामीण समाज जागच्या जागी तडफडत सर्व अन्याय सोसतो आहे.

ग्रामीण समाजाची सर्वांगांनी झालेली ही कोंडी नवोदित, तरुण ग्रामीण साहित्यिकांनी समजून घेतली पाहिजे. त्यांच्यापुढे हे फार मोठे आव्हान आहे. त्यांनी आत्मकेंद्री वृत्तीने, आत्मानंदात रंगून जात नुसत्याच स्फुट स्वरूपाच्या कथा, कविता, कादंबऱ्या लिहिण्यापेक्षा आत्ताच सांगितलेल्या सद्यस्थितीचा वेध घेणारे लेखन करावे. ते परखड, विचारप्रवर्तक, परिस्थितीवर प्रखर आणि भेदक प्रकाश टाकणारे असावे. वैचारिक लेख, ग्रंथ, पुस्तके यांच्या स्वरूपात जरी लिहिले; तरी २१ व्या शतकातील नव्या साहित्यनिर्मितीसाठी त्याची एक भक्कम बैठक तयार होऊ शकेल... हवे असेल तर त्यासाठी तुम्ही नवनव्या साहित्य संस्था स्थापन करू शकता, विचारवंतांची संमेलने घेऊ शकता, संघटना बांधू शकता. त्यामुळे तुमच्या साहित्यनिर्मितीला अधिक बळ प्राप्त होऊ शकेल. स्वातंत्र्योत्तर काळात ग्रामीण समाजातून एवढ्या मोठ्या संख्येने उदय पावलेली साहित्यिकांची ही पहिली पिढी आहे. एकविसाव्या शतकाच्या उंबरठ्यावर ती उभी आहे. मला खात्री वाटते की, एकविसावे शतक तिचे आहे. 'आशिया खंड हा शेतीप्रधान आहे, भारतीय शेती जर नीटपणे पिकविली गेली तर ती सर्व जगाला अन्न पुरवू शकेल, इतक्या विविध शक्यता तिच्या ठायी आज सुप्त स्वरूपात आहेत. त्या दृष्टीने भारत ही सुवर्णभूमी आहे.' असे आधुनिक विचारवंत शास्त्रज्ञांचे मत आहे.

म्हणून प्रामुख्याने ग्रामीण समाजातून आलेल्या नवोदित साहित्यिक मित्रांनी, योजनाबद्ध सामाजिक, सांस्कृतिक स्वरूपाच्या नव्या प्रबोधनपर्वाची ही फार मोठी जबाबदारी आत्मविश्वासपूर्वक पेलली पाहिजे. ती पेलून अभ्यासपूर्ण साक्षेपी साहित्याची डोळसपणे निर्मिती करावी, अशी अपेक्षा आहे.

■

‘झोंबी’ची जन्मकथा

‘झोबी’ हे आत्मचरित्रात्मक कादंबरी लिहिण्यामागे माझ्या मनातील काही प्रेरणा कारणीभूत आहेत. पहिली प्रेरणा सामाजिकतेशी संबंधित आहे. मी मराठी भाषेचा एक सर्वसामान्य प्राध्यापक, शिवाय मराठी भाषेचा एक नम्र साहित्यिकही आहे. १९७०-७१ पासून व्याख्यानांच्या निमित्ताने मी सबंध मराठी प्रदेशांतून हिंडत होतो. त्या काळात दहाएक वर्षे मी महाराष्ट्रातील तरुण पिढीची मानसिकता समजून घेण्याचा प्रयत्न करीत होतो. या काळात प्रथम एक बाब तीव्रतेनं माझ्या लक्षात आली की, ग्रामीण विभागातील तरुण पिढीच्या मनाला शिक्षणाचे महत्त्व मनापासून जाणवत नाही. ‘शैक्षणिक पदवी ही केवळ नोकरी मिळविण्यासाठी प्राप्त करून घ्यावयाची उपाधी आहे. त्यामुळे सामान्यपणे विद्यापीठातील, महाविद्यालयांतील आपला शैक्षणिक काळ हा केवळ मौजमजा करण्याचा काळ आहे.’ असे त्यांना वाटे. शिक्षकाकडेही ते याच दृष्टीने पाहत. शिक्षक हा शिकविण्याचे काम करणारा एक नोकरमाणूस आहे, यापलीकडे त्याला काही स्थान नाही; असेच या विद्यार्थ्यांना वाटे, याची मला तीव्रतेने जाणीव झाली. सर्वसामान्य नोकर आणि शिक्षक यांतील भेदच त्यांना जाणवू शकत नव्हता.

१९७०-७२ नंतरच्या काळात हळूहळू शिक्षित तरुण पिढीला नोकऱ्या मिळणे कठीण होऊ लागले. शिक्षित बेकारांची संख्या हळूहळू वाढू लागली. नोकरी मिळू शकत नसल्याने ह्या पिढीला निराशेने मोठ्या प्रमाणात ग्रासलेले आणि घेरलेले जाणवू लागले. याचा परिणाम त्या पिढीच्या मातापित्यावर, वडीलधाऱ्या माणसांवर मोठ्या प्रमाणात होऊ लागला. कारण ग्रामीण विभागातील या तरुण पिढीचे आई-वडील पूर्णपणे निरक्षर, अडाणी, कष्टकरी वर्गातील होते. तरुण पिढीविषयीच्या त्यांच्या आशाआकांक्षा, स्वप्ने-अपेक्षा पार धुळीत मिळून गेल्या. कारण त्यांनी

आपल्या तरुण पिढीसाठी आपले सर्वस्व वेचले होते. शेतजमिनीवर कर्ज काढून किंवा प्रसंगी त्या विकून मुलांच्या शिक्षणासाठी पैसा उभा केला होता आणि खर्ची घातला होता. कारण त्या काळात खेडेगावापासून दूरदूर तालुक्याच्या किंवा जिल्ह्याच्या ठिकाणी शिक्षणाची सोय असल्याने त्यांना दुसरा पर्याय उपलब्ध नव्हता. एवढे करून शिक्षण घेतल्यावर नोकरीही नाही आणि चरितार्थाचे दुसरे साधनही नाही, अशी त्यांची केविलवाणी अवस्था झाली होती. त्यांची ही अवस्था पाहून नवशिक्षित तरुण पिढीही निराशाग्रस्त झालेली होती. तिलाही त्यातून बाहेर कसे पडायचे, हे कळेनासे झाले होते.

नव्या पिढीचा आणि तिच्या मातापित्यांचा शिक्षणाकडे पाहण्याचा हा नोकरीवादी दृष्टिकोन मला अपुरा, चुकीचा आणि उथळ वाटत होता. त्यामुळे मी मनोमन अस्वस्थ आणि निराश होत होतो. या नव्या पिढीने आणि त्यांच्या मातापित्यांनीही शिक्षणाकडे अधिक गांभीर्याने आणि सखोलतेने पाहण्याची नितान्त गरज आहे, असे वाटत होते. चांगल्या शिक्षणाने माणसाच्या व्यक्तिमत्त्वाचा सर्वांगीण विकास होतो. त्याची विचारशक्ती, चिंतनशक्ती, भावशक्ती, कृतिशक्ती इत्यादी बाबी शिक्षणामुळे अधिक परिपक्व होतात, अशी माझी शिक्षणविषयक धारणा होती. शिक्षणाने हा जो व्यक्तीचा मानसिक विकास होतो, त्यामुळे नवसमाजरचना करण्यास, नवी निर्मिती करण्यास फार मोलाची मदत होते, अशी माझी शिक्षणविषयक भूमिका होती. शिक्षणामुळे प्राप्त झालेले व्यक्तीचे नवव्यक्तिमत्त्व तिच्या जीवनाला, कुटुंबाला, स्वतःला अंतर्बाह्य बदलू शकते, असे मला वाटत होते. व्यक्ती ज्या सामाजिक स्तरातून, कुटुंबातून, घरातून आलेली आहे, ती व्यक्ती सुशिक्षित झाल्यावर हे सर्व पूर्णपणे बदलू शकते, अशी माझी स्वतःची धारणा होती. यातूनच समाजपरिवर्तन घडू शकते, असे मला मनोमन वाटत होते. ...या सर्वांमागे माझा अनुभव मला साथ देत होता, तोपर्यंतचे माझे गतायुष्य मला हेच सांगत होते.

परिणामी, कळत-नकळत मी माझ्या गतायुष्याचे तपशीलवार अवलोकन करू लागलो... मी ज्या कष्टकरी ग्रामीण समाजातील कुटुंबात जन्मलो आणि त्यातूनच ढोरकष्ट करत शिकण्यासाठी धडपडत एम. ए.पर्यंत शिक्षण घेतलं, तशा शेतीहीन, शेतमजुराच्या समाजातीलच मुले मला भेटत होती. मी माझे शिक्षण पूर्ण करून स्वप्रयत्नानेच नोकरी मिळवली. नोकरी मिळवल्यावर माझ्या घरादाराची घडी मी व्यवस्थित बसविली. अनेकानेक कारणांनी मला लहानपणीच शिक्षणाचे महत्त्व पदोपदी पटत गेले होते. हे महत्त्व ग्रामीण विभागातील शेतमजूर समाजातील तरुण पिढीलाही कळत गेलं पाहिजे आणि पटतही गेलं पाहिजे; कारण भारत हा शेतीप्रधान देश आहे. सत्तर टक्के भारतीय समाज खेड्यापाड्यात राहतो आणि तो शेतीच करतो. अर्धपोटी राहून तिथेच जगत राहतो... या सत्तर टक्के समाजाला

शिक्षणाचे महत्त्व आपणच पटवून दिलं पाहिजे, कारण आपण त्याच समाजातून पुढे आलो आहोत. त्यामुळे या समाजाची मानसिकता, कष्टाळूवृत्ती, अडाणीसमजुती, स्थितीवादी राहण्याची रीत इत्यादी आपणास चांगले माहीत आहे. म्हणूनच आपण आपल्या जीवनाचा अस्सल नमुना या समाजासमोर लेखनाद्वारा उभा केला पाहिजे, तरच त्यांना तो पटेल, अशी जाणीव होऊन मी 'झोंबी'च्या लेखनाकडे वळलो. ते करण्यास प्रवृत्त झालो.

याशिवाय आणखी एक कारण आहे. ते थोडेसे व्यक्तिगत आहे. १९६० पासून माझे लेखन प्रसिद्ध होत आहे. १९५५ पासून मी सातत्याने लेखन करतो आहे. १९७० पासून मी व्याख्यानांच्या निमित्ताने महाराष्ट्राच्या ग्रामीण भागांतून हिंडतो-फिरतो आहे. या भटकंतीत ग्रामीण महाराष्ट्राच्या, समाजाच्या अनेक पैलूंचे दर्शन मला घडते आहे. त्यांचे मनन-चिंतन करतो आहे. विशेषत: महाराष्ट्र राज्याची स्थापना झाल्यापासून ग्रामीण महाराष्ट्रातील जीवनाला गतिमानता प्राप्त झाली आहे, बदल घडत आहेत, स्थित्यंतरे होत आहेत. या स्थित्यंतराची नोंद साहित्यात झाली पाहिजे. विशेषत: ग्रामीण साहित्य जाणीवपूर्वक गांभीर्याने लिहिले पाहिजे. केवळ 'मनोरंजनाचे साहित्य' म्हणून ग्रामीण साहित्याकडे पाहता कामा नये. उलट ते 'सत्तर टक्के भारतीय मराठी समाजाचे साहित्य' म्हणून त्याकडे पाहिले पाहिजे.

या प्रेरणेतूनच १९७७ साली पहिले ग्रामीण साहित्य संमेलन पुणे येथे 'भारती विद्यापीठात' घेतले. तेथून पुढे दहा-बारा वर्षे सातत्याने निरनिराळ्या विभागांत ग्रामीण साहित्य संमेलने घेतली. तसेच अनेकांना छोट्या छोट्या स्वरूपात आपापल्या भागांत ग्रामीण साहित्य संमेलने घेण्यासाठी प्रेरणा आणि प्रोत्साहन दिले... एखाद्या समाजाचा सर्वांगीण विकास व्हायचा असेल तर त्या समाजाच्या साहित्यनिर्मितीला चालना आणि प्रेरणा देण्याची गरज असते. कारण विचारमंथन सर्वांगांनी होण्याची आवश्यकता असेल, तर त्या समाजाला साहित्यनिर्मितीस प्रवृत्त केले पाहिजे. साहित्यात समाजाचे प्रतिबिंब पडत असते. खदखदणाऱ्या मनांना साहित्यांतून अनेक प्रकाराच्या वाटा मिळत असतात, त्यातून त्या समाजाचे प्रश्न, समस्या, भावना, विचार, संवेदना, अनुभव, चिंतन, ध्येये, स्वप्ने त्या त्या वेळच्या साहित्यात प्रतिबिंबित होत असतात. या हेतूनेच मी ग्रामीण साहित्य संमेलनांना प्रेरणा-प्रोत्साहन देण्याचा काही वर्षे प्रयत्न केला. आता त्याला स्वयंगती प्राप्त झालेली दिसते. या प्रयत्नांतून अनेक नवे नवे ग्रामीण साहित्यिक ग्रामीण विभागांतून आज पुढे आलेले दिसतात. 'झोंबी'च्या लेखनामागे हीही एक प्रेरणा जाणत्या-अजाणत्या स्वरूपात होती.

'झोंबी'चे हे लेखन करताना माझ्या अंतर्मनात अनेक उलाढाली होत आहेत, याची मला हळूहळू जाणीव होत गेली. या उलाढालीतूनच अनेक अडथळे मनोमन

निर्माण होऊ लागले. त्या अडथळ्यांना मनोमनच मला तोंड द्यावे लागू लागले. अनेक वेळा प्रत्यक्ष लेखनच थांबवावे लागले.

माझी मनोमन प्रथम अशी इच्छा होती की, 'महाराष्ट्राच्या अध:स्तरीय जीवनाचे लेखन आपण अभ्यासपूर्वक, विचारपूर्वक, तटस्थपणे आणि वस्तुनिष्ठपणे रेखाटावयाचे आणि त्यानंतरच आपल्या स्वत:च्या ललित साहित्यनिर्मितीकडे वळावयाचे; पण जेव्हा मी वस्तुनिष्ठ वैचारिक लेखनाची रूपरेषा तयार करू लागलो; तेव्हा लक्षात आले की, आपल्या मनात कळत-नकळत माझ्याच जीवनातील घटनाप्रसंग स्पष्ट-अस्पष्ट स्वरूपात आठवतात आणि मी तिथेच घोटाळत राहतो आहे. आणि त्याच संदर्भाने ग्रामीण समाजाचाही विचार, चिंतन करतो आहे. माझ्या जीवनाचे सामाजिक संदर्भाने मी जे निष्कर्ष काढतो आहे तेच एकूण तत्कालीन ग्रामीण समाजाचेही निष्कर्ष आहेत, असे मी मानतो आहे. वास्तविक हा वैचारिकदृष्ट्या 'अतिव्याप्तीचा दोष' होता. आणि तो मला दूर करणे अनेक दृष्टींनी अशक्यप्राय होते. परिणामी, माझे ग्रामीण समाजाविषयीचे चिंतन-मनन आणि विचार अटकल्यासारखे झाले.

अशा परिस्थितीत मी मनोमन असा निर्णय घेतला की, मी भोगलेले आणि अंतर्मनात घर करून बसलेले माझे जीवनानुभव आणि माझ्या जीवनविषयक धारणा आणि समजुती ह्या अगोदर लेखनाद्वारे निपटून काढल्या पाहिजेत. तसे केल्याशिवाय आपण ग्रामीण मराठी जीवनाचा वस्तुनिष्ठ रीतीने अभ्यास करू शकणार नाही आणि निष्कर्षही काढू शकणार नाही. याच निष्कर्षापोटी मी माझे आत्मचरित्राचे लेखन करण्यास प्रवृत्त झालो. 'झोंबी' हा त्याचाच पहिला 'भाग' आहे.

प्रत्यक्षात 'झोंबी'चे लेखन करताना आणखी एक अडचण निर्माण झाली. प्रथम मी परंपरागत आत्मचरित्रांच्या लेखनपद्धतीनुसार 'झोंबी'चे लेखन करण्याचा प्रयत्न करू लागलो. ....परंपरागत आत्मचरित्र लेखन हे प्रामुख्याने विवरणाच्या स्वरूपाचे, विवेचनाच्या स्वरूपाचे असते. ते प्रामुख्याने वैचारिक असते. जीवनामध्ये जे घडलेले असते, ते तसेच का घडले, त्यामागे कोणती कारणे आणि प्रेरणा होत्या, इत्यादीची मीमांसा किंवा विवेचन करणे हा आत्मचरित्रलेखनाचा गाभा असतो; पण तसे लेखन करणे हा काही माझा पिंड नव्हता. मूळचा मी ललित लेखन करणारा लेखक... त्यामुळे मी असा निर्णय मनोमन घेतला की, आपण 'झोंबी' या आत्मचरित्राचे लेखनही ललित साहित्याच्या मार्गानेच करावे.

याच कारणासाठी 'झोंबी'चे लेखन मी 'ललित साहित्याच्या' पद्धतीनेच करायचे, असा मनोमन निर्णय घेतला. त्यासाठी मला 'कादंबरी' हा ललित साहित्याचा प्रकार जवळचा वाटू लागला; पण कादंबरीमधील अनुभव हे काल्पनिक असतात. लेखकाने ते कल्पनाशक्तीने आपणास हवे तसे निर्माण केलेले असतात. तसले काल्पनिक अनुभव मला 'झोंबी'त तीळभरसुद्धा मिसळायचे नव्हते. मला फक्त

माझ्या गतायुष्यात आलेल्या अनुभवांतील विचार, भावना, प्रेरणा, संवेदना, अनुषंगाने पूरक स्वरूपात येणाऱ्या कल्पना एवढेच 'झोंबी'च्या लेखनात आणावयाचे, असा निर्णय घेऊन मी 'झोंबी'चे लेखन केले.

'झोंबी'चे लेखन अशा प्रकाराने करणे मला सोयीचे गेले. कारण माझा मूळ पिंड ललित साहित्यिकाचा आहे. यामुळेच 'झोंबी' या माझ्या आत्मचरित्राच्या पहिल्या भागाला वेगळे स्वरूप प्राप्त झाले आहे.

■

माणूस आणि मातृभाषा

प्रत्येक समाजाला त्याची अशी भाषा असते. त्या भाषेच्या द्वारा तो समाज व्यवहार करत असतो. त्या भाषेत त्या समाजाचे साहित्य निर्माण झालेले असते. त्या भाषेत त्या समाजाचा अनेक वर्षांचा इतिहास लिहिला गेलेला असतो. त्या भाषेतच त्या समाजाचा धर्म, लोककथा, पुराण-कथा, मंत्र, कायदे लिहिले गेलेले असतात. त्यामुळे ती ती भाषा त्या त्या समाजाचे सर्वार्थाने प्राणतत्त्व असते. त्या भाषेमुळे तो तो समाज सर्वांगाने जिवंत राहिलेला असतो.

वस्तुस्थिती अशी असल्यामुळे प्रत्येक समाजाच्या भाषेतील शब्दांना 'अर्थ' तेच असले तरी त्या शब्दांचे व्यक्तिमत्त्व वेगळे असते. ते फक्त त्याच समाजात अस्तित्वात असते. उदाहरणार्थ, तोंड, मुख, थोबाड ह्या शब्दांचे अर्थ एकच असले तरी त्या तीनही शब्दांचे व्यक्तिमत्त्व (सांस्कृतिक संदर्भ, अर्थाचे चैतन्यतत्त्व किंवा सहचरी कल्पना व भावना) भिन्न भिन्न आहे. म्हणूनच 'तोंड' या शब्दाच्या ऐवजी प्रत्येक वेळी 'मुख' वापरता येत नाही. उदाहरणार्थ, 'मुख' वापरून कवितेत 'मुखकमल' किंवा 'थोबाड कमल' असे शब्दप्रयोग आपण करतो, तिथे 'मुख फोडीन' किंवा 'तोंड फोडीन' अशी शब्दयोजना इतकी उचित किंवा प्रभावी वाटत नाही. याचाच अर्थ असा की त्या त्या भाषेतील एकाच अर्थाच्या वेगवेगळ्या शब्दांना त्या त्या भाषेत, त्या त्या समाजात वेगवेगळे व्यक्तिमत्त्व लाभलेले असते. म्हणून त्या समाजाच्या व्यक्तिमत्त्वाचाच एक अविभाज्य घटक म्हणून त्या समाजाची भाषा जिवंत ठेवणे, त्या समाजातील प्रत्येकाने तीच भाषा लोक-व्यवहारासाठी वापरणे अपरिहार्य असते. वाक्यांच्या बाबतीतही तसेच म्हणता येईल. उदा. 'श्रीधर शास्त्रींनी आरती म्हणत, घंटा वाजवत; धूप, दीप, नैवेद्य देवाला दाखवला आणि पूजा आटोपती घेतली.' या वाक्याचे कोणत्याही इंग्रजी भाषिकाने कितीही मार्मिक

शब्द घालून इंग्रजी भाषांतर केले तरी तो त्या वाक्याचे व्यक्तिमत्त्व इंग्रजीत आणू शकणार नाही. एवढेच नव्हे तर आपण ज्या समाजात राहतो, जगतो त्या समाजाचे खास व्यक्तिमत्त्व एक माणूस म्हणून आपणालाही लाभलेले असते. त्यामुळेच 'मराठी माणूस' असे म्हटल्यावर जे चित्र आपल्या मनासमोर उभे राहते, तसेच चित्र 'बंगाली माणूस', 'तमीळ माणूस', 'कर्नाटकी माणूस' असे म्हटल्याने आपणासमोर उभे राहत नाही. वास्तविक ही सगळी भारतीय माणसे असूनसुद्धा त्यांचे सामाजिक संदर्भ वेगवेगळे असल्याने आपल्या मनासमोर त्या त्या माणसाचे वेगवेगळे व्यक्तिमत्त्व उभे राहते.

सारांश, त्या त्या समाजाच्या त्या त्या मातृभाषेतून त्या समाजातील प्रत्येकाचे स्वत्त्व, त्याची अस्मिता, त्याची संस्कृती, त्याचे व्यक्तिमत्त्व जोपासले आणि पोसले जाते. त्यामुळेच त्या त्या समाजाची भाषा ही तिच्यातील प्रत्येक व्यक्तीची मातृभाषा मानली जाते. समाजातील आपण सर्व तिच्या दूधावरच सर्वार्थाने पोसले जात असतो. म्हणूनच केवळ पोट भरायला सोयीचे जाते म्हणून आपल्या आईचा खून करणे आणि पोटाला घालते म्हणून एखाद्या परभाषेला आईच्या ठिकाणी मानून तिची सेवा करणे, हे सामाजिक व बुद्धिवादी प्राणी असलेल्या मानवाला शोभून दिसत नाही. ज्यांना आपल्या समाजाचे व संस्कृतीचे महत्त्वच कळत नाही किंवा वाटत नाही, असे अनेक धनलोभी, चंगळवादी सहजासहजी मातृभाषेतून बोलणे किंवा व्यवहार करणे टाळतात आणि परक्या भाषेची खोट्या प्रतिष्ठेसाठी सहजपणे, ऐटीत गुलामगिरी पत्करतात, तेव्हा त्यांची कीव येते. मातृभाषेशिवाय इतर भाषा शिकूच नयेत. आधुनिक युगात इतर महत्त्वाच्या भाषा शिकण्याची नितान्त गरज आहे. त्या उत्तम रीतीने बोलता आणि लिहिताही आल्या पाहिजेत. त्या आल्या नाहीत तर आधुनिक जगात आपण टिकू शकणार नाही. कारण त्या भाषा स्वेतर समाजांशी संपर्क साधण्याच्या दृष्टीने महत्त्वाच्या असतात. या स्वेतर समाजांनी विविध क्षेत्रांत जे काही महत्त्वाचे नवनवे शोध लावले आहेत, नवनवे ज्ञान आत्मसात केले आहे, समाजजीवनात नवनव्या कल्पना लढवून नवनव्या सुधारणा केल्या आहेत, त्या सर्व आत्मसात करण्याची प्रत्येक समाजाला गरज असते. त्याशिवाय तो सर्वार्थाने अद्ययावत होऊ शकत नाही. तसेच शेजारच्या समाजात काय चालले आहे, हे आपणास कळू शकत नाही. आधुनिक युगात सर्व जग मानसिकदृष्ट्या दळणवळणाच्या अनेकानेक साधनांमुळे जवळ आले आहे. त्याच्याशी संपर्क, संबंध ठेवणे अपरिहार्य होऊन बसले आहे. त्यासाठीच आवश्यक त्या स्वेतर समाजाच्या भाषा आत्मसात करण्याची आवश्यकता असते. 'माहिती' मिळविण्याच्या दृष्टीने त्यांची गरज असते.

याचा विचार करूनच आपण म्हणजे आपल्या देशाने स्वातंत्र्य मिळाल्यावर

त्रिभाषा-सूत्र निर्माण केले आहे. ते सूत्र असे की, मातृभाषा, राष्ट्रभाषा आणि आंतरराष्ट्रीय भाषा. स्वत:च्या समाजाचे चैतन्यतत्त्व असलेली संस्कृती सर्वांगांनी विकसित व्हावी, त्या त्या समाजातील प्रत्येकाचे मानसिक, भावनिक आणि सौंदर्यात्मक अंगांनी आतून भरण-पोषण आणि संवर्धन व्हावे म्हणून मातृभाषा आवश्यक मानली जाते. तिच्यातूनच प्रत्येकाचे शिक्षण व्हावे, ही अपेक्षा असते. तसे ते नीटपणे होण्यासाठी जगातील व राष्ट्रातील विविध भाषांतील महत्त्वाचे व अत्यावश्यक ज्ञान मातृभाषेत भाषांतरित करावे आणि ते सर्वांना सहज उपलब्ध करून द्यावे, यासाठी राष्ट्रभाषा आणि आंतरराष्ट्रीय भाषा शिकावी, अशी अपेक्षा असते.

परिणामी, भारतासारख्या लोकशाहीप्रधान राष्ट्रात महत्त्वाच्या अनेक प्रादेशिक भाषा पूर्वीपासून बोलल्या जातात. त्यांतील प्रदेशनिहाय महत्त्वाच्या भाषा कोणत्या, हे ठरवून आपल्या राष्ट्राने भाषावार प्रांताच्या रचना केल्या. त्या त्या राज्याची राज्यभाषा निश्चित केली. भारतात अशी अनेक राज्ये निर्माण झाली. त्याच राज्यांचा परस्परसंपर्क राहण्यासाठी भारत या राष्ट्राची हिंदी ही राष्ट्रभाषा निश्चित केली. या सूत्राबरोबर आंतरराष्ट्रीय पातळीवर अनेक कारणांनी अगोदरच प्रस्थापित झालेली इंग्रजी भाषा ही आंतरराष्ट्रीय संपर्काची ज्ञानभाषा म्हणून आपणास स्वीकारावी लागली.

या तीनही भाषा आपापल्या स्थानी महत्त्वाच्या आहेत व त्यांचे योग्य ते महत्त्व आणि स्थान ओळखून आपण त्या आत्मसात केल्या पाहिजेत; पण एखाद्या नागरिकाने, एखाद्या कुटुंबाने किंवा एखाद्या समाजाने त्या भाषांचे चुकून, अज्ञानापोटी वा वैयक्तिक स्वार्थापोटी मनोमन स्थानांतर केले तर तो नागरिक, ते कुटुंब, तो समाज हळूहळू नि:सत्त्व होत जातो आणि शेवटी भ्रष्ट होतो. अंतिमत: नष्ट होतो. उदाहरणार्थ, मराठी नागरिकाने किंवा कुटुंबाने समाजाच्या मातृभाषेच्या स्थानी इंग्रजी भाषेला स्थापन करून तिच्यातूनच आपले सर्व शिक्षण घेतले, तीच भाषा तो रोजच्या व्यवहारात वापरू लागला, त्या भाषेत तो मराठी भाषिकांशी बोलू लागला, तर तो हळूहळू भ्रष्ट झालेला मराठी माणूस शेवटी 'मराठी' समाजातून मराठी संस्कृतीतून, मराठी माणसातून नष्टप्राय होतो. एवढेच नव्हे तर इंग्रजी भाषेचा, इंग्रजी समाजाचा, इंग्रजी राष्ट्राचा त्याला एक गुलाम, एक चाकर म्हणून जगावे लागते. त्याला त्या (इंग्रजी) भाषेत तेथील इंग्रजी नागरिकाला त्याच्या इंग्रजी समाजात जे अभिजात आणि योग्य स्थान असते, तेवढ्या योग्यतेचे स्थान इंग्रजी बोलणाऱ्या (मूळच्या) मराठी भाषिकाला मिळत नाही. तिथे तो इंग्रजी मातृभाषा असलेल्या नागरिकांत उपराच ठरतो. त्यामुळे त्याला त्या समाजात खालचेच स्थान (गुलामाचे, नोकर-चाकराचे, पोट भरण्यासाठी आलेल्या आश्रिताचे स्थान) मिळते,

हे लक्षात ठेवून त्या मराठी नागरिकाने आपली 'मराठी' अस्मिता जपली, जोपासली पाहिजे. मराठी समाजातही असा इंग्रजी बोलणारा मराठी नागरिक 'बाटगा' समजला जातो. मराठी समाजात त्याला वरवरची प्रतिष्ठा मिळते, असेही वाटत असले तरी ती 'पाहुणे-प्रतिष्ठा' असते. म्हणजे बाहेरून आलेल्या पाहुण्याला आपण औपचारिकपणे प्रतिष्ठेने वागवीत असतो, एक औपचारिकतेचा भाग या नात्याने त्याला आपण तात्पुरती प्रतिष्ठा देत असतो, तशीच प्रतिष्ठा सतत इंग्रजी बोलणाऱ्या मराठी नागरिकाला असते. मराठी समूह-जीवनापासून अशी माणसे तुटत जातात. ती व्यक्तिकेंद्री होतात. त्यामुळे व्यक्तिकेंद्री माणसाची दुःखे त्याला अपरिहार्यपणे भोगावी लागतात. म्हणून मातृभाषेची जोपासना वैयक्तिक आणि कौटुंबिक पातळीवर प्रत्येकाला करावी लागते. या जोपासनेपोटीच मराठीतून बोलणे, लिहिणे, संवाद साधणे, शिक्षण घेणे अत्यावश्यक असते. एवढेच नव्हे तर मराठीत निर्माण झालेल्या कलापरंपरांचा आस्वाद घेणे, कलांची निर्मिती करणे आवश्यक असते. त्यामुळे आत्माविष्काराचा लोकविलक्षण अलौकिक आनंद, समाधान आपण मिळवू शकतो.

वैयक्तिक आणि कौटुंबिक पातळीवर मातृभाषा जशी जगवावी, जोपासावी, विकसित करावी लागते, तशीच ती सामाजिक पातळीवरही त्या त्या भाषिक समाजाने जोपासणे गरजेचे असते. त्यासाठी मुलांचे शिक्षण मातृभाषेतून होण्याची गरज असते. त्याशिवाय ती मुले त्या समाजाची होऊ शकत नाहीत, हे लक्षात ठेवले पाहिजे. मातेच्या दुधाला जसा पर्याय नाही, तसा मातृभाषेला पर्याय नाही.

अर्थात मातृभाषेतून मुलांचे शिक्षण होण्यासाठी मातृभाषा सशक्त, सुदृढ ठेवण्याची गरज असते. ब्रिटिशांनी आपली इंग्रजी भाषा, जर्मनीने जर्मन भाषा, जपानने जपानी भाषा, चीनने चिनी भाषा अशा सशक्त आणि सुदृढ ठेवल्या आहेत. स्वेतर भाषांतील महत्त्वाचे ज्ञान स्वभाषेत तत्परतेने भाषांतरित, अनुवादित करून मातृभाषा सुदृढ, सशक्त ठेवता येते, ही मातृभाषाविषयक सामाजिक जाणीव मराठीत आज अभावाने जाणवत आहे... या अभावग्रस्ततेतूनच आज शिक्षणविषयक अनेक प्रश्न निर्माण झाले आहेत. हळूहळू आपण स्वतःची संस्कृती, परंपरा, देश-धर्माविषयीची अस्मिता, अभिमान, स्वभाषा इत्यादी विषयींचा आत्मविश्वास आपल्या मनात कळत-नकळत डळमळू लागला आहे, कमी होऊ लागला आहे. त्यामुळेच आपण परकीय पोशाख पद्धती, परकी भाषा, परकी संस्कृती, परकी जीवनशैली इत्यादींकडे चटकन आकृष्ट होत आहोत. सामाजिक भान न ठेवल्यामुळे किंवा विसरत चालल्यामुळे आपण व्यक्तिवादी, व्यक्तिकेंद्री, वैयक्तिक पातळीवर भोगवादी, चंगळवादी होत चाललो आहोत... असा मानवसमूह (ऊर्फ समाज) हळूहळू नष्ट होत जातो, असे इतिहासाचे दाखले आहेत. म्हणून आपण वेळीच

जागे झाले पाहिजे. समाजासाठी काही करण्यास प्रवृत्त झाले पाहिजे. देश, धर्म, भाषा, संस्कृती, स्वातंत्र्य यांच्यासाठी भक्ती, सेवा, त्याग आणि प्रसंगी बलिदान करणाऱ्या आपल्या परंपरेचे, आपल्या जाज्वल्य इतिहासाचे भान ठेवले पाहिजे, त्याचे स्मरण गंभीरपणे केले पाहिजे, त्यासाठी सक्रीय झाले पाहिजे.

■

कामगार-साहित्याचे महत्त्व

'कामगार साहित्य संमेलन' ही मराठी साहित्याच्या गतिमान इतिहासात अतिशय अर्थपूर्ण आणि महत्त्वाची घटना आहे. कामगार हे यंत्रनिष्ठ, उद्योगप्रधान अशा आधुनिक युगाचं आणि संस्कृतीचं अपत्य आहे. या आधुनिक युगाला 'यंत्रयुग' असंही म्हणतात. अठराव्या शतकापासून जगाच्या पाठीवर यंत्रयुगाला प्रारंभ झाला, असं मानलं जातं. जिथं यंत्र आहे तिथं तिथं कामगार हा आहेच. जिथं माय आहे तिथं लेकरू असतं नि झाड आहे तिथं पाखरू हे असतंच. असंच मायलेकराचं नातं यंत्राचं नि कामगाराचं आहे. मी स्वत: श्रमाचं महत्त्व जाणतो. कारण मी श्रमिकपुत्र आहे. वयाच्या पंचविशीपर्यंत अर्धपोटी राहून मी भरपूर श्रम केलेले आहेत. त्यामुळं आयुष्यभर श्रमिकांच्या समाजातच माझं मन गुंतून राहिलेलं आहे.

हे यंत्रयुग नुसतं एखाद्या समाजात किंवा एखाद्या राष्ट्रात अस्तित्त्वात नाही, तर जगाच्या पाठीवर ते पसरलेलं आहे, पसरत चाललं आहे. म्हणून ते अपरिहार्यच आहे. त्याच्याकडं पाठ फिरवता येणं अशक्य आहे. अशा वेळी त्याला धीटपणानं सामोरं गेलं पाहिजे. त्याच्यातून निर्माण झालेले प्रश्न, समस्या सोडवण्याचा प्रयत्न केला पाहिजे. या सगळ्यांतून निर्माण झालेली परिस्थिती भोवतालचे वास्तव म्हणून स्वीकारली पाहिजे. प्रथम ती स्वीकारूनच मग तिच्यात आपणास अनुकूल असं परिवर्तन घडवून आणलं पाहिजे. मानवी इतिहास संघर्षमय परिवर्तनाचाच इतिहास आहे. स्वत: माणूसच परिवर्तनशील असल्यामुळं हा इतिहास घडतो आहे.

युगारंभीच्या आदिम भटक्या माणसापासून तो आजच्या म्हणजे आधुनिक युगातील बुद्धिनिष्ठ मानवापर्यंतच्या प्रदीर्घ कालप्रवाहात अनेक वेळा महान परिवर्तनं झाली. भटक्या माणसाला शेतीची कल्पना सुचली नि शेती करण्यासाठी तो स्थिर झाला, वसतीसाठी घरं बांधू लागला. तिथं पहिलं महापरिवर्तन झालं. शेतीसाठी

त्यानं नवी जीवनपद्धती शोधली. जगण्याची नवी साधनं शोधली. त्यातूनच 'समाज' नावाचं नवं वास्तव जन्माला आलं. या नव्या वास्तवात सगळ्यांनी गुण्यागोविंदानं राहिलं पाहिजे म्हणून जागोजागी विविध नियम, कायदे, रूढी, रीती जन्माला आल्या आणि निरनिराळ्या देशांत, भूखंडात नव्या नव्या समाजरचना त्यातूनच जन्माला आल्या. नियम, कायदे, रूढी इत्यादींचा खोलवर विचार होऊ लागला. माणसाचं हित, सुख, समृद्धी, आनंद, स्वास्थ्य कशात आहे हे शोधणं सुरू झालं. यात निसर्गाला सामील करून घेण्याची वृत्ती निर्माण झाली नि त्यातूनच त्या त्या समाजाचे, देशांचे, भूखंडाचे, नवे नवे धर्म जन्माला आले. यातून आणखी एक महापरिवर्तन झालं. राजेशाही, साम्राज्यशाही यातूनच जन्माला येऊन आणखी एक परिवर्तन झालं.

स्थैर्य मिळेल तसं माणूस अधिकाधिक विचार करू लागला आणि विचारांच्या जोरावर निसर्गाची रहस्यं शोधून काढू लागला. त्यातून निसर्गविषयक अनेक तत्त्वं, नियम त्याला सापडत गेले. त्यांच्या आधारे निसर्गाला तो काबूत ठेवू लागला. त्याच्यावर मात करून निसर्गाला त्यानं अंकित केलं. निसर्ग व त्याचे नियम, तत्त्वं, सगळीकडं सारखीच असल्यामुळं त्याच्या हे लक्षात आलं की, धर्माची तत्त्वं पापपुण्याच्या कल्पना या त्या-त्या धर्मात वेगवेगळ्या असल्या तरी जगभर निसर्गाची तत्त्वं, नियम एकच आहेत. म्हणून या निसर्गतत्त्वांनाच प्रमाण मानलं पाहिजे आणि निसर्गतत्त्वांचा शोध घेणाऱ्या तर्कशक्तीला, कार्यकारणभाव शोधणाऱ्या मानवी बुद्धिलाच जास्त महत्त्व दिलं पाहिजे. तिला महत्त्व दिलं तर जगात असलेली सुखसमृद्धीची सगळी भौतिक साधनं आपल्या हाताशी येतील.

माणसाचं हे विज्ञाननिष्ठ विचारसूत्रच आधुनिक यंत्रनिष्ठ युग निर्माण करायला कारणीभूत झालं आहे. म्हणून आधुनिक युगातील मानवाचं पहिलं महत्त्वाचं वैशिष्ट्य त्याला बुद्धिनिष्ठ मानलं जातं. त्याचं दुसरं महत्त्वाचं वैशिष्ट्य सर्व जगाचं रहस्य शोधून निसर्गाला गुलामाप्रमाणं कामाला जुंपणारी 'विज्ञाननिष्ठा' हेच मानलं जातं. जगाच्या पाठीवर सर्व मानव-समूहांना सुखानं, आनंदानं राहता आलं पाहिजे, एकमेकांचं हित एकमेकांनी करण्याचा प्रयत्न केला तर सर्वांचंच त्यात हित आहे, या साध्या माणुसकीच्या तत्त्वातून मानवताधर्माचा जन्म झालेला आहे. यातूनच प्रत्येकाला त्याच्या विवेकशक्तीनुसार जगण्याचं स्वातंत्र्य, सर्वांनी सर्वांनाच समान मानून, सर्वांनाच जगण्याचा अधिकार, सर्वांनी सर्वांना सहकार्य करण्याचं मूळ कारण ओळखणं; यातूनच समता, स्वातंत्र्य, बंधुता यांसारख्या नव्या मानवी मूल्यांचा जन्म झाला आहे.

आपल्या हे लक्षात येईल की विज्ञाननिष्ठा, बुद्धिनिष्ठा, धर्मनिरपेक्षता, मानवतावादी दृष्टी, समता, स्वातंत्र्य, बंधुता ही सगळी मानवी जीवनमूल्यं आधुनिक युगाच्या

जन्माला कारणीभूत आहेत. किंबहुना आधुनिक युगातील आधुनिक माणसाची ही सर्व लक्षणं आहेत. या नव्या मानवी मूल्यांमुळेच आधुनिक युग अवतरलं नि त्यातून आधुनिक मानव अवतरला आणि कामगार हा तर आधुनिक युगाचं अपत्य आहे. अर्थात आत्ताच सांगितलेल्या मानवी जीवनमूल्यांचा अवलंब केल्याशिवाय तो आधुनिक माणूसही होऊ शकणार नाही नि आधुनिक युगात जगायलाही समर्थ किंवा लायक ठरणार नाही. या मूल्याशिवाय या युगात देहानं जरी तो जगला तरी मनानं या युगाच्या बाहेर राहणार आहे, कालबाह्य ठरणार आहे. त्यामुळं तो स्वत:च्या आधुनिक जीवनाचा विकास साधू शकणार नाही आणि आपल्या कुटुंबासह इतरांच्या जीवनाचाही विकास साधू शकणार नाही. म्हणून कामगारानं आधुनिक जीवनमूल्यं अभ्यासली पाहिजेत, ती नीटपणे स्वीकारली पाहिजेत, निष्ठेनं आचरणात आणली पाहिजेत. त्याशिवाय त्याला पर्यायच नाही. हे सर्व मी एवढ्यासाठी सांगतो आहे की, कामगाराला सुखी व्हायचं असेल तर प्रथम त्यानं या आधुनिक युगातील आधुनिक माणूस बनायला पाहिजे, तरच त्याचं जीवन आधुनिक युगाला सुसंगत असं होऊ शकेल आणि त्याला सुखही मिळू शकेल.

आता जी आधुनिक युगाची आणि आधुनिक माणसांची मूल्यं सांगितली, त्यांच्यातून आणि त्यांच्या परस्परसंबंधातूनच इतर आनुषंगिक मूल्यांचा जन्म झाला आहे. जुन्या टाकाऊ आणि नव्या पण टिकाऊ मूल्यांचा संघर्ष यातूनच जन्मला आहे. जुन्या मूल्यांतील टाकाऊ आणि टिकाऊ काय याविषयीचा नवा विचार या नव्या आधुनिक मूल्यांमुळेच निर्माण झालेला आहे. उदाहरणार्थ, 'समतेचं' मूल्य निर्माण झालं नि लोकशाही आली, प्रत्येक माणसाला माणूस म्हणून प्रतिष्ठा आली. त्यातूनच राजेशाही, हुकूमशाही नष्ट झाली. प्रत्येक माणसाला मतदानाचा हक्क मिळाला. कामगाराला माणूस म्हणून जगण्याचा हक्क मिळाला, भाषणाचं स्वातंत्र्य मिळालं. ही सगळी या आधुनिक युगातील नव्या मूल्यांची किमया आहे.

ही आधुनिक मूल्यं युरोपमध्ये निर्माण करण्यात अनेक शास्त्रज्ञांचा जसा वाटा आहे, तसा कान्ट, हेगेल, मार्क्ससारख्या अनेक तत्त्वज्ञांचाही वाटा आहे. अनेक विचारवंतांनी या मूल्यांच्या विकासाला हातभार लावलेला आहे. त्यांच्या या वैचारिक धनाचा जगभर प्रभाव पडला. भारतावर पडला तसा महाराष्ट्रावरही पडला. या मूल्यांच्या प्रभावातूनच फुले, आगरकर, आंबेडकर, शिंदे, सावरकर, शाहू, कर्वे महाराष्ट्रात जन्माला आले नि त्यांनी मराठी समाजातील सामान्य माणसाला म्हणजे शूद्र-अतिशूद्र, स्त्रिया, शेतकरी कामगार यांना आणि त्यांच्याबरोबरच मानवतावादी दृष्टीला, विज्ञाननिष्ठेला, धर्मनिरपेक्षतेला आणि त्याच अंगांनी अनेक सुधारणांना समाजात स्थान दिलं, प्रतिष्ठा दिली. त्यासाठी संघर्ष केला.

कामगारानं आपल्या कामगारजन्माचा इतिहास, त्याचा युगप्रवास, त्याची वेळोवेळीची

अवस्था, जगामध्ये त्याला मिळालेलं स्थान जर नीटपणे समजून घ्यायचं असेल तर आत्ताच सांगितलेल्या निदान मराठी समाजसुधारक, विचारवंत यांची पुस्तकं आणि ग्रंथ प्रत्यक्ष वाचले पाहिजेत. त्यांचे विचार अभ्यासले पाहिजेत, तरच कामगाराला 'मी कोण आहे' हे नीटपणे कळेल. या सुधारकांना आणि विचारवंतांना अनेक पुढाऱ्यांनी, राजकीय पक्षांनी, पोटभरू लोकांनी स्वत:च्या हितासाठी, स्वार्थासाठी लोकांसमोर पुष्कळ वेळा विकृत करून मांडलं आहे. त्यांच्या विचारांचा विपर्यास केला आहे. त्यांना सर्वसामान्य माणसासमोर एकांगी स्वरूपात आणलं आहे, म्हणून कामगारांनी या समाजसुधारकांचे आणि विचारवंतांचे ग्रंथ स्वत:च वाचावेत, स्वत:च समजून घ्यावेत. ज्या कामगारांना साहित्यिक व्हावंसं वाटतं, ज्या कामगारांना स्वत:चा वैचारिक विकास करावासा वाटतो, ज्यांना कामगाराचं नेतृत्त्व करावंसं वाटतं, ज्यांना आपल्या समाजाला चांगले विचार द्यावेसे वाटतात, त्यांनी या ग्रंथांचं वाचन आणि अभ्यास करण्याची नितान्त गरज आहे.

मित्रहो, आपल्या भोवतालची आजची सामाजिक आणि राजकीय परिस्थिती नासल्यासारखी झालेली आहे. नीतिमूल्यांचा ऱ्हास झाला आहे. जीवनाच्या सर्वच क्षेत्रात नैतिक अध:पात, भ्रष्टाचार, निर्लज्ज वर्तनाचा कळस झाला आहे. सर्वत्र संधिसाधूंचा बुजबुजाट होऊन हाताशी येईल तो पक्ष, संस्था, संघटना यांना पकडून दुष्ट आणि महत्त्वाकांक्षी लोक सत्तेसाठी, खुर्चीसाठी, पैशासाठी या सर्वांचा वापर करत आहेत. समाजाचा प्रत्येक घटक राजकारणग्रस्त झाला आहे. सामान्य माणसाचा, कामगारांचा, जनतेचा राजकारणावरचा विश्वास उडाला आहे. कोणताही पुढारी बेभरवशाचा वाटतो आहे. तो फक्त स्वत:पुरतंच पाहतो आहे, हे राजकारणात पक्षापक्षांत, निवडणुकांत, मंत्रिमंडळात पदोपदी दिसून येऊ लागलं आहे. अशा वेळी राजकीय पक्षोपक्षांकडून आपल्या समाजाचा, सामान्य जनतेचा, कामगारांचा विकास होईल, त्यांच्यात हे पक्ष-पुढारी सुधारणा घडवून आणतील, ही आशा फोल ठरलेली आहे. आधुनिक युगातील महान पाश्चात्त्य तत्त्वज्ञ रसेल यानं स्पष्ट सांगितलं आहे की, राजकारणी लोकांचं आणि राजकीय पक्षांचं ध्येय समाजविकास, सांस्कृतिक विकास हे कधीच नसतं. ते फक्त सद्य:परिस्थितीचा, समाजाच्या श्रद्धांचा, जनतेच्या गतानुगतिक परंपरावादी मनांचा फायदा घेतात. त्यांना बिथरवतात आणि आपल्या पदरात त्यांची मतं पाडून घेतात. त्यांच्या आधारे राजकीय सत्ता काबीज करत असतात. एखाद्या पक्षानं सत्ता काबीज केल्यावर विरोधी पक्ष ती हस्तगत कशी करता येईल, याचा विचार करतात. मग त्यादृष्टीनं राजकीय डावपेच, कटकारस्थानं, पक्ष फोडणं, आमदार-खासदार पळवणं, सत्ताधारी पक्षाची प्रत्येक कृती कशी चुकीची, स्वार्थाची आहे, हे दाखवण्यातच विरोधी पक्ष आपली बुद्धी आणि काळ पणाला लावतात. या सुंदोपसुंदीत समाजाचा, देशाचा पैसा,

काळ, सुविधा यांचा व्यय होतो. जनतेला वाटतं की, आज परिस्थिती सुधारेल, उद्या सुधारेल आणि समाजाच्या वाट्याला सुधारणा, विकास येतील. जनतेची गेली चाळीस-पन्नास वर्षे या वाट पाहण्यातच गेलेली आहेत. ही वस्तुस्थिती आहे. त्यामुळं सामान्य माणसाचा, जनतेचा, कामगारांचा राजकीय पुढाऱ्यांनी भ्रमनिरास केलेला आहे. जनतेच्या विकासाची कोंडीच या राजकारणात केलेली आहे. परिणामी, जनतेचा राजकारणावरचा विश्वास उडाला आहे.

अशा परिस्थितीत महाराष्ट्र कामगार कल्याण मंडळानं मराठी कामगारांसाठी साहित्य संमेलनाचा उपक्रम सुरू केला, ही गोष्ट अतिशय अर्थपूर्ण आहे. आधुनिक युगात शास्त्र हेच नवसत्य आणि साहित्य हाच नवा धर्म होऊ शकतो. समाजाची आणि त्यातील माणसांची उत्तम धारणा व्हावी, म्हणून धर्माची स्थापना करतात. त्यासाठीच धर्माचं आचरण करत असतात; पण कालाच्या ओघात जशी अनेक तत्त्वं नव्या समाजासाठी, नवमानव निर्माण करण्यासाठी कालबाह्य होतात, तशीच धर्माचीही अनेक तत्त्वं कालबाह्य ठरत असतात किंवा सगळा धर्मच कालबाह्य ठरू शकतो. जुन्या धर्माचं एक अधिष्ठान श्रद्धा हे असतं; पण आधुनिक युगात लोकश्रद्धांचा उपयोग धर्माच्या दलालांनी, धर्ममार्तंडांनी, भटजी-पुराणिकांनी स्वतःचा पोटापाण्याचा धंदा म्हणून, पैसा मिळवण्याचं साधन म्हणून करण्यास प्रारंभ केला. त्यामुळे आधुनिक युगात धर्म हेही सामान्य जनतेच्या शोषणांचं एक साधन झालं. त्यामुळे सामान्य माणसाचा धर्मावरचा विश्वास आणि श्रद्धा उडाली. सामान्य माणूस हा आजच्या युगात बुद्धिवादी झाला आहे. त्यांच्या बुद्धीपुढे अनेक धर्मतत्त्वं कोलमडली आहेत. त्यामुळेही आधुनिक युगात परंपरागत कर्मकांडात्मक धर्म ही वस्तू कालबाह्य ठरली आहे.

पण समाजाच्या आणि मानवाच्या सुसंस्कृतपणाच्या धारणेसाठी, उत्तम धर्म असण्याची नितान्त आवश्यकता असतेच असते. आजच्या युगात अशा धर्माची जागा फक्त साहित्यच घेऊ शकतं. कारण उत्तम साहित्यात श्रेष्ठ साहित्यिकांनी मानवी मनाचं आकलन मांडलेलं असतं. माणूस जगत असताना त्याला आलेले जीवनविषयक अनेक अनुभव मांडलेले असतात. त्यांच्यावरचं चिंतन मांडलेलं असतं. त्या अनुभवातील मानवी मनाचं मूल्यमापन केलेलं असतं. हे मूल्यांचं मापन करताना लेखन करणाऱ्या साहित्यिकासमोर आधुनिक जगाची मूल्यं असतात. त्यानुसार त्या अनुभवांची योग्यता ठरविली जाते. त्यानुसारच माणसाच्या सुख-दुःखाची कारणं, प्रयोजनं, त्यांचे परिणाम याविषयीही मार्गदर्शन केलेलं असतं. सुखाची दिशाही सूचित केलेली असते. आधुनिक साहित्याचं अंतरंग असं असल्यामुळं हे साहित्य माणसाला आधुनिक युगात जगायला समर्थ करत असतं, त्याला उत्तम सुख मिळवण्यासाठी मार्गदर्शन करू शकतं. त्याच्यावर आधुनिकतेचे चांगले,

योग्य संस्कार करू शकतं. हे सगळे संस्कार बुद्धिवादी मनाला पटणारे असतात. म्हणून आजच्या युगाचा 'साहित्य' हा धर्म मानला जातो. कुणाही माणसाला साहित्य हे विश्वासात घेतं आणि त्याच्यावर संस्कार करतं. मोठमोठ्या साहित्यिकांचं साहित्य वाचत असताना याचा निश्चितपणे पडताळा येत असतो.

साहित्याचं वाचन हे माणसाला अंतर्मुख करत असतं. ही अंतर्मुखता माणसाला आत्मविकासाकडं नेत असते. आत्मविकास करून घेणारा माणूस समाजात आदर्श मानला जातो. जागोजागी समाजात आदर्श निर्माण झाले की, आसपासची सामान्य माणसं त्याचं अनुकरण करू लागतात आणि सगळ्या समाजालाच आतून एक विकासाची दिशा लाभते. ही सगळी किमया उत्तम साहित्याच्या वाचनानं, चिंतनानं होत असते. म्हणूनच उत्तम साहित्याचं वाचन-चिंतन हे नव्या युगधर्माचं आचरण, पूजन होऊ शकतं. धर्मपूजेचा हा आधुनिक युगातील नवा मार्ग आहे. धर्माचरण, धर्मपूजा माणसाला जगण्यासाठी फार मोठं बळ देत असते. फार मोठी जगण्याची श्रद्धा आणि जगण्यावरचा विश्वास देत असते. जेव्हा भोवतालचा समाज भ्रष्टाचार, स्वार्थ, संधिसाधूवृत्ती, नीतिभ्रष्टता यांनी नासून-सडून गेलेला असतो, तेव्हा जगण्यासाठी लागणारी श्रद्धा आणि विश्वास धर्मच देत असतो आणि आत्ताच सांगितल्याप्रमाणे आधुनिक युगातील नवा धर्म हा उत्तम साहित्यच असल्यानं तेच या सडलेल्या समाज-अवस्थेत जगण्याची श्रद्धा आणि विश्वास देऊ शकतो, याचा सुशिक्षित माणसाला अनुभव आहे. आपणही उत्तम साहित्य वाचून त्याची खात्री करून घ्यावी. आधुनिक युगातील आत्मविकासाचा हाच मार्ग आहे.

चांगला साहित्यिक व्हायचं असेल तर प्रथम स्वत:ला समजून घेण्यापासून सुरुवात करावी लागते. त्यादृष्टीनं पाहता भारतीय कामगार पर्यायानं मराठी कामगार हा पाश्चात्त्य कामगारापेक्षा मनोवृत्तीनं वेगळा आहे. उद्योगप्रधान संस्कृतीमधील जगाच्या पाठीवरील सगळी उद्योगप्रधान शहरं एकसारखी आहेत. म्हणून तिथला कामगारही एकसारखाच आहे, त्याचे प्रश्न, समस्याही एकसारख्याच आहेत, असं मानण्यात एक मोठी घोडचूक होते आहे, असं मला वाटतं. यंत्रयुगानं निर्माण केलेला कामगार आणि यंत्र यांच्या परस्परसंबंधातून निर्माण होणारे भौतिक प्रश्न समान असण्याची शक्यता नाकारता येत नाही; पण मराठी कामगाराची जीवनविषयक पार्श्वभूमी, त्याच्या श्रद्धा, जगण्याच्या त्याच्या कल्पना, त्याचे कौटुंबिक नातेसंबंध, तो ज्या आर्थिक परिस्थितीतून पुढे आला आहे, ती त्याची ग्रामीण विभागातील आर्थिक परिस्थिती त्याचं शिक्षण हे काही पाश्चात्त्य कामगारासारखे नाहीत. सारांश, भारतीय आणि महाराष्ट्रीय कामगाराचं व्यक्तिमत्त्व भारतीय आणि महाराष्ट्रीय समाजव्यवस्थेतून निर्माण झालेलं आहे. या व्यक्तिमत्त्वानिशी तो यंत्राला सामोरा जातो आहे आणि कामगार होतो आहे.

महाराष्ट्रीय कामगार हा प्रामुख्यानं ग्रामीण विभागातून आलेला आहे. खेड्याकडं त्याची थोडी शेती असते. किंवा त्या खेड्यात त्याचे आई-वडील, बहीण-भाऊ, इतर गणगोत शेतमजुरी करत असतात. शारीरिक कष्ट उपसत असतात. त्याचं कुटुंब मूलत: गरिबी, अज्ञान, जुन्या श्रद्धा, उपासमार यांनी अभावग्रस्त झालेलं असतं. अशाही परिस्थितीत एखादं पोर, एखादा तरुण धडपडून थोडंबहुत शिक्षण घेत असतो आणि नशीब काढण्यासाठी म्हणून शहराकडं धाव घेत असतो, कारखान्यात कामगार म्हणून लागत असतो.

या कामातून त्याला जे आर्थिक धन मिळतं त्यातून त्याचं कुटुंब कसंबसं चालू शकतं. त्याची इच्छा असेल तर त्याच्या एक-दोन मुलांचं शिक्षण त्यातून होऊ शकतं. त्यासाठी पुढे लागणारा पैसा काही प्रमाणात त्याला शिल्लक टाकता येणं शक्य असतं. एवढंच काय पण त्याला दूरदृष्टी असेल तर तो चार पैसे अपेक्षेनं पाहणाऱ्या गावाकडच्या आईबापांसाठी, बहीण-भावंडांसाठीही पाठवू शकतो. त्यातून त्याच्या मुलाबाळांचा, गावाकडच्या त्याच्या लोकांचा विकास हळूहळू होऊ शकतो. पूर्वीच्या अति बिकट परिस्थितीमधून तो हळूहळू बाहेर पडू शकतो आणि मंदगतीनं स्वत:च्या विकासाची वाटचाल करू शकतो.

या विकासाच्या वाटचालीत त्याची आणि त्याच्या पत्नीचीही आर्थिक ओढाताण होऊ शकते. त्यातून मानसिक ओढाताणही होऊ शकते; पण विकासाची इच्छा प्रबळ असेल तर तो या ओढाताणीवरही मात करू शकतो. मुलगा कामगार म्हणून खेड्यातून शहरात गेला की, मागच्या माणसांच्याही अपेक्षा वाढतात. त्या अपेक्षांतून त्यांची मागणी वाढते. शहरातील नेमकी परिस्थिती आईवडिलांना माहीत नसल्यामुळं पुष्कळ वेळा त्यांचे गैरसमज होतात. ते गैरसमज दूर करता करता कामगाराला नाकी नऊ येतात. कित्येक वेळा तो वैतागून जाऊ शकतो. मदत करण्याची इच्छा असूनही मर्यादित आर्थिक प्राप्तीमुळं त्याची घालमेलही होते. संवेदनशील, भावनाप्रधान कामगाराच्या मनावर फार मोठा ताण येऊ शकतो.

हा ताण विसरण्यासाठी पुष्कळ वेळा तो व्यसनाधीन होऊ शकतो. या व्यसनात स्वत:ला बुडवत असताना त्याला मनाची तात्कालिक सुटका झाल्यासारखं वाटतं. त्या गुंगीत त्याला थोडा वेळ बरं वाटतं. गुंगी गेली की, मन ठिकाणावर आलं की, पुन्हा त्याचा विवेक जागा होऊन पुन्हा मनावर ताण येऊ लागतात. कामगार हा अर्धशिक्षित असल्यामुळं त्याला हे कळत नाही की, मनावरचा ताण घालविण्याचं व्यसन हे काही साधन किंवा उपाय नाही. उलट, पुन्हा निर्माण झालेला ताण घालविण्यासाठी तो अधिकाधिक व्यसनाधीन होण्याचीच शक्यता असते. किंबहुना, त्याला व्यसनाची चटक लागते नि व्यसनाधीन होण्याचे 'ताण' हे एक निमित्तच वाटू लागतं. आणि पुढंपुढं तो व्यसनाचं समर्थन करू लागतो.

कित्येक वेळा भोवतालच्या शहरी वातावरणाचा परिणाम त्याच्या मनावर होतो. भोवतालच्या वातावरणात अनेक शहरी चैनीच्या वस्तू त्याला दिसतात. आणि त्यांचा उपभोग घ्यावासा त्याला वाटतो. त्याला निरनिराळ्या खाद्यपेयांची हॉटेलं दिसतात नि त्याला नव्यानव्या चवीचं अन्न, नव्यानव्या चवीची पेयं खावी-प्यावीशी वाटतात. नवे सिनेमे, नवी नाटकं, मनोरंजनाचे नवेनवे प्रकार त्याला दिसतात नि त्याला धुंदीत ठेवणारं मनोरंजन हवंहवंसं वाटू लागतं. त्याला टी. व्ही. दिसतो नि टी. व्ही. घ्यावासा वाटतो. मग रंगीत टी. व्ही. येतो नि तोही घ्यावासा वाटतो. मग कॅसेट्स येतात, त्यात भोगवादी फिल्मस् असतात, त्या पाहाव्यात असं वाटतं. विविध प्रकारची वाहनं, स्कूटर्स, मोपेड्स येतात नि ती घ्यावीशी वाटतात. मोठमोठे बंगले, फ्लॅटस् दिसतात, तशी घरं, तसे फ्लॅटस् हवेत असं वाटतं. मग पडदे, पंखे, धुलाई मशीन्स हवीहवीशी वाटतात.

पण हे सगळं तुटपुंज्या आर्थिक प्राप्तीत शक्य नसतं. आपणाला हे मिळत नाही, याची त्याला जाणीव होते, पण हे सर्व मिळालंच पाहिजे, असं विवश मनाला वाटत असतं. यातून मनात ताण निर्माण होतात. या ताणांतून तो पुन्हा व्यसनांकडं वळतो. पुष्कळ वेळा कर्ज काढून मनाचे नि घरच्या लोकांचे लाड पुरवितो. स्वत:ला गोंजारत कौतुक करून घेतो; पण हळूहळू कर्जाचे, व्याजाचे मग व्याजावरील व्याजाचे डोंगर वाढतात नि सावकार, दलाल, दादालोक, गटाचे पुढारी, म्होरक्या त्यांचे झालेले पगार तिथल्या तिथं गेटवरच काढून घेतात नि कामगार देशोधडीला लागू शकतो, निराश होतो. त्यातून पुन्हा आत्मघातकी व्यसनं सुरू होतात. त्यातून पगारवाढ झालीच पाहिजे, त्यासाठी संप केलाच पाहिजे, आंदोलन छेडलंच पाहिजे, असं वाटू लागतं. त्याच्या या स्फोटक मनाचा फायदा पुष्कळ वेळा कामगार पुढारी घेतात. त्याचा परिणाम संप होण्यात, हरताळ होण्यात, कारखाने, गिरण्या बंद होण्यात होतो. मुंबईचे अनेक कामगार कारखाने, गिरण्या बंद होऊन परत खेड्यावर कायमचे आलेले मी पाहिले आहेत. अनेकांचे संसार देशोधडीला लागलेले मी पाहिले आहेत. या सर्वांतून कामगार आत्मनाशाकडं नि आत्मनाशाकडून सर्वनाशाकडं जाऊ शकतो.

भरपूर पगार मिळणारेही पुष्कळ कामगार आहेत. नामांकित कंपन्यांमध्ये ते कारखान्यांत काम करीत असतात; पण सामान्यत: ते आत्मकेंद्री बनतात असं दिसतं. मिळणारा सगळा पैसा ते आपल्यासाठी शहरात खर्ची घालतात, ही दुर्दैवाची गोष्ट आहे. त्या पैशांचा काही भाग त्यांनी आपण जेथून आलो त्या खेड्यासाठी, तिथल्या समाजासाठी, तिथल्या आपल्या माणसांसाठी खर्ची घातला पाहिजे. तसे न करणारी वृत्तीही कामगाराला आत्मनाशाच्याच दिशेनं अंतिमत: नेत असते, हे उघड आहे.

वास्तविक कामगाराचं नातं नुसतं गावाकडच्या लोकांशी, कुटुंबाशी आणि कारखान्याशीच नसतं, तर तो कारखान्याच्या माध्यमातून सर्व जगाशी जोडला जातो; निदान आपल्या देशाशी घनिष्ठपणे जोडला जातो. त्यामुळं तो आपल्या समाजाच्या आर्थिक, सामाजिक, सांस्कृतिक विकासाचा महत्त्वाचा घटक बनतो. त्याचं हे नातं त्याला समजलं नाही तर तो कामगार एखाद्या ओझी वाहणाऱ्या प्राण्यासारखा, नेमलेलं काम करणाऱ्या यंत्रमानवासारखा होऊ शकतो. देशाच्या अर्थव्यवस्थेशी प्रत्यक्ष संबंध असलेला समाजाच्या खालच्या आर्थिक स्तरातील नागरिक हा कामगार असतो. त्याच्या या प्रत्यक्षसंबंधामुळं आर्थिकदृष्ट्या समाज-व्यवस्थेतील त्याचं स्थान महत्त्वाचं असतं. तो कळीच्या जागी उभा असतो. त्यामुळं तो आधुनिक युगाच्या नागरिकत्वाचं प्रतीक असतो. याचा अर्थ असा की, ज्या उद्योगप्रधान देशातील कामगार आर्थिकदृष्ट्या सुखी आणि स्थिर आहेत, ज्या उद्योगप्रधान देशातील जीवनमूल्यांशी, समाजमूल्यांशी, आधुनिक संस्कृतीशी कामगार घनिष्ठपणे जोडला गेला आहे, ज्या उद्योगप्रधान देशातील जुनाट, सरंजामशाही, राजेशाही मूल्यांचा कामगारानं त्याग केला आहे, लोकशाही, विज्ञाननिष्ठा, मानवतावाद, समता इत्यादी मूल्यं ज्या देशाच्या कामगारानं स्वीकारलेली आहेत, त्या देशाचाच विकास होऊ शकतो. अन्यथा सर्व काही व्यर्थ आहे. कामगार सुखी नसेल तर तो देश सुखी नाही, कामगार मागासलेला, अप्रगत असेल तर तो देश मागासलेला, अप्रगत आहे, असा त्याचा अर्थ होतो.

कामगारांची समूहानं राहण्याची वृत्ती असते. समूहात एक फार मोठी शक्ती असते. या समूहाला जेव्हा उच्च ध्येयाची ओढ लागते, तेव्हा समूहाचं रूपांतर संघटनेत होतं आणि समूहशक्ती डोळस बनून ती विधायक निर्मिती करू शकते; पण समूहाला जेव्हा तात्कालिक फायद्याचा, नीच ध्येयाचा मोह होतो, तेव्हा समूहाला झुंडीचं स्वरूप प्राप्त होतं, नि समूहशक्ती आंधळी बनते. ही आंधळी शक्ती पाशवी आणि विध्वंसक असू शकते. तिच्यातून दुसऱ्याचा जसा विध्वंस होतो तसा स्वतःचाही विध्वंस होतो. समूह जेव्हा ध्येयहीन असतो तेव्हा ती मानवी पातळीवर वावरण्यापेक्षा पाशवी पातळीवर वावरण्याची जास्त शक्यता असते. अशा ध्येयहीन समूहात राहिल्यानं पाशवी वृत्ती वाढण्याचा धोका निर्माण होतो. यातूनच अनेक झगडे, मारामाऱ्या, उखाळ्या-पाखाळ्या, वरच्या वर्गाविषयी, अधिकारीवर्गाविषयी गैरसमज पसरवणाऱ्या कंड्या पिकण्याची फारच शक्यता असते. या ध्येयहीन समूहामुळेच व्यसन, जुगार, आकडा, दारू, छेड काढणे, निषिद्ध गोष्टी करणे इत्यादी प्रवृत्ती वाढतात. माणूस मागं पडतो नि पशू वाढीला लागतो. गुणवंत कामगारांनी ध्येयहीन समूहाचा हा धोका जाणला पाहिजे.

काही काळ एकटं राहणं, उत्तम साहित्याचं वाचन करणं, सतत राजकीय

पक्षांच्या सभांना जाण्यापेक्षा विचारवंतांच्या सभासंमेलनांना जाणं, सांस्कृतिक कार्यक्रमांत भाग घेणं, स्वत: एकान्तात विधायक विचार करण्यास शिकणं, या गोष्टींची सवय कामगारांनी स्वत:ला लावून घेतली पाहिजे. आत्मविकासाचा स्वत:चं कल्याण स्वत:च करून घेण्याचा हा माझ्या मते हुकमी मार्ग आहे. मित्रांनो, साहित्यिक व्हायचं असेल, खेळाडू व्हायचं असेल, कलावंत बनायचं असेल किंवा कोणत्याही क्षेत्रातला गुणवंत कामगार व्हायचं असेल तर या सवयी अवश्य लावून घेतल्या पाहिजेत. मनुष्य हा बुद्धिवादी प्राणी आहे, अशी त्याची व्याख्या केली जाते. पुढं जाऊन मी असं म्हणेन की, या बुद्धिवादी प्राण्याला प्राण्यातून माणसात आणायचं असेल तर त्यानं पाशवी वृत्तींचा, व्यसनांचा, तात्कालिक मोहांचा त्याग करून विधायक काम करणाऱ्या बुद्धीचा, विवेकशक्तीचा विकास हा केलाच पाहिजे. हा विकास म्हणजेच माणसाचा विकास आणि तिचा इतरांना पडताळा येणं म्हणजेच तुमच्यातील माणुसकीचा पडताळा येणं. गुणवंत कामगार होणं म्हणजे पर्यायानं आपल्यातील प्राण्याचा नव्हे तर 'माणसाचा विकास' करणं, असाच त्याचा अर्थ आहे. मित्रहो, चांगल्या साहित्याचं वाचन मानवप्राण्यातील प्राण्याला मागं सारून त्यातील मानवाला घडवत असतं. मानवी मनाचा विकास साहित्यानं जेवढा घडतो, तेवढा दुसऱ्या कशानंही घडत नाही, असं अनेक थोरामोठ्यांनी सांगितलं आहे, हे लक्षात ठेवलं पाहिजे.

मित्रहो, कामगारांच्या जीवनाची स्थूल रेषा आणि तिचं स्वरूप एवढ्यासाठीच सांगितलं की, कामगाराला आपण कोण आहोत याचं भान यावं, आपण कोण आहेत याचं भान नीटपणे आलं की, आपल्या विकासाच्या वाटा आपणाला स्पष्ट दिसू लागतात आणि हेही स्पष्ट दिसू लागतं की, कामगारांच्या विकासाच्या वाटा कारखानदारीच्या घनदाट जंगलातून जात नसून आत्मभाव आलेल्या आणि आत्मविकासाचा ध्यास असलेल्या कामगारांच्या उद्यानातूनच त्या उगवत असतात. आत्मविकासासाठी संघर्ष करावा लागतो, तो आपलाच आपल्याशी असतो. हा संघर्ष आपल्यातील सखोल विचारांच्या उथळ वासनांशी असतो, विवेकाच्या वासनांशी असतो, उदात्त बुद्धीचा क्षुद्र मोहांशी असतो, नव्या आधुनिक मूल्यांचा जुन्या कालबाह्य झालेल्या मूल्यांशी असतो, माणुसकीचा पशुत्वाशी असतो. हा रोज चाललेला संघर्ष असतो. इथं टाळेबंदी नसते, इथं कामाचे ठराविक तास नसतात. हा संघर्ष तुकारामांच्या भाषेत बोलायचं तर रात्रंदिन सतत चाललेला असतो आणि तो युद्धपातळीवरचा असतो.

ज्याला हा संघर्ष करता येतो, तो गुणवंत कामगार होऊ शकतो, तोच खेळाडू क्रीडापटू होऊ शकतो, तोच कलावंत होऊ शकतो, त्यालाच साहित्याचं केलेलं वाचन कळू शकतं. एवढंच नव्हे तर तोच खऱ्या अर्थानं साहित्यिकही होऊ शकतो.

साहित्यिक होणं ही एक साधना असते; ते एक स्वतःच स्वतःला देवत्वाला नेण्यासाठी घेतलेलं व्रत असतं. आरंभी साहित्यनिर्मिती म्हणजे कथा, कविता लिहिणं हा हौसमौजेचा भाग वाटत असतो. चार मित्रांत त्याचं कौतुक होतं. आपला गौरव होतो. एवढंच नव्हे तर वेगवेगळ्या स्पर्धात एखाद-दुसरं बक्षीसही आपल्या साहित्यकृतीला मिळून जातं. चार प्रशस्तिपत्रंही आपल्या पदरी पडतात.

पण हा सगळा भाग व्यावहारिक असतो. तुमच्या ठिकाणी असलेल्या आणि विकासाची इच्छा असलेल्या तुमच्या प्रवृत्तीचं त्यात कौतुक असतं. तुमच्या ठिकाणी असलेल्या गुणांचा विकास व्हावा, ही त्यापाठीमागे सांस्कृतिक सदिच्छा असते. तुम्ही जे करू पाहत आहात, त्याविषयी दाखवलेली ती सक्रीय सहानुभुती असते; पण म्हणून सातत्यानं तेच आणि तेवढंच करत राहण्यानं जीवनाच्या विकासाचा प्रवास कुंठित होतो. एक लक्षात ठेवलं पाहिजे की, गुणवंत कामगार म्हणून मिळालेली प्रशस्ती, बक्षिसी ही जिवाला सुखावणाऱ्या वृक्षाच्या घनदाट सावलीसारखी असते. जीवनविकासाच्या प्रवास-मार्गावरचे हे सावलीदार वृक्ष असले तरी जन्मभर आपण आपला प्रवास विसरून सावलीत सुखावून विसावत नाही, विसावू नये.

अपेक्षित प्रवास पूर्ण करायचा असेल, म्हणजे चांगला साहित्यिक व्हावयाचं असेल तर नुसती प्रसिद्धी, नुसती पारितोषिकं नि पुरस्कार, नुसती प्रशस्तिपत्रकं पुरी पडत नाहीत. हळूहळू मनानं या सर्वांच्या पलीकडं जावं लागतं. कारण हे सर्व तात्कालिक असतं; क्षणभराच्या विसाव्यासाठी ते ठीक असतं. आपण तिथंच रमलो तर कामगार साहित्यिक होऊ शकणार नाही; फार तर साहित्यिक कामगार होऊ. साहित्यिक-कामगाराला शब्दांची, कल्पनांची जुळवजुळव म्हणजे 'असेम्ब्लिंग' उत्तम करता येतं; गणमात्रांचं, वाक्याचं फिटिंग उत्तम करता येतं; पण त्यातून कथा-कवितेच्या हुकमी यंत्राचं उत्पादन करता आलं तरी स्वानुभवाचा प्राण लाभलेली जिवंत कला त्यातून निर्माण होऊ शकणार नाही; हे लक्षात ठेवलं पाहिजे. शब्दसृष्टीत असे कामगार खूप असतात; त्यांना निर्मात्याची प्रतिष्ठा कधीच मिळू शकत नाही.

तेव्हा चांगला कामगार साहित्यिक व्हायचं असेल तर त्याचा प्रवास याच्या-पुढेच सुरू होतो, हे लक्षात ठेवलं पाहिजे. त्यासाठी आपल्याच जीवनाचा तटस्थ होऊन शोध घ्यावा लागतो. आपल्या अनुभवाची योग्यता, त्याचे विविध ताण, त्यातील गुंतागुंत कळावी लागते. व्यापक पातळीवर नवे-नवे अनुभव घेता यावे लागतात. वाचन-चिंतन करावं लागतं. त्यासाठी काही काळ तरी समूहापासून दूर एकान्तात राहावं लागतं. आणि हा संघर्षमय प्रवास सततचा असतो.

असे चांगले आणि मोठे साहित्यिक कामगारांतून निर्माण होणं मुळीच अशक्य

नाही. कारण अनेक मोठमोठ्या साहित्यिकांचा जन्म हा कामगारांच्यापेक्षा समाजाच्या खालच्या स्तरात झालेला आहे आणि कामगारापेक्षाही खालच्या स्तरावर नोकरी, कामं करताना त्यांनी उत्कृष्ट साहित्यनिर्मिती केली आहे. एवढंच नव्हे तर, मराठी साहित्याच्या क्षेत्रातही अण्णाभाऊ साठे, नारायण सुर्वे, बाबूराव बागूल, नामदेव ढसाळ, महादेव मोरे, उत्तम बंडू तुपे मोठे साहित्यिक झालेले आहेत. नव्या दमाचे अनेक साहित्यिक कामगार-क्षेत्रातून पुढे येत आहेत, त्याचा पडताळा अनेक छोट्यामोठ्या साहित्य-संमेलनांतून येत आहे.

आता तर ही प्रक्रिया महाराष्ट्रात मोठ्या प्रमाणात सुरू होईल असं वाटतं, कारण आता प्रत्यक्षात कामगार साहित्य संमेलनं महाराष्ट्रात मोठ्या जोमानं सुरू झालेली आहेत. ती अपेक्षेपेक्षा यशस्वी होत आहेत. त्यामुळं कामगारातून मोठे साहित्यिक निर्माण होतील, याची दाट शक्यता निर्माण झालेली आहे.

कामगारातून चांगले, मोठे साहित्यिक निर्माण होण्याची आज अतिशय गरज आहे. याचं कारण अगोदरच मी म्हटल्याप्रमाणं आधुनिक युगात कामगार हा समाजाच्या कळीच्या ठिकाणी उभा असतो. तरीही त्याचं अनुभवविश्व अजून मराठी साहित्यात नीटपणे व्यक्त झालेलं नाही. ते व्यक्त होऊ लागलं तर कामगारांची सुखंदु:खं सर्व मराठी समाजाला, भारतीय समाजाला कळू शकतील. त्याचं जीवन किती ओढाताणीत, संघर्षात चाललेलं आहे हे कळू शकेल. त्याला दुबळ्या करणाऱ्या, जखमी करणाऱ्या, लुळ्यापांगळ्या करून सोडणाऱ्या कोणत्या बाबी आहेत, हे सर्व समाजाला, विचारवंतांना, राजसत्ताधाऱ्यांना, कारखानदारांना, शासकीय अधिकाऱ्यांना कामगारांनी लिहिलेल्या साहित्यातून समजू शकेल आणि त्यावर उपाययोजना हळूहळू होऊन कामगाराला मानानं, स्वास्थ्यानं जगण्याची स्थिती निर्माण होईल, असं वाटतं. या साहित्याच्या द्वारा कामगारही स्वत:ला नीटपणे समजून घेईल, अंतर्मुख होईल, आत्मपरीक्षण करील, त्याला आत्मभाव येईल, याची खात्री आहे. म्हणून आधुनिक युगात मोठ्या प्रमाणात कामगार-साहित्य निर्माण होणं अत्यावश्यक वाटतं.

हजारो वर्षं उपेक्षित राहिलेले समाजाचे अनेक घटक आज जागृतीच्या जांभया देत आहेत. त्यात दलित आहेत, तसे आदिवासी, भटके आहेत. ग्रामीण आहेत, तसे समाजाचा अर्धाअधिक भाग असलेल्या स्त्रियाही आहेत आणि कामगार हा तर आधुनिक समाजाचा गाभा आहे. या सर्व समाजघटकांना आजवर अज्ञान, अंधश्रद्धा, उपासमार, उपेक्षा इत्यादी अभावांनी घेरलेलं होतं. आता हा अंध:कार दूर होत आहे. नवी पहाट येत आहे. अशा वेळी या सर्वांचं साहित्य सर्वांना समजून घेण्यासाठी आणि त्यातूनच 'समता' येण्यासाठी उपकारक ठरणार आहे. म्हणून कामगाराच्या नव्या नव्या साहित्यनिर्मितीची नितान्त आवश्यकता आहे.

कामगारमित्रहो, नव्या नव्या साहित्याची निर्मिती व्हायची असेल तर जुन्या दृष्टीचे कामगार-पुढारी त्यांच्या जुन्या विचारांसह टाकून दिले पाहिजेत, जुने युक्तिवाद टाकून दिले पाहिजेत, समाजाशी निर्माण झालेलं आपलं नवं नातं लक्षात घेऊन नवेनवे युक्तिवाद, नवे दृष्टिकोन निर्माण झाले पाहिजेत. तरच कामगार-समाजाचा कालोचित विकास होणार आहे आणि त्यामुळं सर्व विकास होणार आहे.

वास्तविक कामगार जेव्हा साहित्यिक होतो; तेव्हा तो 'कामगार' नसतो. तो एका उपेक्षित समाजाचा प्रतिनिधी, एक जाणकार माणूस असतो. त्या क्षेत्रातील अनुभव साहित्यात आणून तो समाजाच्या एकूणच माणुसकीला जागवत असतो. म्हणून कामगाराचं साहित्य हे अंतिमत: माणसाचंच साहित्य असतं. माणुसकीचाच झेंडा ते मिरवीत असतं. हे ज्याला कळेल तोच कामगार खऱ्या अर्थानं साहित्यिक होऊ शकेल. यासाठीच कामगार साहित्य संमेलनाची आज नितान्त गरज आहे.

कामगार साहित्य संमेलनं स्वतंत्रपणे होत राहिली पाहिजेत, अशीच माझी धारणा आहे. मी जेव्हा कामगार साहित्य संमेलनाचा अध्यक्ष झाल्याची बातमी प्रसिद्ध झाली तेव्हा मला अनेकांनी तोंडी आणि लेखीही विचारणा केली की, 'आधीच निरनिराळ्या नावाखाली अनेक साहित्य संमेलनं महाराष्ट्रात भरत असताना आता अन् कामगार साहित्य संमेलनाचा सवतासुभा कशाला? कामगार साहित्य असा काही वेगळा साहित्य प्रकार वगैरे असतो काय?' वर वर पाहता हे प्रश्न बरोबर वाटतात.

पण या प्रश्नांची उत्तरं वाङ्मयीन अंगानी शोधण्याची गरज आहे. कारण 'साहित्य' ही एक कलावस्तू असते, तशी ती सामाजिक, सांस्कृतिक वस्तूही असते. या दोन्ही अंगांनी तिचा विचार केला तरच तो पूर्ण होऊ शकतो.

सामाजिक, सांस्कृतिकदृष्ट्या विचार करता कामगार साहित्य संमेलन हा सवतासुभा मुळीच नाही. आजवर उपेक्षित असलेले समाजाचे विविध घटक आज कुठे जागृत होऊ लागलेले आहेत. तेव्हा या घटकांची जागृती स्वतंत्रपणे जागवण्याची, जोपासण्याची गरज आहे. नवजात बालकाचं अन्न, आरोग्य, संरक्षण जसं आपण स्वतंत्रपणे करतो आणि ते बालक मोठं झालं की, घरातल्या सर्वांनाच आपण जे अन्न, आरोग्य, सरंक्षण देतो तेच त्यालाही देतो. एखाद्या रोपट्याची पुरेशी वाढ होईपर्यंत त्याला अलग ठेवूनच खतपाणी घालावं लागतं, तसाच हा प्रकार आहे. म्हणजे हा सवतासुभा तात्पुरता आहे. महाराष्ट्रीय कामगार आर्थिक, सामाजिक, सांस्कृतिक, साहित्यिक क्षेत्रांत पूर्णपणे स्थिर झाला, तो पुरेशा प्रमाणात सुशिक्षित झाला की, मग हा सवतासुभा ठेवण्याची काहीच गरज वाटणार नाही. विकसनशील देशातील ही तात्पुरती अवस्था असते. दलित, आदिवासी, ग्रामीण, ख्रिस्ती, मुस्लीम साहित्य संमेलनाकडं याच दृष्टीनं पाहिलं पाहिजे.

कामगार साहित्य संमेलनांसह ही सर्वच साहित्य संमेलनं आणि त्यांतून निर्माण होणारं साहित्य एखादा तात्पुरता अपवाद सोडला, तर कुणाच्याही विरोधात नाहीत. उलट, ती मराठी समाजाच्या सर्व अंगांचा समान विकास होण्याच्या बुद्धीनं आणि उपेक्षित अंगाकडं सर्व समाजाचं लक्ष वेधण्यासाठीच घेतली जात आहेत.

मात्र या नवजागृत समाजगटांकडे सर्व समाजाचं जर कायमचं दुर्लक्ष झालं तर मात्र हे गट कायमचे अलग पडण्याचा धोका आहे, हे लक्षात ठेवण्याचीही आवश्यकता आहे. म्हणूनच समाजानं या साहित्य चळवळींना सहानुभूतीनं समजून घेतलं पाहिजे. दुसरा एक धोकाही लक्षात घेतला पाहिजे. असा नवजागृत समाजगट जेव्हा अशी स्वतंत्र संमेलनं भरवीत असतो, तेव्हा त्या गटातील काही महत्त्वाकांक्षी व्यक्ती, पुढारी होऊ इच्छिणारे लोक जाणीवपूर्वक सवतासुभा निर्माण करू पाहतात आणि त्या समाजगटाला सर्व समाजापासून अलग पाडू पाहतात. अशा रीतीनं तो गट अलग पडला की त्याचं नेतृत्व हे महत्त्वाकांक्षी पुढारी करू लागतात आणि त्याचे राजकीय, सामाजिक वा तत्सम फायदे स्वत:साठी उपटण्याचा प्रयत्न करतात. अशा लोकांपासून त्या त्या समाजगटानं सावध राहिलं पाहिजे. कारण तो गट कायमचा अलग पडून नंतरच्या काळात हळूहळू उपेक्षेचा बळी ठरतो. लोकशाहीच्या विरोधात जाणारी ही प्रक्रिया आहे. अल्पसंख्याकांच्या राजकारणाला बळी पडण्याची ही प्रक्रिया आज काही फायदे देत असल्यासारखी वाटत असली तरी अंतिमत: ती आत्मनाशाकडं जाणारी आहे, हे ध्यानी ठेवण्याची नितान्त गरज आहे.

गुणवंत कामगारांनी, कामगार साहित्यिकांनी आणि त्यांचं नेतृत्व करणाऱ्यांनी हा धोका कायमचा लक्षात ठेवावा ही विनंती. कामगार साहित्यिकांना शेवटी एवढीच विनंती की, तुमचं साहित्य उद्याच्या उज्ज्वल भवितव्यासाठी मोलाची भर टाकणारं ठरणार आहे. म्हणून जोमानं अस्सल साहित्याची निर्मिती करा. नुसत्या कथा-कविता लिहिण्यातच धन्यता मानू नका. नाटकं, कादंबऱ्या, वैचारिक लेख, निबंध, आत्मचरित्रं याकडंही जोमानं वळा. यातूनच खऱ्या साहित्याची निर्मिती होत असते. आजच्या कामगार-साहित्यिकातूनच उद्याचा महान कर्मयोगी साहित्यिक निर्माण होईल, अशी अपेक्षा करून हे अध्यक्षीय भाषण आवरतं घेतो.

सर्वांना मनापासून धन्यवाद!

आजचे मराठी साहित्य आणि समाज

आदरणीय साहित्यप्रेमी बंधुभगिनींनो,

महाबळेश्वरसारख्या निसर्गसमृद्ध, रम्य आणि सुंदर नगरीत होत असलेल्या ८२व्या अखिल भारतीय मराठी साहित्य संमेलनाच्या अध्यक्षपदी माझी जी बहुमतांनी निवड झाली, तो मी आजवर केलेल्या साहित्यशारदा देवीच्या सेवेचा कृपाप्रसाद समजतो. गेली पन्नास-एक वर्षे मी सरस्वतीमातेची मनोभावे उपासना आणि आराधना केली, तिच्यात मला उत्कट आनंद तर मिळत होता, शिवाय प्रसिद्धी आणि काहीशी प्रतिष्ठाही मिळत होती. त्या उत्कट आनंदाला या साहित्य संमेलनाच्या अध्यक्षपदामुळे कांती प्राप्त झाली, असे मला वाटते.

आपल्यासारख्या जाणकारांच्या समोर मी काही मार्गदर्शक विचार मांडावेत, अशी माझी योग्यता नाही. कारण मी काही विद्वान, विचारवंत, मार्गदर्शक वगैरे नाही.

रसिक मित्रहो, मी प्रामुख्याने ललित लेखक आहे. वयाच्या १०व्या वर्षांपासून वाचनाचा छंद मला लागला. ११-१२व्या वर्षी शब्दाला शब्द जुळवण्याचा नाद लागला. त्यातूनच ग्रामीण कविता लिहू लागलो. २५-२६व्या वर्षी एम. ए. होऊन नोकरी लागल्यावर कथा लिहू लागलो. हळूहळू प्रौढ वयात प्रामुख्याने गद्य लेखनाकडे वळलो. विविध साहित्य प्रकारांचा अभ्यास करू लागलो आणि कालौघात कादंबरी, ललित लेख, नाटिका, नाटक, क्वचित परीक्षणे आणि नंतर वाङ्मयविषयक वैचारिक लेख व ग्रंथही लिहू लागलो. वैचारिक लेखनाला शिस्त लागावी म्हणून पीएच.डी. झालो. आजवर माझ्या साहित्यकृतींना चाळीस लहान-मोठे पुरस्कार मिळाले आहेत. त्यात भारत सरकारचा साहित्य अकादमी, मध्य प्रदेश सरकारचा प्रियदर्शनी, 'लाभसेटवार' इत्यादी महत्त्वाचे पुरस्कार आहेत.

मी सामाजिक जाणिवेने प्रभावित होऊन ग्रामीण साहित्याची चळवळ ग्रामीण विभागात उभी केली आणि दहा-बारा वर्षे यशस्वीपणे चालविली. आज तिची फलनिष्पत्ती ग्रामीण समाजातील तरुण ग्रामीण लेखकांच्या लेखनातून दिसते आहे. ग्रामीण विभागातून आज पुरेसे ग्रामीण साहित्य लिहिले जात आहे, याचा मला आनंद होतो.

माझा जन्म १९३५ साली कागलसारख्या त्या वेळच्या खेड्यात झाला. १९४०-४२ साली कागलची लोकसंख्या साडेचार हजार होती. प्रामुख्याने तिथे शेती-व्यवसाय चालत असे. कागलच्या दक्षिणेस दूधगंगा-नदी पूर्व-पश्चिम दिशेने वाहते. या नदीच्या पलीकडच्या काठापासून कर्नाटकची सरहद्द सुरू होते. त्यामुळे कर्नाटक राज्यात गेलेल्या अनेक मराठी खेड्यांचा, गावांचा परिचय व संबंध कागल गावाशी घनिष्ठपणे पूर्वीपासूनच होता.

या पार्श्वभूमीवर मी आज आपल्यापुढे माझे काही सामाजिक, सांस्कृतिक आणि साहित्यविषयक विचार मांडणार आहे.

(१) मराठी माणसाच्या मनाला सदैव डाचणारा आणि अस्वस्थ करणारा नेहमीचा एक सामाजिक-राजकीय प्रश्न म्हणजे महाराष्ट्र राज्यनिर्मितीच्या वेळी महाराष्ट्रापासून अलग झालेला मराठी भाषिकांचा चिकोडी, निपाणी, संकेश्वर, बेळगाव, कारवारचा मराठी प्रदेश. त्या वेळच्या भाषिक राज्यनिर्मिती करणाऱ्या समितीच्या धोरणाचा हा परिणाम होय. या समितीने समान्यत: तालुका हा मूलघटक मानून राज्यनिर्मिती केली आहे. त्याची कटू फळे आजही महाराष्ट्राला भोगायला लागत आहेत. कारण तथाकथित नव्याने निर्माण झालेल्या महाराष्ट्र राज्याच्या दक्षिणेकडे असलेल्या कन्नड भाषिक कर्नाटक राज्यात मराठी बोलणारी अनेक खेडी, गावे आणि शहरे गेलेली आहेत. उदाहरणार्थ, चिकोडी, निपाणी, संकेश्वर, बेळगाव, कारवार ही नगरे आणि त्यांच्या भोवतालची अनेक खेडी ही मराठी भाषिकांची आहेत. तालुका हा मूलघटक मानून भाषिक राज्यनिर्मिती केली गेली आहे. त्यामुळे त्याचा तोटा फक्त महाराष्ट्र राज्याला सोसावा लागत आहे आणि फायदा मात्र कर्नाटक राज्याला झालेला आहे.

मराठी भाषिकांचा आत्ताच उद्धृत केलेला कर्नाटक राज्यातील भाग महाराष्ट्राला परत मिळावा यासाठी तेथील आणि महाराष्ट्रातील मराठी भाषिक जनतेने खूप वेळा आणि दीर्घ काल आंदोलने यापूर्वी केलेली आहेत; पण अजून तरी त्यांचा काहीही परिणाम झालेला नाही.

उलट कर्नाटक राज्यातील या मराठी भाषिकांवर प्रचंड अन्याय होतो आहे. त्या ठिकाणी मराठी भाषा शिक्षणव्यवस्थेतून काढून टाकण्यात आलेली आहे आणि कानडी भाषेतून सक्तीचे शिक्षण सुरू केले आहे. असहाय झालेला मराठी भाषिक

माणूस नाईलाजाने कानडी भाषा शिकतो आहे. जगण्याचे, चरितार्थाचे, सक्तीचे साधन म्हणून ती भाषा त्याला शिकावी लागत आहे. परिणामी, तेथील मराठी भाषा, मराठी संस्कृती आणि मराठी जीवन नष्ट होऊ घातलेले आहे. मराठी माणसाला तिथे अत्यंत नगण्य अशा गौण स्थानी राहून जगावे लागत आहे. अन्याय सहन करावा लागत आहे. त्याला सरकारी नोकरीत स्थानच मिळू शकत नाही, अशी त्याची दयनीय अवस्था झालेली आहे.

अशा ह्या कर्नाटक राज्यातील मराठी भाषिकांची गावे कर्नाटक राज्यातून मुक्त करून ती महाराष्ट्र राज्याला जोडण्यासाठी महाराष्ट्रातील सर्व सामाजिक संस्था, सर्व राजकीय पक्ष आणि सर्वसामान्य बहुजन मराठी माणसांनी एकगठ्ठा एकत्र येऊन दिल्लीस्थित भारत सरकारला सविस्तर लेखी विनंती करून प्रयत्नांची पराकाष्ठा केली पाहिजे, तरच कर्नाटकस्थित मराठी मुलखाला योग्य तो न्याय मिळू शकेल असे वाटते.

(२) मराठी माणसाने उद्योग, नोकरी, आवड, अभ्यास इत्यादींसाठी शास्त्रीय ग्रंथ, संबंधित अभ्यासाचे ग्रंथ जरूर वाचले पाहिजेत, अभ्यासले पाहिजेत. त्यासाठी आपणास इंग्रजी भाषेचे ज्ञान उत्तमच असले पाहिजे, यात तीळमात्र शंका नाही; पण ही इंग्रजी भाषा आपल्याबरोबरच आपल्या मुलालाही उत्तम रीतीने येण्यासाठी त्याला अगदी माँटेसरी म्हणजे बालवर्गापासूनच मातृभाषेपासून वंचित करू नये. केवळ इंग्रजी भाषा शिकविण्यासाठी इंग्रजी हेच माध्यम असलेल्या शाळांत घालण्याची गरज नाही. त्याला निदान एस.एस.सी. पर्यंत तरी मातृभाषेच्या म्हणजे मराठी हे शिक्षणाचे माध्यम असलेल्या शाळेतच घातले पाहिजे, तरच त्याला मराठी मातृभाषा नीटपणे अवगत होऊ शकेल.

मातृभाषा ही केवळ बोलण्यासाठी वापरण्याची भाषा नसते. ती तुम्हाला तिच्यात अवगुंठित असलेल्या मराठी समाजाची ओळख कळत-नकळत करून देत असते. एवढेच नव्हे तर मराठी संस्कृती, मराठी परंपरा, मराठी मन आणि त्याची मानसिकता, मराठी समाजाचा इतिहास, वारसा, ज्ञान-विज्ञान, मराठी व्यक्तिमत्त्व इत्यादी सर्व काही कळत-नकळत सहजपणे देत असते आणि तुमचे मराठी व्यक्तिमत्त्व घडवीत असते... म्हणून कोणत्याही सुसंस्कृत माणसाने किंवा सुसंस्कृत होऊ पाहणाऱ्या तरुणाने मातृभाषेपासून वंचित होऊन स्वत:ला पोरके करून घेऊ नये, असे वाटते.

हे सर्व आपणास सांगण्याचे कारण की, अनेक शहरांतून काही इंग्रजी माध्यमांच्या शाळांतून इयत्ता पहिलीपासूनच केवळ इंग्रजी माध्यमातूनच शिकविले जाते आणि त्या खर्चिक शाळांत उच्च मध्यमवर्गीय पालक आपल्या बालबच्च्यांना इयत्ता

पहिलीपासून घालतात. आपला मुलगा त्या शाळेत घातला असल्याचे अभिमानाने सांगणारे पालक भेटतात... हे सांगतानासुद्धा मराठी भाषेत अनेक इंग्रजी शब्द पेरत ते बोलत असतात... आपण कसे 'हाय-फाय' संस्कृतीतील उच्चभ्रू लोक आहोत, हे दाखविण्याचा त्यांचा प्रयत्न असतो. मुलांनी आत्तापासूनच इंग्रजीतून बोलावे, असा त्याचा अट्टहास असतो. परिणामी, या मुलांना धड इंग्रजीही येत नाही आणि धड मराठीही येत नाही. ती मराठीत इंग्रजी शब्द मिसळून धेडगुजरी भाषेत बोलू लागतात.

महाराष्ट्राचे सांस्कृतिक केंद्र असलेल्या शहरांतून आजची तरुण पिढी अशाच प्रकारची भाषा बोलताना दिसते. या पिढीच्या मराठी भाषेत इंग्रजी शब्द अकारण पेरलेले असतात. असे केल्याने आपणही एक उच्च विद्याविभूषित घराण्यातील आहोत, असे त्यांना वाटते. त्यांच्या मनाची ही चुकीची समजूत दूर झाली पाहिजे.

सारांश

मराठी माणसाने अत्यावश्यक असलेले उच्च शिक्षण जरूर घेतले पाहिजे. उद्योग, नोकरी, माहिती, आवड, अभ्यास, पदवी इत्यादींसाठी इंग्रजीतील शास्त्रीय ग्रंथ जरूर वाचले पाहिजेत; पण त्यासाठी मातृभाषेपासून पारखे होण्याची गरज नाही. निखळ मराठी मातृभाषा ही लिहिता-वाचता-बोलता, अनुभवता आलीच पाहिजे. कारण मातृभाषा ही आईच्या दुधासारखी असते. आपल्या बालकाचे पोषण आई जसे आपल्या दुधावर करते आणि सर्वांगांनी वाढविते, तेच कार्य मातृभाषा बालकाच्या बौद्धिक, सांस्कृतिक, भावनात्मक शक्ती वाढविण्याच्या बाबतीत करत असते. ....मातृभाषेचे हे जीवनव्यापी कार्य समाजाने ओळखून तिचे भरण-पोषण केले पाहिजे. तरुण पिढीला ती अभिमानाने शिकविली पाहिजे; तरच मराठी माणूस हा खऱ्या अर्थाने 'मराठी' राहू शकेल.

(३) मित्रहो, देशाला स्वातंत्र्य मिळाल्यानंतरच्या गेल्या पन्नास-साठ वर्षांत लोकसंख्या खूपच वाढली. इ. स. १९४२ च्या आसपास अखंड हिंदुस्थानची लोकसंख्या तीस-पस्तीस कोटी होती. त्या काळात 'महात्मा गांधी कोणाचे', 'पस्तीस कोटी जनतेचे!' असा जयघोष करत आम्ही बालपणी प्रभातफेऱ्या काढल्याचे आठवते. पारतंत्र्याचा तो काळ होता. देशाला स्वातंत्र्य मिळाल्यानंतर 'स्वतंत्र भारताची निर्मिती' झाली. छोटी-मोठी राष्ट्रे देशाच्या सीमा भागांवर निर्माण झाली. तरीही आजघडीला स्वतंत्र भारताची लोकसंख्या एकशेदहा कोटींच्याही पुढे गेलेली आहे. त्यामुळे सर्वसामान्य माणसाचे जगण्याचे प्रश्न बिकट होत गेले आहेत.

देश स्वतंत्र झाल्यावर सर्वसामान्य माणसामधील ध्येयवाद कमी झाला. हळूहळू

त्याच्या जगण्यात ढिलेपणा आला. भोगवृत्ती, मौजमजा वाढत गेली. 'आदर्श' संपुष्टात आले. ध्येयवादाचे सपाटीकरण झाले. तरीही लोकसंख्या वाढतच होती. तरुण पिढीसमोर हळूहळू नोकऱ्यांचे प्रश्न उभे राहिले. पूर्वीसारख्या त्या झटपट मिळेनाशा झाल्या. हळूहळू बेकारी निर्माण होऊ लागली, ती वाढत गेली. परिणामी, अवैध धंदे सुरू झाले. समाजजीवनात लाचलुचपती वाढत गेल्या. गेल्या वीस वर्षांत तरुण पिढीचे जगण्याचे प्रश्न अतिबिकट होत गेले. सर्वच पातळ्यांवर मूल्यांचा ऱ्हास होत गेला. जीवनादर्श, संस्कृतीची उपासना, मूल्यनिष्ठा, सचोटी इत्यादी मूल्ये नष्ट होऊन स्वार्थी वृत्ती आणि चंगळवाद वाढत गेला. नोकरीची शाश्वती नष्ट होत गेली. भांडवलशाही निरंकुशपणे वाढत गेली.

याचा परिणाम सर्वसामान्य माणसावर झाला. नोकरीच्या क्षेत्रात त्याला शाश्वती मिळेनाशी झाली. त्यातूनच कामगार-संघटना वाढत गेल्या. परिणामी, संप-मोर्चेही वाढत गेले. परस्परांविषयीची आस्था-आपुलकी संपुष्टात येऊन विविध सामाजिक स्तरांत विविध प्रकारचे तणाव आणि संघर्ष निर्माण होऊ लागले. एकमेकांविषयीचा विश्वास संपुष्टात येत चालला. जागतिक मंदीचा परिणाम कामगारविश्वावर झाला. अनेकांच्या नोकऱ्या गेल्या.

अशा वेळी वैयक्तिक पातळीवर सर्वसामान्य माणसाने फार विचारपूर्वक वागले पाहिजे आणि एकूण जीवनाविषयीचे निर्णय घेतले पाहिजेत. जीवनाविषयीची गतानुगतिकता सोडून त्याची नवी मांडणी केली पाहिजे.

या नव्या मांडणीचा एक भाग म्हणून स्वयंरोजगार निर्माण करण्याची गरज आहे. आपल्या भोवतालच्या परिस्थितीचा अभ्यास करून हा स्वयंरोजगार निर्माण करता येणे शक्य असते. सध्याच्या स्पर्धायुगात हा एक बेकारीवरील उपाय होऊ शकतो.

स्वयंरोजगार किंवा स्वतंत्रपणे उद्योग-व्यवसाय निर्माण करून तो चालविणे हे काम काहीसे चिकाटीचे, जिद्दीचे आहे. अशा कामात अडथळे येणे शक्य असते आणि भवितव्यही अंधारात असते; म्हणून असे कष्टाचे उद्योग, व्यवसाय निर्माण करून चालविण्यापेक्षा एखादी उपयुक्ततावादी पदवी मिळवून कुठल्या तरी उद्योगसंस्थेत, कारखान्यात किंवा परदेशी जाऊन नोकरी करणे मध्यमवर्गीय पांढरपेशा तरुणाला सोयीचे वाटते. त्यामुळे तो उपयुक्त पदव्यांचे शिक्षण घेतो, त्यांचे कोर्सेस पुरे करतो आणि परदेशी नोकरीसाठी जाऊन सुखाने राहतो; पण त्यामुळे आपल्या देशाला, संस्कृतीला, कौटुंबिक संबंधांना आणि मराठीपणालाही अंतर्बाह्य मुकतो.

(४) नागर समाजातील पांढरपेशा, मध्यमवर्गीय, सुशिक्षित तरुणाची ही अशी अवस्था झाल्याने उद्याचा नागर मराठी समाज हा केवळ पेन्शनरांचा असेल की

काय, अशी काळजी वाटते. नागर समाजाची अशी स्थिती १९९० सालानंतरच्या दशकात विशेषत्वाने जाणवू लागली.

(५) नागर मराठी समाजाने ब्रिटिश आमदानीच्या उत्तरार्धात म्हणजे सामान्यत: १८८० सालाच्या आसपास आधुनिक मराठी साहित्याचा पाया भक्कमपणे घातला आणि त्याचा विकास विसाव्या शतकाच्या पूर्वार्धात म्हणजे १९०० ते १९६० पर्यंत झपाट्याने केला. आधुनिक मराठी साहित्य विविध अंगांनी समृद्ध केले. १९६०च्या आसपास या समाजात साहित्याला वाहिलेली ६० ते ७० नियतकालिके निघत होती. या काळातच साहित्याचे प्रकाशन अनेक अंगांनी करणाऱ्या अनेक प्रकाशन संस्थाही जन्माला येत होत्या आणि जोमाने कार्य करीत होत्या. सामान्यत: ही स्थिती १९८०-८५ पर्यंत होती.

तेथून पुढे मात्र नागर मराठी साहित्यात स्थिरता निर्माण झाली. मराठी साहित्यात दहा-दहा वर्षांनी नवी पिढी निर्माण होत होती; ती प्रक्रियाही थांबत गेली. हळूहळू नागर मराठी साहित्याचा विकास आणि विस्तार थांबत गेला.

याचे महत्त्वाचे कारण असे की, लोकसंख्या भरपूर वाढत गेली. स्थानिक पातळीवर नोकऱ्या मिळेनाशा झाल्या. त्यामुळे तरुण पिढ्या इंग्रजी माध्यमातून वेगवेगळ्या औद्योगिक आणि उपयुक्तवादी विषयांचा अभ्यास करून पदव्या मिळवू लागल्या. इंग्रजी ही जागतिक पातळीवरची भाषा आहे. त्यामुळे त्या माध्यमातून पदवी घेतलेल्या तरुणाला जगात कुठेही नोकरी मिळू शकेल, या जाणिवेने नागर समाजातील तरुण पिढी इंग्रजी भाषेच्या माध्यमाकडे अगदी आरंभापासून वळू लागली. स्वाभाविकच त्यांची मातृभाषा असलेल्या मराठीकडे त्यांचे दुर्लक्ष होऊ लागले. परिणामी, मराठी भाषा आणि तिच्यातून होणारी सकस साहित्याची निर्मितीही कमी कमी होत गेली. मराठी नागर समाजाच्या सांस्कृतिक जीवनाचा हा विशेष टप्पा होता.

याचा परिणाम मराठी नियतकालिकांवरही झाला. ही नियतकालिके बंद पडत गेली. आज फार थोडी मराठी नियतकालिके कशीबशी तग धरून आहेत. एक व्यवसाय म्हणून मराठीतून दिवाळी अंक (वर्षातून एकदा) निघताना अजून तरी दिसतात.

(६) साहित्यविषयक निर्मितीची संस्कृती जशी कळत-नकळत नागर समाजातून हळूहळू ढासळत चालली आहे, तशी आपली शहरी कुटुंबव्यवस्थाही नकळत ढासळत चालली आहे. कुटुंबव्यवस्था ही सांस्कृतिक समाजव्यवस्थेचा एक महत्त्वाचा घटक असते. त्यामुळे संस्कृती आणि समाजव्यवस्था बदलू लागली की, कुटुंबव्यवस्थाही

बदलू लागते.

भारतीय समाजव्यवस्था ही वैशिष्ट्यपूर्ण आहे. तिच्यात वर्णव्यवस्था, जातिव्यवस्था अजूनही कळत-नकळत टिकून आहे. ती हजारो वर्षे चालत आलेली आहे. देशाला स्वातंत्र्य मिळेपर्यंत ती भक्कमपणे चालू होती. स्वातंत्र्योत्तर काळात तिच्यातील कर्मठपणा, श्रेष्ठकनिष्ठता वाद काही प्रमाणात शिक्षणाच्या प्रभावामुळे कमी होत गेला, तरी वर्ण-जाती पूर्ण नष्ट होऊ शकल्या नाहीत. त्या पूर्णपणे नष्ट होतील असेही वाटत नाही.

मात्र भारतीय समाजव्यवस्थेचे पारंपरिक कौटुंबिक नातेसंबंध जे एकेकाळी दृढ स्वरूपाचे होते; ते मात्र आजच्या शहरी कुटुंबव्यवस्थेतून नष्ट होऊ लागले आहेत. एकेकाळी चुलते, पुतणे, भाऊ-भाऊ एकत्र राहून एकमेकांना शिक्षणासाठी मदत करीत असत. सर्व मिळून व्यवसाय, स्वत:चा हक्काचा उद्योगधंदा करत असत. कौटुंबिक सुखदु:खांत सर्व मिळून सहभागी होत असत. मोठ्या शहरांतून ही संस्कृती नष्ट होऊ लागली आहे; तशीच ती खेड्यापाड्यांतूनही शहरी संपर्कामुळे नष्ट होताना दिसते आहे. प्रामुख्याने हा यंत्रयुगाचा परिणाम मानला जातो. भौतिकवादी, भोगवादी वृत्तीचा, संस्कृतीचाही हा परिणाम मानला जातो.

ते काहीही असले तरी शहरातील आणि आजच्या खेड्यांतीलही संयुक्त कुटुंबव्यवस्था बव्हंशी नष्ट होत गेलेली दिसते आणि त्या जागी 'पती, पत्नी आणि मुले' अशी एकेरी, व्यक्तिवादी, व्यक्तिकेंद्रित कुटुंबव्यवस्था निर्माण झालेली दिसते. मुलेही लग्न झाल्यावर पटकन अलग होतात. बाहेरगावच्या नोकऱ्यांचाही हा परिणाम असला तरी व्यक्तिकेंद्रित, आत्मकेंद्रित वृत्तीचा हा प्रभाव मानावा लागतो. यातूनच स्वत:पुरते पाहण्याची, विचार करण्याची, अलग राहण्याची व्यक्तीची वृत्ती वाढत गेली. शहरातील, नगरातील सुशिक्षित वर्गात याचे प्रमाण वाढत गेले. परिणामी, तेथील माणूस एकटा पडत गेला. त्याच्या सुखदु:खात इतर कोणी सामील होईनासे झाले. त्याच्याही व्यक्तिकेंद्रित, आत्मकेंद्रित वृत्तीमुळे कुणापाशी आपली सुखदु:खे सांगण्याची त्याची वृत्ती आणि सवय नष्ट झाली. तिचा परिणाम चंगळवाद, भोगवाद निर्माण होण्यात झालेला दिसतो. आजची तरुण पिढी यात जास्त वाहवत गेलेली दिसते.

याचा दुसराही एक परिणाम असा झालेला दिसतो की वयस्क, वृद्ध, पेन्शनर पती-पत्नी आपल्या तरुण मुलाबाळांपासून अलग पडत गेली, एकाकी राहू लागली. नात्यागोत्यांना काही अर्थ राहिनासा झाला. माणूस एकाकी, एकटा, आत्मकेंद्रित आणि मोठ्या प्रमाणात व्यसनी, आत्मनिष्ठ होत गेला. ....समाजव्यवस्थेचे हे विघटन एकूण भारतीय समाजव्यवस्थेलाच उद्या धोक्यात आणल्यास नवल वाटणार नाही.

(७) शहरी माणसाच्या या एकाकी पडणाऱ्या मनाचा परिणाम साहित्यनिर्मितीवर झालेला दिसतो. काही नवकवी, अतिनवकवी, नवकथाकार यांचे साहित्य याच शहरी वस्तुस्थितीतून निर्माण झालेले दिसते. सामाजिक स्थितीचा परिणाम साहित्यावर कसा होतो, त्याचे हे ढळढळीत उदाहरण आहे.

मराठी नवकथा, नवकविता, संज्ञाप्रवाही साहित्य हे यांचाच परिपाक असलेले दिसते. १९८०-८५ नंतरच्या काळात हेही साहित्य कोमेजत जाऊन शहरकेंद्री जीवनावरील नागरसाहित्य व त्याची निर्मिती जवळजवळ नामशेष झाल्यासारखी आज वाटते आहे.

(८) याच्या नेमके उलट महाराष्ट्राच्या ग्रामीण विभागात घडताना दिसते. १९६० साली महाराष्ट्र राज्याची स्थापना झाली आणि ग्रामीण मराठी समाजाच्या इतिहासाचे एक नवे पान उलगडले गेले. ते म्हणजे महाराष्ट्र राज्याचे पहिले मुख्यमंत्री यशवंतरावजी चव्हाणांनी आपल्या सहकाऱ्यांना महाराष्ट्राच्या खेड्यापाड्यांतून नवनवीन शिक्षणसंस्था स्थापण्यास सांगितले. त्याचा परिणाम होऊन खेड्यापाड्यांतून प्राथमिक शाळा, तालुक्याच्या गावी हायस्कूल, जिल्ह्याच्या ठिकाणी किंवा केंद्रस्थानी असलेल्या शहरांतून महाविद्यालये स्थापन करण्यास प्रोत्साहन दिले. याचा हळूहळू परिणाम असा झाला की, बहुजन समाजात शिक्षणविषयक जागृती निर्माण झाली आणि शिक्षणाचे प्रमाण वाढले. नवसाक्षर तरुण पिढीला विकसनशील काळ असल्यामुळे नवनव्या नोकऱ्या मिळू लागल्या आणि ग्रामीण समाजाचा कायापालट होऊ लागला.

(९) १९६० पूर्वी ग्रामीण महाराष्ट्राची स्थिती शैक्षणिकदृष्ट्या केविलवाणी होती. शिक्षणाचा प्रसार काहीही झालेला नव्हता. सर्वसाधारण कुणबी समाज गतानुगतिक पद्धतीने शेतावर राबून पोटापुरते धान्य पिकवीत होता, मोलमजुरी करत होता. बलुतेदार मंडळी आपापली बलुत्याची पारंपरिक कामे करीत होती आणि चरितार्थ चालवीत होती.

मात्र या ग्रामीण समाजातील पाटील, वतनदार, इनामदार व ब्राह्मणवर्ग आपल्या आर्थिक बळावर खेड्यातून शहरात जाऊन शिक्षण घेऊ शकत असे आणि शहरात विविध प्रकारच्या लहान-मोठ्या नोकऱ्या मिळवू शकत असे. ग्रामीण कथा-कवितांची, कादंबऱ्यांची निर्मिती ते करत असत. त्यामुळे ही मूळची खेड्यातील, गावातील मंडळी शहरात जाऊन तिथेच कौटुंबिकदृष्ट्या स्थिर होत असत. नोकरी करत असत. या व्यक्तींना त्यांच्या बालजीवनात खेड्यातील अनेक अनुभव आलेले

असत. शिक्षणाच्या काळातही ते सुट्या पडल्यावर तीन-तीन, चार-चार महिने आपल्या गावी जात असत. मुक्तपणाने जगत असत... त्यातून त्यांना अनेक ग्रामीण अनुभव येत असत. या अनुभवांना ते कल्पकतेची, प्रतिभेची, संवेदनशीलतेची जोड देऊन त्यांचे कथारूप, कादंबरीरूप, कवितारूप लेखन करत असत. यातून प्रारंभीचे ग्रामीण साहित्य निर्माण झाले.

पण या वर्गाच्या ग्रामजीवनातील अनुभवांना मर्यादा पडलेल्या होत्या. कारण ग्रामीण जीवनातील सर्वसाधारण अनुभवच त्यांना माहीत असत. हा वर्ग स्वत: शेती कसत नसे. स्वत:ची शेती कुणब्यांना फाळ्याने, बटईने किंवा खंडाने कसायला देत असे. अधूनमधून सुगीसराई आली की ऊस, हुरडा खाण्यास, हरभरा खाण्यास शेतावर जात असे. कधी आंबे, पेरू, रामफळे, सीताफळे खाण्यास किंवा ती घरी आणण्यास शेतावर जात असे. यापलीकडचे शेतीचे अनुभव किंवा तेथील कुणब्यांचे, कष्टकऱ्यांचे अनुभव त्यांना माहीत नसत किंवा ऐकून माहीत असत... त्यामुळे त्यांच्या ग्रामीण साहित्यावर मर्यादा पडलेल्या होत्या. ग्रामीण साहित्याची १९६० पर्यंत सर्वसाधारणपणे अशी स्थिती होती. त्या ग्रामीण साहित्याचे प्रतिनिधी म्हणून प्रामुख्याने व्यंकटेश माडगूळकर, शंकर पाटील, प्रा. द. मा. मिरासदार, ॲड. शंकरराव खरात, वि. शं. पारगावकर यांचा उल्लेख करावा लागेल.

(१०) १९६० नंतर मात्र नव्या ग्रामीण पिढीचे तरुण लेखक हळूहळू साहित्य-निर्मिती करू लागले. त्यात आनंद यादव, रा. रं. बोराडे, चंद्रकुमार नलगे, उद्धव शेळके, महादेव मोरे यांचा प्रामुख्याने उल्लेख करावा लागेल. हे लेखक स्वत: ग्रामीण जीवनातील कष्टकरी कुटुंबातील होते. त्यांचे सगळे घरदार स्वत: शेतावर किंवा घरीदारी काबाडकष्ट करणारे होते. त्यांनी तेथील दारिद्र्याचा, उपासमारीचा, काबाडकष्टाचा, उपेक्षेचा प्रत्यक्ष अनुभव घेतलेला होता. त्यामुळे त्यांच्या कथा-कादंबऱ्यांतून सर्वसामान्यांच्या ग्रामीण जीवनाचे खडतर कष्ट आणि अनुभव व्यक्त होत होते आणि तसे ते व्यक्त होणेही स्वाभाविक होते.

या पिढीतील साहित्यिकांनी ग्रामीण कथा, कविता, कादंबरी, समीक्षा इत्यादी विविध क्षेत्रांत लेखन करून ग्रामीण साहित्याला प्रतिष्ठा प्राप्त करून दिली. पुढे साहित्य चळवळीमुळे ग्रामीण विभागांत अनेक छोटीमोठी संमेलने भरू लागली. शिवाय शिबिरे, चर्चासत्रे घेऊन ग्रामीण समाजातील तरुण पिढीवर विविध अंगांनी साहित्यविषयक संस्कार केले. जागोजागी विविध संस्था स्थापन केल्या आणि त्यांनी नंतरच्या काळात ग्रामीण साहित्यप्रवाहाला स्थैर्य प्राप्त करून दिले. आज घडीलाही हे साहित्य भरघोस प्रमाणात ग्रामीण विभागांतून निर्माण होताना दिसते.

(११) १९७०च्या आसपास दलित साहित्याची चळवळ सुरू झाली आणि मराठी साहित्याला एक नवे परिमाण मिळाले. जनवादी साहित्य, स्त्रीवादी साहित्य, ख्रिस्ती साहित्य, आदिवासी साहित्य इत्यादी विविध सामाजिक घटकांतील साहित्य निर्माण होऊ लागले. त्यांची लहानमोठी नियतकालिके, अनियतकालिके निर्माण होऊ लागली. मात्र ग्रामीण आणि दलित साहित्याला जे सातत्य होते ते सातत्य इतर साहित्य प्रवाहांना अनेक कारणांनी नंतरच्या काळात राहू शकले नाही. याचा अर्थ असा नव्हे की, ते साहित्यच निर्माण होऊ शकत नाही. ते निर्माण होते, पण त्यांची लक्षवेधी धारा जाणवत नाही. त्याचीही अनेक कारणे आहेत, एवढेच इथे तूर्त नोंदवावेसे वाटते.

ग्रामीण विभागात निरनिराळ्या ठिकाणी छोटी छोटी अनेक साहित्य संमेलने भरत असतात, ही स्वागतार्ह घटना आहे. त्यामुळे त्या त्या परिसरातील साहित्यिकांना त्यात सहभागी होता येते. ते आपल्या पिढीसाठी विचार मांडू शकतात. त्यांच्या साहित्याचा परिचय तेथील तरुण पिढीला होतो. त्या परिसरातीलच सामाजिक, सांस्कृतिक स्थितिगतीशी त्यांचा संबंध असल्याने त्यांना ते आपले वाटते. त्या साहित्याची आणि समाजस्थितीची अनेक अंगेउपांगे प्रकाशात येतात आणि त्यामुळे इतर साहित्यिकांना ती अधिक परिचित होतात. त्यांना त्यातून पुन्हा साहित्याच्या निर्मितीची अधिकाधिक प्रेरणा मिळते.

१९८० पूर्वी एकूणच मराठी साहित्यक्षेत्रात निर्माण होणाऱ्या नागरी (शहरी) साहित्याची विविध अंगोपांगांनी मीमांसा करणारी अनेक नियतकालिके निघत; ती तर बंद झालीच; पण तशी नियतकालिके विखुरलेल्या खेड्यापाड्यातील समाजात निर्माण होणे शक्य नव्हते. कारण एकतर आर्थिकदृष्ट्या ग्रामीण समाज दुबळा असतो. शिवाय, तो शहरांसारखा एका जागी नसतो. त्यामुळे छोट्या छोट्या संमेलनातूनच एकत्र येऊन साहित्याविषयीची विविध अंगी चर्चा होणे शक्य व आवश्यक असते. अशी चर्चा होणे नितान्त गरजेचे आहे, याचे भान या छोट्या छोट्या संमेलनांनी जाणीवपूर्वक ठेवले पाहिजे आणि जपले पाहिजे. कारण अलीकडे या संमेलनांना जत्रेचे स्वरूप येते आहे की काय, अशी भीती मला वाटते. त्यात केवळ मनोरंजनाचे कार्यक्रम आणि जल्लोष होतानाच विशेष प्रमाणात जाणवते. त्यामुळे एकतर वाङ्‌मयीन संस्कृतीची नीटपणे जोपासना होत नाही; किंवा ती उथळ स्वरूप धारण करताना दिसते.

(१२) पूर्वी ग्रामीण समाजात तुरळक साहित्य होते; पण अलीकडे त्यांची पिढी तयार झालेली दिसते, ही स्वागतार्ह घटना आहे. या पिढीने विचारपूर्वक आणि गांभीर्याने साहित्याची उपासना आणि जोपासना तसेच निर्मिती आणि समीक्षा

गंभीरपणे, अभ्यासपूर्वक करण्याची गरज आहे. केवळ हौसे-मौजेने कोणतीही कलानिर्मिती होऊ शकत नाही. ती एक व्रतभावनेने केलेली उपासना असते, हे तरुण ग्रामीण साहित्यिकांनी जाणीवपूर्वक मनात रुजविण्याची आणि पोषण करण्याची गरज आहे.

वास्तविक नियतकालिकांची, विविध ग्रंथप्रकाशनांची त्यासाठी नितान्त गरज असते; पण आर्थिकदृष्ट्या दुबळ्या असलेल्या ग्रामीण विभागात आज तरी ते शक्य नाही, असे दिसते. म्हणून छोटी छोटी संमेलनेच त्याची माध्यमे मानून, त्यांतून वाङ्मयीन चर्चा, चिकित्सा होण्याची आवश्यकता आहे. ही संमेलनेच तूर्त तरी वाङ्मयीन चर्चेची, चिकित्सेची आणि त्यांच्या प्रसाराची साधने मानली पाहिजेत.

अ) या बाबतीत शहरी विभागांतील ग्रंथप्रकाशकांनी या ग्रामीण विभागातील वाङ्मयीन संक्रमणाच्या अवस्थेत आपली भूमिका ओळखून त्यांना खूप काही करता येईल, असे वाटते. विशेषत: ग्रामीण तरुण साहित्यिकांचे 'साहित्य' संस्करण करून छापले आणि प्रसिद्ध केले, तर त्यांना नवशिक्षित ग्रामीण तरुणवर्ग ग्राहक म्हणून उपलब्ध होऊ शकेल. शहरात आज मराठी ललित साहित्याचा वाचकवर्ग कमी-कमी होत चालला आहे. कारण तो प्रामुख्याने इंग्रजी भाषेत शिक्षण घेऊन जागतिक पातळीवर नोकऱ्या करू लागला आहे. म्हणून तेथील प्रकाशकांनी आणि ग्रंथविक्रेत्यांनीही ग्रामीण विभागातील या नव्या ग्राहकवर्गाकडे वळावे. तेथील साहित्यप्रेमींना ग्रंथालये स्थापन करण्यास मदत केली आणि ती त्यांनी स्थापन केली, तर त्यांना कायमचा नवा ग्राहकवर्ग मिळू शकेल; तसेच तेथील संस्कृतीलाही नवे परिमाण मिळू शकेल, असे मला वाटते.

(ब) नव्या पिढीच्या ग्रामीण साहित्यिकांनीही केवळ हातात पडेल तेच आणि तेवढेच साहित्य वाचण्यापेक्षा आपल्या वाचनाला 'वाचनसंस्कृती'चे स्वरूप प्राप्त करून दिले पाहिजे. साहित्यिकाची वाचनसंस्कृती म्हणजे नुसते इतरांचे साहित्य वाचून काढणे नव्हे. आपणास जर चांगला साहित्यिक व्हायचे असेल तर त्याने आपला समाज नीटपणे समजून घेण्यासाठी 'ग्रामीण समाजशास्त्र' वाचावे, त्याचप्रमाणे सामाजिक मानसशास्त्र, व्यक्तीचे मानसशास्त्र, भारतीय संस्कृती, मूळ मानवधर्म, देशविदेशी भाषांतील उत्कृष्ट साहित्य इत्यादी नीटपणे वाचले पाहिजे. ते वाचले तरच आपल्या हातून चांगली साहित्यनिर्मिती होऊ शकते. पर्यायाने ग्रामीण समाजाला साहित्यसंस्कृतीचे नवे परिमाण लाभू शकेल.

(क) ही संस्कृती निर्माण करण्यासाठी नव्या, तरुण ग्रामीण साहित्यिकांचा जसा हातभार लागेल, तसाच ग्रामीण समाजातील शिक्षकांचाही हातभार लागू

शकेल, असे मला वाटते. शहरातील शिक्षकापेक्षा ग्रामीण विभागातील शिक्षकांवर वेगळी आणि फार मोठी नैतिक आणि सांस्कृतिक जबाबदारी येऊन पडते. प्राथमिक शाळांपासून ते महाविद्यालयांतील सर्वच अध्यापक, प्राध्यापकांना मी शिक्षकच मानतो. ग्रामीण भागातील बहुजन समाज हा शेतकरी, कष्टकरी, कामकरी आणि प्रामुख्याने निरक्षर असतो. त्याची अनेक प्रकारची कामे ही शारीरिक श्रमाशी जोडलेली असतात. अशा अडाणी कुटुंबातील मुलांना शिकविण्याची आणि घडविण्याची जबाबदारी शिक्षकाचीच असते. त्या दृष्टीने ग्रामीण विभागातील शिक्षक हा नव्या पिढीचा पालक आणि पिता दोन्ही असतो. कारण तो सर्वार्थाने नव्या पिढीला घडवीत असतो. माणुसकीचे मूलभूत संस्कार तो नव्या पिढीवर करत असतो. नीतीचे धडे देत असतो. जीवनातील उदात्त मूल्यांविषयी तरुण पिढीत श्रद्धा निर्माण करण्याचे त्याचेच कार्य असते. त्यामुळे नव्या पिढीला नुसते शिकविण्याचे नव्हे तर घडविण्याचेही काम त्याला करावे लागते. त्यासाठी चांगली चांगली पुस्तके शाळेच्या ग्रंथालयातून मिळवून ती वाचण्याची तो शिफारस करत असतो... त्यामुळेच खऱ्या अर्थाने नवी पिढी घडत असते. उदाहरणार्थ, मी शेतमजुराचा मुलगा होतो. घरात शिक्षणाचा कुणालाही गंध नाही. योगायोगानं मला लहानपणी शाळेत घालण्यात आलं. या वेळी शिक्षकांनी माझ्यातील सुप्त गुण ओळखून मला अनेक पुस्तके वाचायला दिली. त्याविषयी माझ्यावर अनेक संस्कार केले. ते इतके नवे आणि मला आवडणारे होते की, मलाही शिक्षण पूर्ण करून आपणही शिक्षकच व्हावे, असे वाटले आणि मी शिक्षक झालो... शिक्षकांच्या मार्गदर्शनाखालीच मला साहित्याचे आणि साहित्यनिर्मितीचे धडे मिळाले. आज मोठ्या प्रमाणात ग्रामीण विभागातील नवी पिढी साहित्यिक होते आहे, होऊ पाहात आहे, हे ओळखूनच ग्रामीण शिक्षकांनी त्यांना आरंभापासूनच जाणीवपूर्वक घडविण्याचा प्रयत्न केला तर ग्रामीण समाजाला उत्कृष्ट साहित्याचे नवे परिमाण लाभेल.

ग्रामीण विभागातील महाविद्यालयीन पातळीवर मराठी भाषेच्या प्राध्यापकांवर आणखी एका सांस्कृतिक कार्याची जबाबदारी येऊन पडते. आज सर्वत्रच दूरदर्शनचा विपरीत परिणाम झालेला दिसून येतो. अभ्यास सोडून विद्यार्थीवर्ग दूरदर्शनसमोर सतत बसलेला दिसून येतो. त्यामुळे त्याचे अभ्यासाकडे वाचनाकडे तर दुर्लक्ष होतेच आहे; पण पूर्वी निवांत वेळी ललित साहित्याचे जे वाचन केले जात होते, तेही बंद पडल्याचे जाणवते. एवढेच नव्हे तर, आज सर्वत्रच तरुण पिढीची वाचन-संस्कृती संपुष्टात आलेली दिसते; किंवा भराभर वाचन करून ती त्यातून चटकन मोकळी होतात.

अभ्यास करताना किंवा ललित साहित्य वाचताना त्यांना वाचन-संस्कृतीचा गंधही नसतो. त्यांचे वाचन त्यांच्या मनाला भिडू शकत नाही. त्यामुळे

'वाचन- संस्कृती' म्हणजे काय, ते त्यांना समजून देण्याची गरज निर्माण होते.

(ड) विशेषत: ललित साहित्याचे वाचन हे वर्तमानपत्राच्या वाचनासारखे वरवरचे करता येत नाही. त्यासाठी 'वाचन संस्कृती' हा शब्दप्रयोग त्या संदर्भात समजून घेतला पाहिजे. कारण ललित साहित्यात वाच्यार्थाइतकाच त्याचा लक्ष्यार्थ आणि ध्वन्यार्थही समजून घ्यावा लागतो. तो समजून घेण्यासाठी विशिष्ट वाक्याच्या मागेपुढे असलेल्या दुसऱ्या वाक्यांचे संदर्भ आणि बारकावे ध्यानात ठेवावे लागतात. तरच मधल्या वाक्यातील सूचक अर्थ कळू शकतो. ललित साहित्यातील विविध प्रकारच्या अर्थाबरोबर ही वाक्ये भावना, संवेदनाही सूचित करत असतात. त्यासाठी उपमादी अलंकारांची नाजूक शब्दांत योजना करीत असतात. अलंकारामुळे वेगळ्या कल्पनेच्या सुंदर विश्वात नेतात. त्यामुळे वाचक चकित होतो, शहारून जातो, भारावतो, वासनेपेक्षा निखळ भावनांच्या विश्वात रमतो, वाचताना भोवताल आणि त्याचे वास्तव विसरतो, पात्रांच्या विविध भावना, राग, लोभ, प्रेम, लळा, जिव्हाळा यांच्या आविष्कारामुळे स्वत:ही त्या स्वतंत्र विश्वात रमून जातो. त्यातील विविध पात्रे म्हणजे माणसे यांच्याशी एकरूप होतो. त्यामुळे माणसांचे विविध नमुने त्याला जाणवू लागतात म्हणून त्याच विश्वात तो रमून जातो. सारांश, ललित साहित्यांच्या वाचनामुळे त्याला माणसाचा विवेक, विचार, चिंतन, भावनाशीलता, संवेदनशीलता, मानवी मनाचे विविध अंगांनी आकलन होते आणि एकूणच वाचकाचे मानवी जीवन सर्वांगानी समृद्ध होत जाते. तो जीवनाच्या उदात्त, समृद्ध पातळीवर जगू लागतो. त्यातून मिळणारा सात्त्विक आनंद मनमुरादपणे मिळवू लागतो... हे सर्व ललित साहित्याच्या मन:पूर्वक केलेल्या आणि अनुभवलेल्या वाचन-संस्कृतीचे संस्कार असतात. म्हणूनच माणसाने आपली वाचनसंस्कृती जोपासली पाहिजे, वाढविली पाहिजे, तरच त्याला जीवनातील अत्युच्च पातळीवरचा सात्त्विक आनंद अनुभवता येतो. हे ओळखून महाविद्यालयातील मराठी भाषेच्या प्राध्यापकांनी विद्यार्थ्यांवर मराठी वाचन-संस्कृतीचे संस्कार करण्याची गरज आहे. त्यामुळे विद्यार्थ्यांचे व्यक्तिमत्त्व अंतर्बाह्य पालटून जाते, हे वेगळे सांगण्याची गरज नाही.

तरुण ग्रामीण साहित्यिकांनी किंबहुना सर्वच तरुण साहित्यिकांनी आणखी एक गोष्ट लक्षात ठेवली पाहिजे, ती अशी की, ललित साहित्य ही एक महत्त्वाची जीवनदर्शी कला आहे. तिचे माध्यम भाषा हेच असल्याने ती त्या त्या भाषिक समाजाशी तात्काळ जोडली जाते. सगळा भाषिक समाजच तिचा रसिक-वाचक बनतो. त्यामुळे साहित्यकला ही इतर कोणत्याही कलेपेक्षा अधिक प्रमाणात समाजमनाशी निगडित असावी लागते. तिच्यातील सामाजिक आशय व्यापक, मार्मिक आणि मनोवेधक असाच असावा लागतो.

पण तो तेवढाच ठेवून भागत नाही; म्हणजे असे की, साहित्याने फक्त व्यापक समाजदर्शन घडवून भागत नाही; तर ते समाजदर्शन सौंदर्यपूर्णतेने, कलात्मकतेने घडविणे अपरिहार्य असते. कारण कोणतीही कला ही आविष्कारासाठी सुंदरतेचा अंगभूत स्वीकार केल्याशिवाय आकारालाच येऊ शकत नाही. म्हणून नवग्रामीण साहित्यिकांनी सौंदर्यशास्त्राचाही किंवा कलास्वरूप शास्त्राचाही अभ्यास करण्याची आणि त्याचा आपल्या साहित्यकृतीतून आविष्कार करण्याची नितान्त गरज असते. तरच साहित्याची कलाकृती आकाराला येते. तसे झाले नाही तर ते लेखन केवळ हकिकत सांगणारे, वर्तमानपत्रातील बातमीसारखे वाटेल. म्हणून तरुण ग्रामीण साहित्यिकांनी साहित्यकलेची उपासना अभ्यासपूर्वक करण्याची गरज आहे.

खरे तर जातिवंत साहित्यिक एवढ्यावरच थांबत नाही. जन्मभर तो साधक अवस्थेतच असतो. प्रौढवयात तो 'तत्त्वज्ञ साहित्यिक' (फिलॉसॉफर रायटर) बनण्याचा प्रयत्न करत असतो. त्यासाठी मानवी जीवनाशी संबंधित देशोदेशींची महत्त्वाची तत्त्वज्ञाने अभ्यासत राहतो. महान तत्त्वज्ञ साहित्यिकाच्या महान साहित्यकृती अभ्यासतो.

जागतिक पातळीवर आपले साहित्य कसे जाईल याचा त्याला ध्यास लागलेला असतो. त्या योग्यतेचे साहित्य निर्माण करून ते जागतिक पातळीवरील इंग्रजी भाषेत स्वत:च अनुवादित करण्याचा प्रयत्न करतो. त्याचे हे प्रयत्न सखोल अभ्यासपूर्वक इतर ग्रंथ वाचल्यावरच चाळलेले असतात, हे लक्षात ठेवावे.

ग्रामीण तरुण पिढीचे आजचे ग्रामीण साहित्य हे ग्रामीण समाजवास्तवाच्या चित्रणाच्या दृष्टीने समृद्ध असले तरी त्यातील जे समाजचित्रण आहे ते सामाजिकदृष्ट्या विदारक स्वरूपाचे आहे. माझ्यासारख्या सुशिक्षित, संवेदनशील नागरिकाला त्यातील समाजवास्तव अस्वस्थ करणारे आहे.

आजच्या ग्रामीण समाजातील सर्वसामान्य माणूस म्हणजे बाराबलुतेदार, शेतमजूर, सामान्य कष्टकरी वर्ग, दलित, आदिवासी, भटके, इतर मागासवर्गीय यांचे शोषण या समाजात चमत्कारिकपणाने चालले आहे. म्हणजे असे की, परंपरागत चालत असलेले यांचे धंदे सुधारणांच्या नावाखाली बुडाले आहेत. त्यामुळे हा सर्वसामान्यांचा ग्रामीण समाज हा शहरी उद्योजक, कारखानदार, निरनिराळ्या शेतीसंबंधित वस्तूंची शहरात निर्मिती करून विक्री करणारे व्यापारी यांच्याकडून श्रमाच्या माध्यमातून लुबाडला आणि पिळला जातो आहे. शेती-सुधारणेच्या नावाखाली शहरी उद्योजकांनी तयार केलेली यांत्रिक अवजारे शेतीवर आली, पाणी उपसणारी इंजिने आली, विजेवर चालणारे पंप आले, डिझेलवर चालणारे ट्रॅक्टर आले, गुळापेक्षा साखरनिर्मितीकडे म्हणजे साखर कारखान्यांकडे कारखानदार उद्योजकांकडे ऊस चालला, देशी खतापेक्षा कारखान्यात तयार होणारी रासायनिक खते आली, देशी पायताण-

चपलांपेक्षा बाटाच्या चपला, बूट वापरण्याची फॅशन आली. या सर्वांमुळे ग्रामीण विभागातील परंपरागत धंदे बुडाले आणि शेतीसंबंधित परंपरागत साधने कालबाह्य ठरली. त्यामुळे ग्रामीण समाजातील सर्वसामान्य शेतकरी, मजूर, कष्टकरी आणि सर्व बाराबलुतेदार वर्ग बेकार आणि कंगाल झाला... ग्रामीण समाजाचे शोषण सुरू झाले. शेतकरी आत्महत्या करू लागले. अशी भयाण स्थिती ग्रामीण समाजात निर्माण झाली. पश्चिम महाराष्ट्रातील ग्रामीण समाजाचा काहीसा अपवाद सोडला, तर उर्वरित ग्रामीण महाराष्ट्रात कमीअधिक प्रमाणात हीच समाजस्थिती निर्माण झालेली दिसते.

आपला भारत प्रामुख्याने कृषिसंस्कृतिप्रधान देश आहे. अशा ह्या भारतात महाराष्ट्र हे अग्रेसर राज्य म्हणून ओळखले जाते. याचा व्यापक अर्थ असा होतो की, कमी-अधिक प्रमाणात सर्वच राज्यात अशीच सामाजिक स्थिती असण्याची दाट शक्यता आहे.

(१३) महाराष्ट्रातील ग्रामीण समाजाची अशी स्थिती असली तरी आणि ग्रामीण समाजातील तरुण साहित्यिक त्याचे पोटतिडिकीने समाजदर्शन आपल्या साहित्यातून घडवीत असले तरी महाराष्ट्राच्या शहरी विभागातील विचारवंत व्यक्ती, वाचकवर्ग आणि समाजसुधारक त्याकडे पूर्णपणे दुर्लक्ष करीत आहेत. कारण शहरातील समाजसुधारकांनाही यांचा बिलकूल पत्ता नाही. सगळे शहरी विचारवंत, वाचकवर्ग आपल्या केवळ शहरी समाजसुधारणा, बातम्या, त्यांचे विवेचन आणि वाचन करण्यातच पूर्णपणे गुंतलेले दिसतात. शहरातील प्रकाशक आणि ग्रंथालयेही शहरी साहित्यापुरतीच जागृत असतात. ग्रामीण समाजाची ही भीषण शोकांतिका आहे.

चरितार्थासाठी नाईलाजाने शहरात राहणारा एक ग्रामीण साहित्यिक या नात्याने मला असे वाटते की, सर्व शहरी महाराष्ट्राच्या पोटापाण्याची अखंडपणे तरतूद करणाऱ्या, त्यासाठी प्राणांची बाजी लावणाऱ्या या ग्रामीण समाजाकडे निदान आता तरी लक्ष द्यावे आणि या दारूण अवस्थेतील ग्रामीण समाजाला आता तरी सुस्थितीत आणण्याचा प्रयत्न करावा. त्यासाठी त्याच्या गतानुगतिक, पारंपरिक जीवनसरणीतून त्याला मुक्त करण्याचा प्रयत्न करावा. शहरातील विविध समाजसुधारणावादी संस्थांनी, शासकीय सुधारणांनी, स्वयंसेवी संस्थांनी, सुधारकांनी, विचारवंत मंडळींनी इकडे मनापासून वळावे. आपला वेळ आणि धन या ग्रामीण समाजासाठी द्यावे आणि त्याचे मूलगामी परिवर्तन घडवून आणावे. ते हे कार्य मनापासून अनेक वर्षे, दीर्घ काळ करीत राहिले, तर महाराष्ट्राच्या स्वातंत्र्योत्तर काळातील ही एक युगप्रवर्तक क्रांती ठरू शकेल आणि समग्र मराठी जीवनाचे

सार्थक होऊन त्याला एक नवी कळा आणि कांती प्राप्त होईल... देववाद, अंधश्रद्धा, गतानुगतिक वृत्ती यांतून ग्रामीण समाज पूर्ण मुक्त होईल आणि मराठी समाज सर्वार्थांनी समपातळीवर येईल आणि एकमेकांशी समरस आणि एकरूप होईल आणि भारतासमोर एक नवा मूलगामी आदर्श निर्माण होईल. महात्मा फुले, डॉ. बाबासाहेब आंबेडकर, राजर्षी शाहू महाराज यांचे मूलभूत स्वप्न खऱ्या अर्थाने परिपूर्ण होईल. 'खेड्याकडे चला' म्हणणाऱ्या राष्ट्रपिता गांधींच्या विचारांची खरीखुरी पूर्तता होऊ शकेल. एवढेच नव्हे तर आपली समाजवादाची स्वप्ने खऱ्या अर्थांनी प्रत्यक्षात उतरलेली दिसतील.

(८२व्या अखिल भारतीय मराठी साहित्य संमेलनासाठी तयार केलेले अध्यक्षीय भाषण. काही अपरिहार्य कारणामुळे मला राजीनामा द्यावा लागला; म्हणून हे भाषण प्रस्तुत संमेलनात होऊ शकले नाही.)

■

...अशामुळे बहुजन समाजाचा शक्तिपात होतो

(साहित्य व्यवहारातील 'साहित्यकारण आणि राजकरण' या संबंधातील डॉ. आनंद यादव यांची डॉ. रवींद्र शोभणे यांनी घेतलेली मुलाखत.

आनंद यादव हे नाव ग्रामीण साहित्य चळवळींशी आणि पुरोगामी साहित्य व्यवहारांशी अभिन्नपणे जोडले गेले आहे. ग्रामीण साहित्याच्या सर्जनशील निर्मितीबरोबरच त्यांनी ग्रामीण साहित्याची भूमिकाही आपल्या समीक्षा ग्रंथांमधून सातत्यानं मांडण्याचा प्रयत्न केलेला आहे. साहित्य क्षेत्रातील वर्तमान साहित्य-व्यवहारांच्या आणि एकूणच साहित्यकारणाच्या राजकारणासंदर्भांत त्यांनी या मुलाखतीत जी मते मांडली, ती सद्यकालीन वाङ्मयीन-अवाङ्मयीन वातावरणाची खऱ्या अर्थाने निखळ समीक्षा करणारी ठरावीत.)

एकूणच आज साहित्याच्या क्षेत्रातही साहित्यकारण हे राजकारणाचे रूप घेऊन फोफावत आहे. थोडक्यात, याला साहित्यातील 'राजकारण' असेच म्हणावे लागेल. पुरोगामी साहित्य चळवळीतील तुम्ही एक महत्त्वाचे लेखक म्हणून याबाबतचे विचार कसे मांडू शकाल?

आजची समाजव्यवस्था हीच मुळात लोकशाहीप्रधान समाजव्यवस्था आहे. बहुमताचा कौल ज्या बाजूने जाईल ती विजयाची बाजू, असे या व्यवस्थेचे चित्र दिसून येते. मात्र साहित्याच्या क्षेत्रात हे राजकारण अशा प्रकारे येणे अप्रस्तुत आहे. अ. भा. साहित्य संमेलनाच्या निवडणुकांच्या संदर्भात हा विचार केला तर हे वातावरण अधिक दूषित झाल्याचे दिसून येते.

वास्तविक पाहता साहित्य संमेलनाचा अध्यक्ष होणे हा मान आहे. ते मानाचे, सन्मानाचे पद आहे. हे पद कार्यकर्त्यांचे नाही हे लक्षात घेतले पाहिजे आणि हे पद

एखाद्या व्यक्तीला देताना त्याची वाङ्मयीन गुणवत्ता, मोठेपण पाहून सन्मानानेच द्यायला पाहिजे. या संमेलनाचा अध्यक्ष होणे म्हणजे तुमच्या साहित्याची, तुमच्या कर्तृत्वाची पावती होय; पण या पद्धतीने या संमेलनाचा कुणी विचारच करत नाही. शिवाय साहित्य संमेलन हे विचारमंथनाचे व्यासपीठ असावे, हा विचार बाजूला पडून आज साहित्य संमेलनाला केवळ जत्रेचे, हौशी मेळाव्याचे स्वरूप आलेले आहे. समजा, एखादा साहित्यिक साठीचा होतो तेव्हा त्याचा समाजातर्फे, शासनातर्फे जसा सत्कार होतो, तशा निखळ सत्काराच्या भावनेतून वाङ्मयीन गुणवत्ता लक्षात घेऊन अध्यक्षपदाचा सन्मान द्यावा.

अ. भा. मराठी साहित्य महामंडळ ही संघटनात्मक संस्था आहे. ती एक संघ संस्था नाही. मुंबई, पुणे, नागपूर, औरंगाबाद या घटक संस्था आणि भोपाळ, गोवा, हैदराबाद, आंध्रप्रदेश या उपघटक संस्था मिळून हे अ. भा. मराठी साहित्य संमेलन उभे राहते. तेव्हा या सगळ्या संस्थांनी एकत्र येऊन हा सन्मान एखाद्या ज्येष्ठ साहित्यिकाला द्यावा.

अ. भा. साहित्य संमेलनाच्या अध्यक्षपदासांठी निवडणूक होऊ नये या मताचा मी नाही; पण ती निवडणूक राजकारणाच्या भोवऱ्यात अडकू नये. एखादा साहित्यिक या प्रक्रियेतून निवडून येत नाही तो साहित्य संमेलनाचा अध्यक्ष होत नाही. याचा अर्थ तो कमी प्रतीचा साहित्यिक आहे आणि जो अध्यक्ष झाला तो श्रेष्ठ साहित्यिक आहे, असे होत नाही. चिं. वि. जोशी, रामगणेश गडकरी, पेंडसे ही माणसे साहित्य संमेलनाचे अध्यक्ष झाली नाहीत, म्हणून त्यांचे वाङ्मय कमी गुणवत्तेचे आणि मधु मंगेश कर्णिक, शंकर पाटील हे अध्यक्ष झाले म्हणून त्यांचे साहित्य श्रेष्ठ असे मानायचे काही कारण नाही.

अ. भा. पातळीवरील संमेलनाचे स्वरूप उत्सवी होण्यामागची कारणे कोणती असू शकतात?

अ. भा. पातळीवरील संमेलनाचे स्वरूप उत्सवी होण्यामागे साहित्यिकांनी स्वत: मिरवणे हा एक भाग आहे. आपल्या गुणवत्तेपेक्षा काही गोष्टी आपल्याला जास्तीच्या कशा मिळतील हा उद्देश असल्यामुळे ते साम, दाम, दंड, भेद हीही नीती वापरात आणतात. मग आपल्यापेक्षा ज्येष्ठ, श्रेष्ठ साहित्यिकाचे वाभाडे काढायला, त्यांच्या खाजगी गोष्टी चव्हाट्यावर मांडायलाही हे दुय्यम, तिय्यम दर्जाचे साहित्यिक मागेपुढे पाहत नाहीत. त्यामुळे यात चांगले, आत्ममग्न साहित्यिक उतरत नाहीत. शिवाय संमेलन भव्य दिव्य व्हावे म्हणून आपण मागच्या दराने राजकारणी मंडळींना पाचारण करतो.

थोडक्यात, मराठ्यांनी मोगलांना आपल्या भांडणात बोलावून जे केले, त्यापलीकडे

हे साहित्यिकही काही करीत नाहीत. एखादा उमेदवार एखाद्या निवडणुकीला उभा राहतो, तेव्हा त्याच्याकरिता जसे काही निकष असतात, तसेच निकष जर साहित्य संमेलनाच्या अध्यक्षपदासाठी लावले तर हे स्वरूप उत्सवी असे राहणार नाही.

सातारा येथील अ. भा. साहित्य संमेलनाच्या अध्यक्षपदाची लढत दोन साहित्यिकांत आहे, असे म्हणण्यापेक्षा दोन पत्रकारांतच आहे, असे बोलले जाते. त्या संदर्भात –

पत्रकार हा साहित्याचा एक घटक असतो. साहित्य आणि पत्रकारिता हे दोन्ही घटक परस्परपूरक आहेत. पत्रकार कॉलनीत घरे मिळावीत म्हणून स्वत:ला पत्रकार म्हणवणारी साहित्यिक मंडळीही असतात. त्यामुळे पत्रकारांनी या क्षेत्रात येऊच नये असे नाही. उलट वर्तमानपत्र हे लोकमाध्यम असल्यामुळे ते सामाजिक क्रांतीचे मोठे हत्यार आहे; पण एवढे असूनही जे पत्रकार / साहित्यिक अ. भा. साहित्य संमेलनाच्या अध्यक्षपदासाठी उभे राहतात, त्यांची साहित्यिक कामगिरी काय आहे, त्यांच्या साहित्याचे एकूण मराठी वाङ्मयात काय स्थान आहे, हे पाहणे महत्त्वाचे आहे. यदुनाथ थत्ते किंवा विद्याधर गोखले साहित्यिक आहेत, पण त्यांच्या साहित्याला या संदर्भात अनेक मर्यादा आहेत.

साताऱ्यातील अ. भा. साहित्य संमेलनाच्या अध्यक्षपदासाठी एकही चांगला साहित्यिक उभा राहू नये असे का?

चांगला साहित्यिक हा आत्मनिष्ठ असतो. चांगल्या अर्थाने तो अहंनिष्ठ असतो. म्हणजे तो अहंकारी असतो असे नाही. स्वत:चे चिंतन, विचार मांडणे या अर्थाने अहंनिष्ठ. ललित वाङ्मयात तो आपले स्वानुभव मांडत जातो. तो समाजाभिमुख असतो; पण बहिर्मुख नसतो. त्याच्या कामासाठी तो एकान्तप्रिय असतो. त्यामुळे निवडणुका लढविणे, दुसऱ्यांवर खोटे आरोप करणे, एखाद्याच्या खाजगी जीवनाला उघड्यावर आणणे हे त्यांना नको असते. म्हणूनही तो या प्रक्रियेपासून परावृत्त होण्याचा प्रयत्न करतो. ही निवडणूक प्रक्रिया बहिर्मुख आहे. म्हणून मध्यम प्रकृतीचे साहित्यिक यात उतरतात, असे नेहमी दिसते. उपरे मानसम्मान, सामाजिक प्रतिष्ठा यातच ते रमतात.

अलीकडे जातिनिहाय संमेलनाचे पीक आलेले आहे, हे लक्षण कशाचे?

होय. अलीकडे जातिनिहाय संमेलने भरभरून होताहेत, हे खरे. या संमेलनाची गरज प्रस्थापितांनी नाकारलेल्या प्रवृत्तीतून जशी दिसते तशीच सवत्यासुभ्याचीही भावना त्यात आहे. या सवत्यासुभ्याचा कुणीतरी एक मुख्य असतो. आणि तो

आपल्या महत्त्वाकांक्षेपोटी, महत्त्व वाढण्यापोटी संमेलने घेत असतो; पण अशामुळे बहुजन समाजाचाच शक्तिपात होतो, हे ओळखता यावे. उदाहरणार्थ, तुमच्या विदर्भातील परिस्थिती घ्या. नागपूरचे जनसाहित्य वेगळे, तर अमरावतीचे डॉ. सुभाष सावरकरांचे जनसाहित्य वेगळे. तिकडे वर्ध्याचे बहुजन साहित्य वेगळे. अशा पृथक साहित्य संस्था उभारून काय साधतं? मला जे कळलं, ते आणखीच विचित्र आहे. लाखनीच्या विदर्भ साहित्य संमेलनाचे अध्यक्ष डॉ. भाऊ मांडवकर होते, तेव्हा बहुजन साहित्य परिषदेच्या सभासदांनी ते अध्यक्षपद त्यांनी स्वीकारू नये व त्यांनी संमेलनस्थळी जाऊ नये, असा प्रयत्न केला होता; तर भाऊ मांडवकर यांना मागच्या वर्षी विरोध करणारे 'विठ्ठल वाघ या वर्षी अध्यक्ष होतात तेव्हा त्यांनी अध्यक्षपद का स्वीकारले' म्हणून जाहीर सवाल करतात.

ही प्रवृत्तीच मुळात आत्मविसंगत आहे. विठ्ठल वाघ यांनी घेतलेल्या निर्णयामुळे कसले संभ्रमाचे वातावरण निर्माण झाले, हे मला कळले नाही. सगळ्याच साहित्यिकांचे ध्येय मराठी, साहित्य, संस्कृती यांचा विकास घडवून आणणे हेच आहे. त्यामुळे सगळ्याच प्रस्थापित साहित्य संस्थांमध्ये सुसंवाद साधला जाणे आवश्यक आहे.

या नवनव्या जातिवाचक साहित्यविषयक संस्था कुणा एकाची महंतगिरी चालवण्यासाठी किंवा शह-काटशाह देण्यासाठी असतात, असे तुम्ही म्हणाल का?

होय, असेच म्हणावे लागेल. साहित्यिक हा जरी समाजाभिमुख-समाजसन्मुख असला तरी अस्सल साहित्यनिर्मिती हा त्याच्या साहित्यिक असण्याचा पहिला निकष. काही संस्थाधुरीण या संस्था स्थापून, चार मित्र एकत्र आणून केवळ शह-काटशाह देण्याचा आणि राजकारण खेळण्याचाच खेळ करतात. त्यांची साहित्यनिर्मिती अगदीच सुमार असते वा मुळीच नसतेही. काही माध्यमे आपल्या हातात असली की चार सुमार माणसे त्यांना महत्त्व देतात आणि अशातूनच या संस्था उभ्या राहतात.

वडस्करांच्या जनसाहित्यानंतर त्यांना बाजूला सारून डॉ. सुभाष सावरकरांनी जे रान उठविले ते चुकीचे आहे. चळवळीत जनकत्व, मोठेपण हा भागच नसतो किंवा बहुजन साहित्य परिषदेनेही जनसाहित्याच्याच भूमिकेत सामावून जाणे वाईट नाही. तुमच्या विदर्भातील या साहित्यिकांमध्ये दुसरी आणखी एक अतिशय वाईट व निंदनीय प्रवृत्ती दिसली. एखाद्याचे वाङ्मयीन गुण, कार्य याकडे डोळेझाक करून त्याच्या वैयक्तिक निंदानालस्तीतच काहींना फार रस असतो आणि ते प्रत्येकाच्या घरी आळीपाळीने जमून साहित्यावर बोलण्यापेक्षा, कुठला विचार मांडण्यापेक्षा ही

अशी आपल्याच माणसाची निंदानालस्ती करीत असतात.

एकीकडे जातिविरहित (डी-कास्ट) होण्याचा आव आणणे आणि दुसरीकडे अशी जातिनिहाय कंपूशाही उभी करणे हे चांगले वातावरण निर्माण करणारे नाही. साहित्यात दूषित वातावरण निर्माण करणाऱ्या या अशा काही अल्पसंतुष्ट प्रवृत्ती असतात व त्या फार घातक ठरतात.

अलीकडे वाङ्‌मयविषयक पारितोषिकांनाही भरपूर पीक आले आहे. ही साहित्याच्या दृष्टीने चांगली गोष्ट म्हणता येईल का?

पारितोषिक मिळणे ही चांगलीच गोष्ट आहे. आपण साहित्यात काही मांडत असू व त्या आपल्या कलाकृतीला पारितोषिक मिळाले, तर आपले ते म्हणणे सर्वसंमत होते, हा आत्मविश्वास आपल्याला येतो; पण ही पारितोषिके देताना विवेक ठेवणे, तटस्थ मूल्यमापन करणे आवश्यक आहे. ही पारितोषिके चुकीच्या पुस्तकांना व सुमार लेखकांना दिल्यामुळे त्या पारितोषिकांवरचा रसिकांचा, अभ्यासकांचा विश्वास उडतो. संस्थेची, सरकारची पारितोषिकेही याला अपवाद नाहीत. साहित्य अकादमीने 'सत्तांतर', 'उचल्या', इत्यादी पुस्तकांना पारितोषिके देऊन ही चूक केली आहेच. तसेच काही संस्थेची पारितोषिके असतात, त्यांच्यासाठी प्रवेशिका येण्यापूर्वीच पारितोषिके कुणाला द्यायची हे निश्चित झालेले असते. काही पारितोषिके ही श्रीमंत व्यक्तींच्या नावाने दिली जातात. अशा प्रकारच्या पारितोषिकांमागे निखळ वाङ्‌मयीन भूमिका असण्यापेक्षा आपल्या पूर्वजांचे श्राद्ध सुरू राहावे ही असते.

मला साहित्य अकादमीने पारितोषिक दिले. सच्ची वाङ्‌मयनिष्ठा, सातत्य या गोष्टी या सगळ्या पारितोषिकांच्याही पुढच्या आहेत.

■

आजचे समीक्षक

('आजचे समीक्षक' याविषयी डॉ. द. ता. भोसले यांनी डॉ. आनंद यादव यांची घेतलेली मुलाखत.)

भोसले : यादव, तुम्ही काय किंवा मी काय, खेड्यातील अडाण्याची पोरं. आपली जिद्द हीच आपली प्रेरणा आणि आधार होता. खूप सांगता येईल असं काही आपण अनुभवलं. तुम्ही-आम्ही ज्या काळात शिकत होतो त्या काळात बहुजन समाजातली अशी अनेक मुलं विशेषत: रयत शिक्षण संस्थेमध्ये शिकत होती. त्यांतून अनेक जण जीवनाच्या विविध क्षेत्रांत पुढे आलेले आहेत. असं असूनही त्यांपैकी बहुतेक जण लेखनापासून पराङ्मुखच राहिले. असं का व्हावं?

यादव : याचं उत्तर देणं खरोखर अवघड आहे. प्रथम आपण एक कबूल केलं पाहिजे की, साहित्यनिर्मिती करणं हा ज्याच्या त्याच्या प्रकृतीचा भाग आहे. मुळात लेखनप्रकृतीला पोषक अशी स्वभाववैशिष्ट्ये आपल्याजवळ असावी लागतात. नंतर ती आपल्यात आहेत हे ओळखावं लागतं. आणि त्यानंतर भोवतालच्या परिस्थितीनं त्याला साथ द्यावी लागते. यांपैकी एखादा घटक तरी प्रतिकूल किंवा अनुपस्थित असला तरी लेखन होऊ शकणार नाही. आपण ज्या समाजातून पुढे आलो त्या समाजाची परिस्थिती याला अनुकूल होती, असं म्हणता येणार नाही. मुख्य म्हणजे, आपण जेथून आलो त्या समाजाला लेखन-परंपराच नाही. आताशा कुठं ती निर्माण होऊ लागलीय.

भोसले : परंपरा नसताना तुम्ही मात्र लेखनाकडे कसं काय वळलात ?

यादव : थोडक्यात बोलायचं तर तशी परंपरा असलेल्या शिक्षकांनी मला दत्तक घेतलं, असंच मी म्हणेन. साहित्य, संगीत, अभिनय, चित्रकला यांची आवड मला

लहानपणापासून होती. ह्या क्षेत्रांत शब्द-सूर-कृती-रंगरेषा- यांनी यत्न करत होतो; ते शिक्षकांनी ओळखलं नि मला प्रोत्साहन दिलं. मला उत्तम पुस्तकं वाचायला दिली, गाणी-अभिनय बसवून घेतले, साहित्याच्या आणि चित्रकलेच्या परीक्षांना स्वत: पैसे भरून मला बसायला लावले. मला आपल्याच घरातला एक मानले नि मी त्यांच्या परंपरांचा झालो. पुढे त्याच परंपरेतील चांगली माणसं, मित्र, प्राध्यापक भेटत गेले. मला वाटतं, तुमचंही असंच झालंय.

भोसले : अगदी बरोबर बोललात. दुसरे असे की, आरंभी तुम्ही ललित लेखन केलं; पण नंतर समीक्षालेखनाकडं कसे वळलात?

यादव : हे सांगण्यापूर्वी एक गोष्ट स्पष्ट करतो की, मराठी साहित्यक्षेत्रात जी काही प्रतिष्ठित टीकाकार मंडळी आहेत, किंवा जे सातत्यानं फक्त टीकालेखनच करतात, अशांपैकी मी कोणी टीकाकार नाही; पण मला १९६५-६६ पासून असे वाटत आले आहे की, सर्जनशील लेखकानं समीक्षेच्या क्षेत्रातही लेखन करीत राहिले पाहिजे. हा विचार मी १९६६ मधील 'प्रतिष्ठान'च्या कवि-कविता विशेषांकातच बोलून दाखविला आहे.

भोसले : सर्जनशील लेखकानं समीक्षेच्या क्षेत्रातही लेखन करीत राहिलं पाहिजे असं आपणाला का वाटतं?

यादव : कारण, जाणकार सर्जनशील लेखकास साहित्यनिर्मितीत अनेक प्रश्न पडत असतात. निर्मितीतील समस्यांची आणि अनुभव-घटकांची त्याला जवळून बारीकसारीक माहिती असते. त्यांच्याविषयी त्याने प्रत्यक्ष निर्मितीत पडून अपरिहार्यपणे विचार केलेला असतो. त्यामुळे त्याने मांडलेल्या साहित्य-विचारांत मार्मिक बारकावे येण्याची शक्यता असते, स्वानुभवाची त्याला जोडही मिळते. अशा त्याच्या साहित्य-विचारांमुळे केवळ तात्त्विक मीमांसाच करणाऱ्या समीक्षकांना पडलेल्या अनेक प्रश्नांची उत्तरे मिळू शकतील. त्यामुळे समीक्षा समृद्ध होऊ शकेल.

भोसले : म्हणूनच केवळ तुम्ही साहित्य-विचारांकडे वळलात काय?

यादव : केवळ एवढंच कारण नाही. साहित्य-विचारांची मला पूर्वीपासूनच आवड आहे. १९६३-६४ पासूनच म्हणजे माझे ललितलेखन प्रसिद्ध होऊ लागल्यानंतर २-३ वर्षांतच मी साहित्यसमीक्षेकडे वळलो आहे. साहित्यविषयक तात्त्विक प्रश्नांत मला प्रथमपासूनच रस आहे. तुम्ही आणि मी एम. ए.चे विद्यार्थी असताना तुमच्या-आमच्यात होणाऱ्या गप्पांची, वादावादीची आठवण करा, म्हणजे झालं.

भोसले : मला ते दिवस चांगले आठवतात. पुणे विद्यापीठातील मुलांच्या वसतिगृहाच्या बाजूच्या मोकळ्या मैदानात आपण रात्री तासन्तास वाङ्मयीन प्रश्नांवर गप्पा मारत बसत होतो; पण प्रश्न असा आहे की, सर्जनशील लेखकानं केलेली समीक्षा ही एकांगी, त्या लेखकाच्या सर्जनशील प्रकृतीला जवळची तेवढीच किंवा फक्त त्या अंगानेच विचार करणारी होत असावी. त्यामुळं तो टीकाकार म्हणून कितपत यशस्वी होऊ शकेल?

यादव : सर्जनशील लेखक टीकाकार होण्यामध्ये हा धोका आहे खरा; पण त्याच्या ह्या दोषापेक्षा त्याच्या मीमांसेचे, समीक्षेचे फायदे जास्त आहेत आणि ते महत्त्वाचेही आहेत, असं मला वाटतं. वा. म. जोशी, माधवराव पटवर्धन, बा. सी. मर्ढेकर, गंगाधर गाडगीळ, दिलीप चित्रे, भालचंद्र नेमाडे यांसारखी नावे टीकेच्या आणि साहित्याच्या दोन्ही क्षेत्रांत लक्ष्यवेधी ठरलेली आहेत, हे लक्षात घ्या. आणि दुसरे असे की, सर्जनशील नसलेल्या समीक्षकांची दृष्टीही एकांगी असण्याची शक्यता नाकारता येत नाही. त्यांचेही काही पूर्वग्रह असतातच. याची उदाहरणे मराठीत भरपूर आहेत.

भोसले : पण समीक्षालेखनाचा ललितलेखनावर अनिष्ट परिणाम होत नाही काय? कारण लेखकाचे मन संवेदनशील, एकात्म अनुभवाला सामोरे जाणारे असते; पण टीकाकाराला पृथक्करणशील बौद्धिक वृत्तीची जोपासना अधिक करावी लागते.

यादव : पृथक्करणशील बौद्धिक वृत्तीची जोपासना टीकालेखनासाठी अधिक करावी लागते, हे खरं आहे. त्यामुळेच की काय, आरंभी असलेले काही ललित लेखक नंतर समीक्षक म्हणूनच उरलेले दिसतात. त्यामुळं हा धोका वाटतो खरा; पण मघाशी सांगितलेली नावे जर लक्षात घेतली तर असंही म्हणता येईल, की समीक्षादृष्टीचा उपयोग स्वतःच्या साहित्यनिर्मितीला अधिक सुजाण करण्याकडेही करता येतो असं दिसतं.

भोसले : या बाबतीत तुमचा अनुभव काय?

यादव : माझी साहित्यनिर्मिती पूर्वीच्याच गतीनं आजही चालूच आहे. ग्रामीण साहित्यसमीक्षेचा आणि निर्मितिप्रक्रियेविषयीचा विचारही त्याच्याबरोबर चालूच आहे. या ग्रामीण साहित्यविषयक विचारांमुळे एकूण ग्रामीण साहित्यात ज्या काही उणिवा मला दिसतात, त्यांचे भान माझ्या साहित्यनिर्मितीच्या वेळी मी माझ्या परीनं ठेवत असतो.

भोसले : या बाबतीत काही उदाहरणे सांगता येतील का?

यादव : सांगू शकेन की! १९६० साली माझा 'हिरवे जग' हा ग्रामीण कवितांचा संग्रह प्रसिद्ध झाला आणि १९६७ साली 'खळाळ' हा ग्रामीण कथांचा संग्रह प्रसिद्ध झाला. तुम्ही जर १९६० पर्यंतची इतरांची ग्रामीण (जानपद) कविता आणि १९६७ पर्यंतची इतरांची ग्रामीण कथा अभ्यासली आणि तुलनेसाठी माझ्या तेव्हाच्या कविता-कथांकडे वळलात, तर तुम्हाला दोहोंमध्ये फरक जाणवू लागेल. हा फरक निर्माण व्हायला मला माझ्या समीक्षा-दृष्टीने मदत केली आहे. अर्थात माझ्या व्यक्तिमत्त्वाच्याच काही अपरिहार्य मर्यादा असतील त्या मला ओलांडता येणे कठीण आहे.

भोसले : लेखकाच्या सर्जनक्षम आणि संवेदनशील मनावर त्याच्यातीलच टीकाकाराच्या तर्कनिष्ठ आणि पृथक्करणशील वृत्तीचा आघात होत नाही का?

यादव : सर्जनक्षम आणि संवेदनशील मन समीक्षा वृत्तीमुळं कोमेजून जाईल, असं मला वाटत नाही. मात्र मनाची सर्जनशील वृत्ती ही तितकीच जोरकस आणि मूलगामी असायला पाहिजे. अनुभव घेणं हा मानवी प्रकृतीचाच एक स्वाभाविक भाग आहे आणि समीक्षा करणं हा साहित्यास्वादाचा अनुभव घेतल्यानंतरचा मीमांसेचा भाग आहे; माझ्या बाबतीत तरी मला असं वाटतं. त्यामुळं ह्या दोन्ही गोष्टी एकमेकींपेक्षा वेगळ्या आहेत. त्या एकमेकीस विरोधीच आहेत असं न मानता त्यांचा नीटपणे विचार व्हायला पाहिजे, असंही मला वाटतं. म्हणजे असं की, त्या एकमेकीस मदतही करू शकतात, या अर्थानं मी म्हणतो.

भोसले : ग्रामीण लेखक म्हणून तुम्ही कविता, कथा, कादंबरी, ललित लेख आणि आकाशवाणीवर अनेक श्रुतिकाही लिहिल्या. विविध शैलींनी तुम्ही हे लेखन केलं आहे. व्यंकटेश माडगूळकरांचा काही प्रमाणात अपवाद वगळता स्वातंत्र्योत्तर काळातील ग्रामीण लेखकांनी प्रामुख्यानं कथा आणि त्याखालोखाल कादंबऱ्या लिहिल्या. तुम्हाला हे सारे प्रकार का हाताळावेसे वाटले?

यादव : कदाचित मघाशी बोललो त्याप्रमाणं माझ्यातला साक्षी टीकाकार जागृत असावा. त्याचं साधं उत्तर असं की, एक मराठीचा प्राध्यापक म्हणूनही साहित्य-प्रकारांचा मला अभ्यास करावा लागला. पूर्वीपासून असलेली माझी समीक्षेची आवडही तिथं उपकारक ठरली असावी. लिहीत राहिलो तसं अनुभव व्यक्त करण्याच्या दृष्टीनं त्या त्या साहित्य-प्रकारांच्या मर्यादा मला जाणवत गेल्या. उदाहरणार्थ, 'मोट' ह्या कथेचा आशय मी प्रथम कवितेत व्यक्त करण्याचा प्रयत्न

केला होता. मला जे काही म्हणावयाचं आहे ते कवितेत मावत नाही, असं पाहिल्यावर मग 'मोट' ही कथा लिहिली. पुढं 'इंजेन' ह्या कथेच्या बाबतीतही असंच झालं. त्या वेळी मी कथा हा प्रकार जोरात हाताळत होतो. आलेल्या प्रत्येक अनुभवाची कथा करण्याचा जणू लोभ सुटत होता. त्यातूनच 'इंजेन' लिहिली; पण ती प्रसिद्ध होऊन आल्यावर वाचताना लक्षात आलं की आपणाला महायुद्धाचा आशय आणावयाचा होता; तिथं फक्त दोन माणसांची मारामारी दाखवूनच आपण मोकळे झालो आहोत. यातूनच पुढं व्यापक आशयाची 'गोतावळा' ही कादंबरी साकार झाली. सारांश काय, अनुभव ज्या प्रकारचा असेल त्या साहित्य-प्रकाराकडं लेखकानं त्या त्या वेळी वळावं.

भोसले : आज तुमची याबाबत स्थिती काय आहे?

यादव : आज घडीला थोडी चमत्कारिकच अवस्था आहे. आता लक्षात येतं आहे की 'वाङ्मय प्रकार' हे 'साहित्याचे' प्रकार आहेत; ते 'अनुभवाचे' प्रकार नव्हेत!

भोसले : हे कधी लक्षात आलं?

यादव : विशेषत: कथा लिहिताना लक्षात आलं. मला हळूहळू असं दिसून आलं की, आपला एखादा सौंदर्यानुभव कथारूप घेऊ शकत नाही. असं असतानाही तो कथारूप घेण्यासाठी आपण काही उपरे बदल करीत आहोत, त्याचा स्वभाव बदलून त्याला कथासन्मुख करीत आहोत. कथारूपाला त्या अनुभवानं शरण जावं, अशी अपेक्षा ठेवत आहोत. असं लक्षात आल्यावर मनानं पलटी खाल्ली नि निश्चय केला की, आपण आपल्या सौंदर्यानुभवांचंच निष्ठेनं लेखन करायचं; मग त्याची कथा होवो नाही तर आणखी काही होवो. अनुभवानं कथारूपाला (म्हणजे आता साहित्य प्रकाराला) शरण जाण्यापेक्षा गरज असेल तर त्यानंच (साहित्य प्रकारानंच) अनुभवाला शरण जावं. अनुभवाचं भावलेलं रूप बदलण्याचं काहीच कारण नाही. यातूनच मी 'ललित लेख' या मुक्त गद्याकडं वळलो. 'formless form' म्हणून तो ओळखला जातो, हे आपणास माहीत आहेच. समीक्षकांनीसुद्धा त्या त्या विशिष्ट साहित्यप्रकारांची एकूण आंगिक कुवत व परंपरासिद्ध रूपे ओळखूनच त्या त्या साहित्यप्रकारांवर टीका करावी.

भोसले : आंगिक कुवत आणि परंपरासिद्ध रूप म्हणजे नेमके काय म्हणावयाचे आहे ?

यादव : मला नेहमी असं वाटत आलं आहे की, त्या त्या विशिष्ट साहित्यप्रकारांत

वेळोवेळी कितीही प्रयोग होत आले असले, तरी त्यांची वस्तुगत अशी एक कुवत असते. त्या कुवतीपेक्षा जास्त त्यात मावू शकत नाही. तसेच विशिष्ट अनुभव विशिष्ट साहित्यप्रकारालाच विशेषत्वाने अनुकूल असतात; हीही त्या साहित्यप्रकारांची मर्यादाच मानावी लागते. दुसरे असे की, प्रत्येक साहित्यप्रकाराला त्या त्या विशिष्ट प्रादेशिक (इथे मराठी) भाषेत त्याची अशी एक स्वभावपरंपरा हळूहळू निर्माण झालेली असते. प्रयोगशील लेखक ती परंपरा अधिक विकसित करण्याचा, तिच्यात भर टाकण्याचा किंवा ती मोडून पुन्हा नव्याने निर्माण करण्याचा प्रयत्न करतो; हे खरे असले तरी संपूर्णपणे नवी, वेगळी परंपरा निर्माण होऊ शकत नाही. उदाहरणार्थ, गंगाधर गाडगीळ यांनी कथेची जुनी परंपरा मोडून नवकथेची नवी परंपरा निर्माण करण्याचा १९५०च्या आसपास प्रयत्न केला; तरी आज १९८०च्या आसपास कथेच्या जुन्या परंपरेचा, गाडगीळांचे प्रयोग पोटात घेऊनच विकास झालेला दिसतो. म्हणजे, गेल्या पंधराएक वर्षांतील मध्यवर्ती मराठी कथा ही जुन्या परंपरेचे आणि गाडगीळांच्या नव्या परंपरेचे काही विशेष एकत्रित करूनच निर्माण होताना दिसते. या परंपरेला मी 'स्वभावपरंपरा' म्हणतो. अशी परंपरा प्रत्येक साहित्यप्रकाराची असू शकते, असे मला वाटते. एका अर्थाने हीही त्या साहित्यप्रकाराची मर्यादाच मानावी लागते.

भोसले : अनुभव आणि साहित्यप्रकार यांच्या संबंधाचा तुम्ही बारीक विचार केलेला दिसतो. अशा वेळी साहित्यप्रकाराला 'ग्रामीण' हे विशेषण लावणं कितपत योग्य आहे?

यादव : निर्मितीच्या आणि समीक्षेच्या अशा दोन बाजूंनी याची उत्तरं द्यावी लागतात. समीक्षा करताना व्यवस्थापन, वर्गीकरण हा भाग नेहमी लक्षात घ्यावा लागतो. सामाजिक कादंबरी, ऐतिहासिक कादंबरी, नाट्यगीत, भावगीत, पंडिती कविता, संत कविता, इत्यादी प्रकार पाडावे लागतात. या व्यवस्थापन-तत्त्वानुसार मराठी जीवनाचा एक विशिष्ट आणि महत्त्वाचा आशय किंवा अनुभवक्षेत्र दाखविणारे 'ग्रामीण' हे विशेषण आहे. म्हणून समीक्षा व्यवहाराचे व्यवस्थापन करताना ते जरूर वापरावे लागते.

निर्मितीच्या बाजूने या बाबतीत असे सांगता येईल की, एखादा लेखक ग्रामीण जीवनातील अनुभवावर अधिष्ठित अशी साहित्यकृती निर्माण करीत असेल आणि त्या अनुभवाची 'ग्रामीणता' त्याला निर्मितीत वैशिष्ट्यपूर्णता आणण्यासाठी जोपासावयाची असेल तर तो त्या अनुभवातील 'ग्रामीणता' जिवंत ठेवूनच, त्याला धक्का न लावता निर्मिती करतो; पण एखादा लेखक ग्रामीण जीवनातील अनुभव हा एका 'केवळ मानवी मनाचा अनुभव' या अंतिम पातळीवर तो नेऊन त्याचा निर्मितीत

विचार करू शकतो. त्या त्या लेखकाला निर्मितीत काय काय महत्त्वाचे वाटते, यावर त्या अनुभवाचे 'पण' (म्हणजे विशिष्टत्व) अवलंबून असते. त्यानुसार त्या साहित्यकृतीला वैशिष्ट्ये लाभतात – खरे तर याविषयीची सविस्तर चर्चा मी माझ्या ग्रामीण साहित्यावरील दोन्ही पुस्तकांत केली आहे; पण 'ग्रामीण' हे विशेषण अनेक दृष्टींनी महत्त्वाचे आहे, हे नक्की. म्हणून ग्रामीण साहित्यकृती निर्माण करावयाची असेल तर अनुभवातील 'ग्रामीणता' निरोगी ठेवण्याचं पथ्य लेखकाला फार काळजीपूर्वक पाळावं लागतं.

भोसले : रणजित देसाई आणि चिं. त्र्यं. खानोलकर हे ग्रामीण लेखकच आहेत असे तुम्ही मानता काय?

यादव : त्यांनी काही नागर साहित्यकृती निर्माण केलेल्या असल्या तरी प्रामुख्याने ते ग्रामीण लेखकच आहेत.

भोसले : खानोलकर हे ग्रामीण का प्रादेशिक लेखक?

यादव : ग्रामीणता आणि प्रादेशिकता मी एकच मानतो. आशयाच्या कमी-अधिक भौगोलिक व्यापकतेवर भर देणारी ही दोन्ही विशेषणे आहेत; पण प्रामुख्याने ती ग्रामविभागातील अनुभवक्षेत्राचा निर्देश करणारी आहेत. उदाहरणार्थ, एखाद्या प्रदेशात एखादे 'शहर' असूनही 'प्रादेशिक कथा' या शब्दप्रयोगात तेथील शहर-संस्कृतीची कथा येऊ शकत नाही. ती 'नागर कथा' म्हणूनच आपण ओळखतो. अशी प्रथाच पडून गेलेली आहे. या व्याघातामुळे 'प्रादेशिक कथा' या शब्दप्रयोगाला 'ग्रामीण विभागातील कथा' अशीच अर्थमर्यादा पडून गेलेली आहे. म्हणून 'ग्रामीण आणि प्रादेशिक' या विशेषणांत मी वाङ्मय क्षेत्रात तरी फरक करत नाही. महादेवशास्त्री जोशी, श्री. ना. पेंडसे, गो. नी. दांडेकर हेसुद्धा माझ्या दृष्टीने ग्रामीण लेखकच आहेत. ग्रामीण विभागातील मनाचीच संवेदना त्यांनी पकडलेली आहे, असं मला वाटतं.

भोसले : ग्रामीण साहित्याचं व्यवच्छेदक लक्षण तुम्ही कोणते मानता?

यादव : लक्षण हे लक्षणच असते; मूल्य नसते. हे नीटपणे लक्षात ठेवले तर मी असं म्हणेन की, ग्रामीण जीवनाची अनुभूती कलात्मकतेच्या पातळीवर ग्रामीण साहित्यातून व्यक्त होते. 'खेडेगाव, तेथील जीवनपद्धती, तेथील चालीरिती, तेथील शेतीनिष्ठ समाजव्यवस्था, निसर्गाशी आणि मातीशी असलेला वैशिष्ट्यपूर्ण प्रदेशनिष्ठ मानवी संबंध, तेथील एकूण संस्कृतीला लाभलेली प्रादेशिक वैशिष्ट्ये, तेथील मानवी जीवनाला त्या प्रदेशानुसार पडलेल्या आर्थिक, सामाजिक, धार्मिक,

ज्ञानविषयक मर्यादा व त्यांतून उद्भवणारे प्रश्न आणि समस्या इत्यादींनुसार अनुभवाला लाभलेली वैशिष्ट्ये व त्यांतून निर्माण होणारे साहित्य हे 'ग्रामीण साहित्य' म्हणता येईल. अंतिमत: 'ग्रामीण' हे त्या साहित्यातून व्यक्त होणाऱ्या अनुभवाचे जीवनधर्मी विशेषण आहे, हे लक्षात ठेवले पाहिजे. साहित्यात ग्रामीणता नेमकी कशी अवतरते यासंबंधीचे सोदाहरण विवेचन मी माझ्या 'ग्रामीणता:साहित्य आणि वास्तव' या पुस्तकात सविस्तर केलेलं आहे.

भोसले : या विवेचनाशी निगडित असा व्यापक पातळीवर संबंधित असलेला एक प्रश्न विचारावासा वाटतो की, समीक्षक या नात्याने तुम्हाला कलेचा कला म्हणून विचार करणारी भूमिका मान्य आहे की, दुसरी कोणती तुमची भूमिका आहे?

यादव : तुमचा प्रश्न-रोख लक्षात आला. व्यापक पातळीवरच त्याचे उत्तर देता येते का ते पाहू या. सर्वच कलांचा एकत्र विचार करून काही साधारण तत्त्वे सांगणारे 'सौंदर्यशास्त्र' निर्माण झालेले आहे. भारतात मात्र प्राचीन काळापासून प्रत्येक कलेचे 'स्वतंत्र शास्त्र' निर्माण झालेले आहे. मला हा भारतीय दृष्टिकोन विशेष जवळचा वाटतो. म्हणजे असे की, प्रत्येक कलेचे स्वतंत्र असे शास्त्र असले पाहिजे. कारण प्रत्येक कलेचे खास असे काही वैशिष्ट्य असते. सौंदर्यशास्त्राच्या साधारणीकरणाच्या गडबडीत या खास वैशिष्ट्यांना गाळून समान तत्त्वांचा विचार करावा लागतो, मग सगळा घोळ सुरू होतो असं मला वाटतं. या बाबतीत विविध उदाहरणं घेऊन पुष्कळच काही दाखवून देता येण्यासारखं आहे. तूर्त या बाबतीत मी एवढंच म्हणेन की, शब्दमाध्यमाच्या द्वारा व्यक्त होणाऱ्या साहित्यकलेला नि:शब्द माध्यमाच्या चित्र, शिल्प, संगीत, नृत्य यांसारख्या कलांच्या दावणीत बांधून साहित्यकलेचा विचार केल्याने तिची फायद्यापेक्षा हानीच जास्त झालेली आहे. सारांश, एका कलेचा अन्य कलांशी संबंध दाखविणे वेगळे आणि सर्वच कलांतील 'केवळ साधारण तत्त्वांच्या आधारे' त्यांचे स्वरूप न्याहाळून निष्कर्ष काढणे वेगळे आहे. अशा साधारण तत्त्वांच्या आधाराने एखाद्या विशिष्ट कलेविषयी बोलताना तिच्यातील घटकांच्या गौणप्रधानभावाकडे व विशिष्टतेकडे दुर्लक्ष होते, असे मला वाटते.

भोसले : तुमच्या मते कलावाद्यांनी साहित्याचे केलेले हे नुकसान आहे की काय?

यादव : नाही, असं मी म्हणणार नाही. साहित्यकृतीचा कला म्हणून विचार करताना मी असे म्हणेन की, साहित्यकृतीच्या घाटाची जाणीव, तिच्या संघटना-तत्त्वांची जाणीव, अनुभवातील चैतन्यपूर्णतेची व समग्रतेची जाणीव त्या विचारात

जरूर असली पाहिजे. त्याशिवाय 'लेखनकृती' ही 'कलाकृतीच्या' पदवीला जाऊन पोहोचली आहे की नाही, हे सांगताच येणार नाही. कलावाद्यांनी मराठी साहित्याला दिलेली ही कलाजाणीव फार मोलाची आहे; पण त्यांच्या या कलावादी दृष्टीने होणाऱ्या समीक्षेत साहित्यातील अनुभवाचे पुरेसे आणि नीटपणे विवरण होऊ शकत नाही. निदान मराठी समीक्षाव्यवहारात तरी मला ते दिसून येत नाही. त्यामुळे कलावाद्यांची साहित्य-समीक्षा व्यवस्था अपुरी राहिली आहे, असे मला वाटते. कलावाद्यांचे मूळ प्रवर्तक बा. सी. मर्ढेकर यांनी ती स्पष्टपणे मांडणे जरूर होते. त्यांच्या स्फुटलेखांच्या आधाराने ती अनुमानित करावी लागते. त्याचा परिणाम असा झाला आहे की, तत्कालीन मराठी समीक्षामनाला त्यांचे सौंदर्यशास्त्रीय विचार पूर्णपणे नवे आणि आकर्षक वाटले. त्यामुळे त्यावरच चर्चा, विचारविनिमय झाला. त्यांच्या 'वाङ्मयीन महात्मतेचा' संबंध सौंदर्यशास्त्राशी लावण्याचा कुणी फारसा प्रयत्नही केला नाही; आणि त्यात कुणाला लक्ष्यवेधी यशही मिळाले नाही. यामुळेही नंतरच्या काळात साहित्यातील अनुभवांचे पुरेसे आणि नीटपणे विवरण होऊ शकले नाही.

भोसले : कोणत्या अर्थाने विवरण होऊ शकले नाही?

यादव : एखादी लेखनकृती ही 'कलाकृती' आहे की नाही; हे ठरविण्याची त्यांनी काही मूल्ये मानली आहेत. त्याबद्दल मला काही म्हणावयाचे नाही; पण एखादी तथाकथित कलाकृती 'श्रेष्ठ' किंवा 'मोठी' आहे किंवा नाही, हे ठरविण्याचा त्यांचा मूल्यनिकष म्हणजे त्या कलाकृतीतील अनुभवाची व्यामिश्रता आणि त्या व्यामिश्रतेचा दर्जा ते पाहतात. ही व्यामिश्रता किंवा विविध ताण प्रत्यक्ष अनुभवात कशामुळे निर्माण होतात, याविषयीची त्यांनी केलेली चर्चा तात्त्विक भ्रम निर्माण करते, असे मला वाटते. मराठीतील किंवा पाश्चात्त्य वाङ्मयातील मोठमोठ्या साहित्यकृतींचे या दृष्टीने त्यांनी गोळाबेरीज विवरण न करता पुरेसे आणि नीटपणे विस्तृत वेध घेणारे विवरण केले असते, तर त्यांच्या असे लक्षात आले असते की, या कलात्मक साहित्यकृतींतील अनुभवांचा आणि समाजजीवनाचा एक अतूट संबंध आहे.

भोसले : पण समीक्षकांनी 'Good Art' आणि 'Great Art' असा फरक केलेला आहेच की!

यादव : त्यांनी असा फरक केलेला आहे ही गोष्ट खरी; पण हा फरकही दिशाभूल करणारा आहे, असे मला वाटते. वास्तविक त्यांनी 'Art' आणि 'Great Art' असा फरक करायला पाहिजे होता.

भोसले : 'Good' हे विशेषण काढून घेण्यामुळे काय फरक पडतो ?

यादव : फरक मान्यतेचा (Sanction) पडतो; म्हणजे असे की, ज्या कलात्मक साहित्यकृतीत अनुभवाची व्यामिश्रता मोठ्या प्रमाणात असते, ती 'Great Art' अशी मान्यता तिला देणे ही बाब ठीक आहे; पण जिच्यामध्ये अनुभवाची अशी व्यामिश्रता नसते, जिच्यामध्ये वैयक्तिक पातळीवरचा, व्यक्तिकेंद्रित एकपदरी अनुभव केवळ कलात्मक पातळीवर व्यक्त झाल्याबरोबर ती 'Good Art' होऊ शकते, हे बरोबर नाही. अशा वेळी ती फक्त Art असू शकेल. Great च्या तुलनेने बोलायचे तर ती 'किरटी कलाकृती' असू शकते. कारण तिच्यात अनुभवाची व्यामिश्रता नसण्याची शक्यता असते. 'ग्रेस'च्या बऱ्याच स्फुट कवितात किंवा अलीकडे प्रसिद्ध होणाऱ्या सत्यकथेतील बव्हंशी कवितांत असतो, त्याप्रमाणे एखाद्या क्षणिक अनुभवाचा व्यामिश्रताविरहित एकपदरी प्रवासही असू शकतो. अशी कविता तिची संघटना केवळ व्यवस्थित झाली आहे म्हणून फार तर ती 'लेखनकृती' या सदरातून 'कलाकृती' या सदरात बसू शकेल. एकदम तिला 'Good Art'चा दर्जा देण्यामध्ये दिशाभूल होते, असे मला वाटते. तिच्यात अनुभवांची व्यामिश्रता नसते; पण अनुभवाला आकार देणाऱ्या केवळ माध्यम-घटकांची (उदा. शब्दांची मुलायमता, त्यांची परस्परांसमोरची मांडणी, प्रतिमांची हळुवारता, इत्यादी बाबी) काव्यानुकूल निवड करणे आणि त्यांची संघटना व्यवस्थित बांधणे या बाबींना तिथे अधिक महत्त्व दिलेले असते. केवळ त्या आकारगत बाबींच्या जोरावर ती 'Good Art' ठरविणे म्हणजे जुन्या भाषेत हा सूक्ष्म असला तरी शैलीविचारच आहे. तो असायलाही माझी ना नाही; फक्त या विचाराच्या आधारे 'ती कला आहे किंवा नाही' एवढेच ठरू शकते, असे माझे म्हणणे आहे. सारांश, 'Good Art' आणि 'Great Art' हे शब्दप्रयोग अनुभवातील व्यामिश्रतेच्या संदर्भातच योजले पाहिजेत. म्हणजे ती प्रथम कलाकृती आहे की नाही, हे ठरविण्याचे निकष वेगळे आणि ती किरटी कलाकृती आहे की चांगली कलाकृती आहे, की मोठी कलाकृती आहे; हे अनुभवातील व्यामिश्रतेची श्रेणी आणि त्या अनुभवाचा कस यावरच ठरवावे लागते आणि साहित्यकृतीतील अनुभवाच्या व्यामिश्रतेची चर्चा करत व अधिक तरलस्पर्शी वेध घेत आपण पुढे पुढे चाललो तर जीवनाशयाच्या मीमांसेपाशी येऊन आपणाला थांबावे लागते.

या माझ्या मीमांसेतून आपल्या लक्षात एक गोष्ट येईल की, कलाकृतीच्या (म्हणजे इथे साहित्याच्या) क्षेत्रात ती 'केवळ कलाकृती' आहे, या म्हणण्याला खरे तर काहीही अर्थ नसतो. कारण जेव्हा आपण साहित्यक्षेत्र म्हणतो तेव्हा आपण 'साहित्यिक कलाकृतीचे क्षेत्र', असेच गृहीत धरलेले असते (आणि आपली बहुतेक

कलावादी मराठी टीका तर ती कलाकृती आहे की नाही; म्हणजे आपण जे गृहीत धरलेले असते ते सिद्ध करण्यातच अर्धे आयुष्य घालवीत असतो आणि खऱ्या श्रेणी-व्यवस्थेच्या टप्प्यावर मूग गिळून बसतो – पण ते असो.) 'Great Art' असे म्हणतानाही आपण ती Art आहे, असे प्रथम गृहीत धरलेले असते. सारांश, साहित्याच्या क्षेत्रात केवळ कलाकृती, किरटी कलाकृती, चांगली कलाकृती, मोठी कलाकृती यांचा विचार करताना अनुभवाच्या व्यामिश्रतेशी तिचा प्रत्यक्ष संबंध येतो. अनुभवाच्या व्यामिश्रतेचे एक अतिशय महत्त्वाचे प्राप्तक्षेत्र म्हणून मोठमोठ्या साहित्यकृती समाज-जीवनानुभवांना सामोऱ्या जातात आणि मला ते बरोबरही वाटते. कारण समाज-जीवनानुभवात तुम्हाला सिद्ध स्वरूपातच व्यामिश्रता उपलब्ध असते. कलावंताने आपल्या (कलात्मक) व्यक्तिमत्त्वाचे संस्कार करून ती सहज उचलून घ्यावी, अशा योग्यतेची असते.

अशा प्रक्रियेतून निर्माण झालेली कलाकृती अनायासे सामाजिकदृष्ट्याही महत्त्वाची ठरते. कलाकृतीला त्यामुळे तेही श्रेय मिळते; म्हणजे सामाजिकदृष्ट्या कलेकडे पाहण्याचा जो दुसरा एक प्रभावी दृष्टिकोन आहे, त्याही दृष्टिकोनाला ती उतरते आणि उभयपक्षी ती मान्यता पावते.

भोसले : समाज-जीवनानुभवात साहित्यिक कलावंताला जी अनुभवांची व्यामिश्रता मिळते, ती इतर प्रकारच्या अनुभवांत मिळू शकणार नाही काय?

यादव : केवळ तात्त्विकदृष्ट्या विचार करायचा झाला तर 'ती मिळू शकेल', एखादा लेखक केवळ कल्पनेच्या पातळीवरही ती निर्माण करू शकेल, असे म्हणावे लागते; पण मानवी मनाचा प्रत्यक्ष व्यवहार लक्षात घेता 'ती मोठ्या प्रमाणात मिळू शकणार नाही,' असे म्हणावे लागते. कारण व्यक्तिगत जीवनातील वा कौटुंबिक जीवनातील कोणत्याही प्रकारच्या अनुभवांची व्यामिश्रता ही एखाद्या कलावंताच्या एक-दोन 'मोठ्या कलाकृती'तच संपुष्टात येण्याची शक्यता असते. कारण तिथे तीच व्यक्ती किंवा व्यक्तिसमूह असतात. त्यांचे स्वभाव, संस्कार, नोकरीक्षेत्र, विचार, परिस्थिती हे काही सारखे सारखे बदलू शकत नाहीत. फार तर अनुभवात व्यामिश्रता निर्माण करणाऱ्या या घटकांपैकी एखादा घटक कमी-अधिक प्रमाणात बदलू शकतो. तेवढ्याने अनुभवातील व्यामिश्रतेचे अंतरंग पूर्णपणे आणि निखालस बदलून जाऊ शकत नाही. म्हणून कलावंताला शेवटी समाजजीवनानुभवाकडेच मोठ्या प्रमाणात वळावे लागते. केवळ कल्पनेच्या जोरावर व्यामिश्रता निर्माण करता आली तरी ती कितपत जिवंत, कसदार होऊ शकेल, याची मला शंका आहे.

भोसले : तुम्हाला काय म्हणायचे आहे हे लक्षात आले.

यादव : पण तुमच्या हे लक्षात आले का की, ठोकळेबाज अर्थाने मी सामाजिक बांधिलकी मानीत नाही, तर कलावंताला चांगल्या, मोठ्या वाङ्मयीन कलाकृती निर्माण करावयाच्या असतील, तर त्याला अपरिहार्यपणे समाजजीवनाकडे वळावे लागते; असे मला वाटते.

भोसले : हेही लक्षात आले. तुमच्यात लेखक आणि टीकाकार एकत्र नांदतो आहे, म्हणून एक प्रश्न विचारतो. तो असा की, वैयक्तिक जीवनातील घटनांच्या आधारे लेखन करणारे लेखक फार लवकर संपतात, असे एका मराठी समीक्षकाचे मत आहे; ते तुम्हाला कितपत योग्य वाटते ?

यादव : हे फारच ढोबळ विधान आहे आणि ते सापेक्षही आहे. म्हणजे असे की, इथे वैयक्तिक जीवनातील घटनांचा एक संचय कल्पिला आहे. तसेच वैयक्तिक जीवनात येणारे अनुभव काही काळानंतर यायचे थांबतात किंवा त्या संचयात लक्षणीय भर पडत नाही, असे गृहीत धरले आहे. वैयक्तिक जीवनातील घटनांच्या आधारे लेखन करणाऱ्या एखाद्या कलावंताचे असे जर झालेले असेल तर तो लवकरच संपणार, हे उघड आहे.

पण जातिवंत कलावंत असतो त्याचे असे होत नाही. व्यंकटेश माडगूळकर यांचे उदाहरण घेता येईल. त्यांनी १९४८ पासून अशा प्रकारचे लेखन केले. त्यांचे लेखन जागरूकपणे वाचणाऱ्या वाचकांच्या लक्षात येईल की, त्यांची १९८० साली प्रसिद्ध झालेली 'करुणाष्टक' ही कादंबरी त्यांच्या फार फार ओळखीची आहे. स्फुट स्वरूपात गेली तीस-बत्तीस वर्षे माडगूळकरांच्या लेखनातून जे प्रसंग, व्यक्ती, विचार, अनुभव-कण पसरलेले होते, त्यांतीलच काही एकत्र होऊन 'करुणाष्टका'त आलेले आहेत, हे खरे. त्यामुळे या कादंबरीपाशी त्यांच्या एका अनुभवविश्वाचे भरतवाक्य आळविल्यासारखे वाटते, हेही खरे; पण त्यामुळे व्यंकटेश माडगूळकर लेखक म्हणून संपले असे मात्र वाटत नाही. कारण त्यांच्या अनुभवविश्वात दुसऱ्या प्रकारच्या अनुभवांची तितकीच महत्त्वाची भर पडत आहे. 'नागझिरा', 'अरण्यके' यांसारख्या त्यांच्या पुस्तकांतून त्यांच्या या नव्या विश्वाचा प्रत्यय येईल. यावरून असे म्हणता येईल की, कोणताही जातिवंत कलावंत आपले अनुभव वाढविण्याचा प्रयत्न करीत असतो. त्याची संवेदनशक्ती जर खऱ्या अर्थाने जिवंत असेल तर रोजच्या जीवनात त्याला नवनवे अनुभव येतच असतात. अनुभव घेण्यासाठी तो नेहमी जागरूक असतो. त्यामुळे त्याच्या मनात नवनव्या अनुभवकक्षांना जाग येत राहते. एवढेच नव्हे, तर अंतिमत: प्रत्येक लेखक आपल्याला येणाऱ्या अनुभवांच्या आधारेच सौंदर्यानुभवाची नवनिर्मिती करीत असतो.

भोसले : तुमच्या बाबतीत हेच म्हणता येईल का?

यादव : का म्हणता येऊ नये? माझ्या सबंध लेखनाचा पट लक्षात घेता तुम्हांला असेच दिसून येईल की, माझी पन्नास-साठ टक्के साहित्यनिर्मिती वैयक्तिक जीवनाबाहेरील घटना-प्रसंगांतून घडलेली आहे; तर चाळीस-पन्नास टक्के वैयक्तिक जीवनातील अनुभवांवर आधारित आहे. पुष्कळ वेळा माझ्या साहित्यातील 'मी' हा वाङ्मयनिर्मितीचा एक भाग म्हणून आलेला असतो. तो काही माझ्या आत्मचरित्रातील 'मी' नसतो. उदाहरणार्थ, 'एकलकोंडा' या छोट्या कादंबरीतील 'मी' हा काही माझ्या जीवनातील नव्हे. वाचकांना मात्र तो तसा वाटतो. त्याचा सकृतद्दर्शनी तरी तसा समज होतो. अर्थात तो अवाङ्मयीन असतो हे उघडच आहे. अशा प्रकारच्या अनेक साहित्यकृती मी निर्माण केलेल्या आहेत. म्हणून म्हणतो की, तुम्ही विचारलेला प्रश्न ढोबळ आणि त्याचे उत्तर सापेक्ष आहे. प्रत्येक लेखकाची त्याला निरनिराळी उत्तरे असू शकतील.

भोसले : तुम्ही तुमचा अनुभव लेखनरूपाने प्रथम व्यक्त केल्यावर पुन्हा त्यात बारीकसारीक बदल करून त्याचे पुनर्लेखन करता; पण यामुळे लेखनपूर्व आणि लेखनगर्भ आत्मनिष्ठा ढळते, असे नाही का तुम्हाला वाटत?

यादव : नाही वाटत. कारण हे बदल दुसऱ्या कुणाच्या सोयीदाखल वा मर्जीदाखल मी केलेले नसतात. मला मुळात जो अनुभव आलेला असतो त्याचे कंगोरे, कक्षा, कला यांनाच मी पुनर्लेखनात अधिक नेटके, अधिक ठळक, अधिक संघटित करीत असतो. पुष्कळ वेळा मनात नेमके काय चालले आहे, याची जणू रूपरेषा मी पहिल्या लेखनात उतरलेली असते. ती एकदा कागदावर उतरली की तिच्यातून निर्माण होऊ शकणाऱ्या संभाव्य कलाकृतीची ताकद मला अजमावता येते. तिच्यातील सुप्त, बाजूला गेलेले, दुर्लक्षिलेले ताण लक्षात येतात. कित्येक वेळा अनाहूत वा गौण घटक लेखनाच्या भरात, नकळत प्रभावी झालेले असतात; ते बाजूला सारून प्रस्तुत-अप्रस्तुताचा विचार करता येतो. त्यामुळे पुनर्लेखनाने उलट 'आत्मनिष्ठा' अधिक सचोटीने सांभाळायला मदतच होते.

भोसले : वैयक्तिक जीवनाचा, साहित्याचा आणि समीक्षेचा काही परस्परसंबंध असतो काय?

यादव : मघाच्या बोलण्यावरून तुमच्या लक्षात आलेच असेल की, वैयक्तिक जीवनाचा आणि साहित्यनिर्मितीचा संबंध असतोच; पण तो विविध प्रकारचा असतो. केवळ जीवनातील अनुभवांचे रूपांतर सौंदर्यानुभवात करावयाचे आणि कलाकृती सिद्ध करावयाची एवढ्यापुरताच तो नसतो. त्या लेखकाच्या व्यक्तिमत्त्वाचे

जे विशेष असतात तेही त्याच्या वैयक्तिक जीवनाला घडवित असतात. एवढेच नव्हे, तर त्याच्या व्यक्तिमत्त्वाचे विशेष त्याच्या साहित्यातून व्यक्त होणाऱ्या कोणत्याही अनुभवाच्या अन्वयार्थावर, संघटनेवर, आविष्कारावर, भाषेवर नियंत्रणही करीत असतात. या दृष्टीनेही त्याच्या जीवनाचा आणि साहित्याचा अप्रत्यक्ष पण महत्त्वाचा संबंध प्रस्थापित करता येतो. एवढेच नव्हे तर त्याच्या जीवनाने आणि विचारसरणीने त्याची समीक्षादृष्टीही घडवलेली असू शकते. या समीक्षा-दृष्टीला प्रमाण मानणारे त्याचे व्यक्तिमत्त्व असते. आता अशा व्यक्तिमत्त्वातून निर्माण होणारी साहित्यिक कलाकृतीही त्या समीक्षादृष्टीला प्रमाण मानणारी किंवा त्या दृष्टीला उतरणारी असणार. हा परस्परसंबंधच नाही का?

भोसले : पण काही लेखकांच्या बाबतीत असे होण्याची शक्यता नाही का, की त्याच्या साहित्यकृतीचे समर्थन करण्यासाठी त्याची समीक्षादृष्टी पश्चात्बुद्धीने घडवलेली असणार?

यादव : ही शक्यताही नाकारता येत नाही. हा एक धोका आहे खरा. पुष्कळ वेळा आत्मसमर्थनार्थ समीक्षालेखन होण्याची शक्यता आहे; पण केवळ ते आत्मसमर्थनार्थ झाले असेल तर ती समीक्षा टिकणार नाही; तिचे पितळ लवकरच उघडे पडेल. 'अल्ला हो अकबर' या ना. सी. फडके यांच्या कादंबरीच्या नव्या आवृत्तीला त्यांनी लिहिलेली प्रदीर्घ प्रस्तावना किंवा त्यांच्या 'लघुनिबंधाचा जनक कोण?' या पुस्तकातील त्यांचे विवरण हे अशा प्रकारचे आहे; पण हेही तितकेच खरे की अशा समीक्षेतून इतरांनी दुर्लक्षित केलेला भागही लक्षात येतो. उदा. गंगाधर गाडगीळ यांनी 'दुर्दम्य' कादंबरीच्या समर्थनार्थ जे विचार मांडलेले आहेत, त्यातील प्रमुख भाग समर्थनार्थ अवतरलेला असला तरी काही भाग आपणाला खास विचार-प्रवृत्त करतो.

भोसले : म्हणजे आत्मसमर्थनार्थ काही टीका अवतरू शकते असाच त्याचा अर्थ होतो. पुढे यातूनच टीकादृष्टी निर्माण होण्याचा धोका नाही का?

यादव : अशा लेखकांच्या बाबतीतील तुम्ही म्हणता तो धोका पत्करूनही मी असं म्हणेन की, अव्वल दर्जाची साहित्यनिर्मिती करणाऱ्या लेखकांनी जरूर साहित्य-मीमांसा केली पाहिजे. त्यांच्या साहित्यनिर्मितीच्या वेळी त्यांना येणारे प्रत्यक्ष लेखनसंबंधित अनुभव हे त्यांच्या समीक्षादृष्टीला महत्त्वाचे मूलद्रव्य पुरवीत असतात. नुसतीच समीक्षा करणाऱ्याजवळ हे धन नसते. ती समीक्षा त्यामुळे ढोबळ, एकारलेली, रसिकाचा दृष्टिकोन फक्त महत्त्वाचा मानणारी होऊ शकते. तिच्यातून मार्मिक बारकावे हुकण्याची शक्यता असते. समीक्षेला हा खरा मोठा धोका आहे. तो मी आरंभी सांगितलेल्या धोक्यापेक्षा जास्त हानिकारक आहे, असे

मला वाटते. बा. सी. मर्ढेकर, गंगाधर गाडगीळ, भालचंद्र नेमाडे यांनी आपल्या समीक्षादृष्टीने महत्त्वाची परिवर्तने घडवून आणलेली आहेत, हे विसरू नका. केवळ समीक्षा लिहिणारा टीकाकार कलाकृतीच्या आधारे जे विवरण करीत असतो, ते विवरण एका अर्थी भूतकाळाबद्दलची मीमांसा असते; पण चांगला सर्जनशील लेखक जेव्हा समीक्षा करीत असतो तो भूतकाळाची नुसती मीमांसाच करून थांबत नाही; तर नव्या दिशांनी साहित्यनिर्मिती होण्यासाठी आपल्या साहित्यविचारांद्वारा प्रेरणाही देऊ शकतो, हे उदाहरणादाखल वरील तिघांकडे पाहिल्यावर आपल्या लक्षात येईल.

भोसले : थोडे तुमच्या साहित्याविषयी विचारतो आहे. तुमच्या वाङ्मयीन जाणिवेवर कुणी विशेष संस्कार केले? साहित्य आणि साहित्यिक तसेच समीक्षक यांची नावे सांगू शकाल काय?

यादव : साहित्यिकांच्या विशेष साहित्यकृती आवडत गेल्या; साहित्यिक नाहीत. १९४५-५० नंतरची कविता, कथा, कादंबरी आणि समीक्षा मी विशेष वाचलेली आहे. तत्पूर्वीचे अभ्यासाला आवश्यक तेवढे वाचले आहे. त्यापाठीमागे माझ्यातील प्राध्यापक वाचन करताना विशेष दिसतो. मात्र १९५० नंतरचे बहुतेक निवडक साहित्य मी वाचले आहे. त्या निमित्ताने माझे जे चिंतन होत असते तेच मला साहित्यनिर्मितीला आणि समीक्षालेखनाला विशेष उपकारक ठरत असते.

एम. ए. असताना प्रा. ल. म. भिंगारे, प्रा. पु. ग. सहस्रबुद्धे, प्रा. रा. श्री. जोग यांच्या विवेचन पद्धतीचा माझ्यावर विशेष संस्कार झाला; तर त्यानंतर बा. सी. मर्ढेकर, वा. ल. कुलकर्णी, दि. के. बेडेकर, गंगाधर गाडगीळ, माधव आचवल यांच्या समीक्षाविचारांचा परिणाम झाला. इंग्रजीतील साहित्यविचार मी मला आवश्यक तेवढा सतत वाचत असतो. प्रत्यक्ष चर्चेत श्री. पु. भागवत, स. शि. भावे, गो. म. कुलकर्णी यांच्याशी खूप विचारविनिमय होऊन माझी मते घडत गेलेली आहेत. पुण्यात काही वर्षे प्रभाकर पाध्ये यांच्या 'सेंटर फॉर इंडियन रायटर्स'मध्ये होणाऱ्या अनेकविध व्याख्याने, चर्चा, परिसंवाद इत्यादी उपक्रमांतून मिळणाऱ्या विचारांचे परिणाम माझ्यावर विशेष आहेत. 'सत्यकथा', 'समाजप्रबोधन पत्रिका', 'छंद', 'नवभारत' या नियतकालिकांचे विशेष वाचन झाले. त्यांनीही माझी वाङ्मयीन दृष्टी घडविण्यात मोठा वाटा उचलला आहे.

भोसले : एक सर्जनशील लेखक म्हणून वाङ्मय-निर्मितीचे प्रयोजन तुम्हाला काय वाटते?

यादव : लेखक अनुभवाकडे कोणत्या प्रेरणेमुळे वळतो यावर ते अवलंबून

असते. विविध प्रेरणा-प्रयोजने असू शकतात. अनेकांच्या अनेक; तसेच एकाच लेखकाच्या अनेक वेळी अनेक प्रेरणा असू शकतात. एकाच एका प्रेरणेने वा एकाच प्रयोजनासाठी जन्मभर लेखन करणारा लेखक लवकर संपतो आणि वाचकाच्या दृष्टीने त्याच्या साहित्यविषयीची जिज्ञासा संपुष्टात आलेली असते. व्यक्तिश: माझ्या साहित्यनिर्मितीची प्रयोजने वेळोवेळी बदलत गेल्याचे मी 'ग्रामीण साहित्य: स्वरूप आणि समस्या' या पुस्तकात दाखवून दिलेले आहे. जगण्याच्या विविध प्रेरणांनी आणि विविध पातळ्यांवर माणूस अनुभव घेत असतो. त्याची साहित्य-निर्मितीही अशा विविध प्रेरणांनी प्रेरित झालेल्या अनुभवांतूनच होत असते.

भोसले : मग अशा परिस्थितीत अमुकच एका प्रेरणेने लिहिलेले साहित्य श्रेष्ठ असे म्हणता येईल काय?

यादव : तत्त्वत: नाही; पण आदर्श वाङ्मयास्वादकाची भूमिका कितीही आकर्षक असली तरी प्रत्यक्षात वाचक एका विशिष्ट परिस्थितीत सापडलेला असतो. त्याची ही सापेक्षता टाळता येणे जवळजवळ अशक्य असते. या सापेक्षतेची व्याप्ती फार मोठी आहे. कालसापेक्षता, समाजसापेक्षता, आत्मचरित्रसापेक्षता, ज्ञानसापेक्षता, वयसापेक्षता, वृत्तिसापेक्षता, लिंगसापेक्षता, संस्कृतिसापेक्षता, रुचीसापेक्षता इत्यादी, इत्यादी गोष्टी त्यात येतात. त्या त्या सापेक्षतेची प्रत्यक्षाप्रत्यक्ष बंधने रसिकावर पडल्याने त्याची साहित्याची श्रेष्ठ-कनिष्ठता ही बाबसुद्धा काहीशी सापेक्ष राहते. खरे पाहू जाता या सापेक्षतेपोटीच विविध प्रकारची साहित्यनिर्मितीही होते, विविध वाङ्मयप्रवाह निर्माण झालेले असतात आणि ते वाहते राहिलेले असतात. विविध साहित्यसमीक्षा-पद्धतीही याच सापेक्षतेपोटी अस्तित्वात आलेल्या असतात. माझ्यासारखी व्यक्ती ह्या सर्वांचे वाचन, चिंतन करते. त्यातून तिला प्रत्येक प्रवाहातील मर्यादा आणि वैशिष्ट्ये लक्षात येतात. त्यांची बेरीज-वजाबाकी करूनच ती व्यक्ती तिच्यापुरती श्रेष्ठ साहित्याचे गमक ठरविते आणि त्याचा पिच्छा पुरवीत असते. त्यातूनच तिची श्रेष्ठ साहित्याची कल्पना सिद्ध होत जाते.

भोसले : ग्रामीण साहित्यसमीक्षेकडे तुम्हाला वळावे असे का वाटले?

यादव : त्याचे उत्तर साहित्याच्या समाजकारणात आहे. म्हणजे असे की, भारतीय समाजाचा (पर्यायाने महाराष्ट्रीय समाजाचा) समाजशास्त्रीयदृष्ट्या विचार करू लागलो की, आपल्या लक्षात काही गोष्टी येतात. भारतीय समाज हा प्रामुख्याने ग्रामीणांचा आहे. कारण ऐंशी टक्के भारतीय समाज ग्रामीण भागात राहतो. त्याचा मुख्य व्यवसाय शेती असतो. शेतीच्या अनुषंगाने त्याची सारी उद्योग-व्यवस्था निर्माण झालेली असते. आपल्या देशाचे अर्धे राष्ट्रीय उत्पन्न

शेतीतून निघते. म्हणजे शेती-संस्कृती ही आपल्या देशाची संस्कृती आहे. भारताबाहेरच्या जगातही आपला देश हा चीनप्रमाणे शेतकऱ्यांचा देश मानला जातो. आता या देशाचे खास साहित्य हे या देशाच्या संस्कृतीतून निर्माण झालेले असले पाहिजे; पण मराठीपुरता विचार करावयाचा झाला तर तशी वस्तुस्थिती दिसून येत नाही.

कारण देशाला स्वातंत्र्य मिळेपर्यंत आपल्या देशाची 'एक-स्तर-विकसित' अवस्था होती. महाराष्ट्रापुरतेच बोलावयाचे तर १८७०च्या आसपास पहिले प्रबोधन महाराष्ट्रात झाले. या प्रबोधनाचा फायदा समाजाची समग्र उन्नती करण्याकडे झाला नाही. आपल्या समाजात जातिव्यवस्था आणि वर्ण-व्यवस्था यांनी अंतर्गत स्तर निर्माण केलेले आहेत. त्यामुळे या पहिल्या प्रबोधनाचा फायदा फक्त उच्चवर्णीयांना झाला; त्यांनी तो करून घेतला. त्यांच्या पाठीशी ज्ञानाची परंपराही पूर्वीपासूनची होती. त्यामुळे त्या वेळचे तथाकथित आधुनिक मराठी साहित्य हेही त्या वर्गापुरतेच बंदिस्त झाले. त्यांचे अनुभवविश्वच त्यात साकार झाले. त्या साहित्यात समग्र मराठी समाजाचे प्रतिबिंब पडलेले नव्हते. ही त्याला 'मराठी' साहित्य म्हणून फार मोठी मर्यादा पडली होती. त्यातील चांगले साहित्य मानसिक पातळीवर मानवी मनाचा वेध घेत होते, हे गृहीत धरूनच मी हे विधान करतो आहे.

स्वातंत्र्योत्तर तीस-पस्तीस वर्षांत मराठी समाजातील विविध स्तर जागे होत आहेत. ग्रामीण विभागात आता तरुणांची एक सुशिक्षित पहिली पिढी तयार झालेली आहे. समाजाच्या विविध स्तरांतून ते पुढे येत आहेत. त्यांच्यातूनच काही साहित्यिक पुढे येत आहेत. आजच्या संक्रमणाच्या काळात, साहित्यनिर्मितीच्या क्षेत्रातील समाजपराङ्मुख झालेल्या कलावादाच्या काळात पाश्चात्त्यांचे भ्रष्ट अनुकरण करण्याच्या काळात, राजकीय-सामाजिक परिस्थिती गोंधळाची असलेल्या काळात, परात्म शहरी जीवनाच्या काळात या नव्या ग्रामीण साहित्यिकांना आत्मभान देण्याची, स्वत: कोण आहोत, आपल्या देशी परंपरा काय आहेत, भोवतालची परिस्थिती नेमकी काय आहे, आपणास कोणत्या परिस्थितीत वाटचाल करावी लागणार आहे, याचे भान देण्याची गरज आहे, असे मला वाटले. याचे जर त्यांना भान दिले तर उद्याचे ग्रामीण साहित्य हे महाराष्ट्र-संस्कृतीचे खरे प्रतिनिधित्व करणारे मराठी साहित्य असू शकेल, असेही मला वाटते. म्हणून मला ग्रामीण साहित्य-समीक्षेकडे वळावेसे वाटले.

भोसले : पण ही भूमिका काही वाङ्मय-समीक्षकाची वाटत नाही.

यादव : गतानुगतिक वाङ्मय-समीक्षकाची वाटत नाही; ती दुहेरी आहे. म्हणजे असे की, ग्रामीण साहित्याचे समीक्षण, परीक्षण करताना मी एक वाङ्मय समीक्षकच असतो; पण आज माझा भर या भूमिकेवर नाही. प्रसंगी मी ती पार

पाडतच असतो. माझे आज जे लक्ष आहे ते नव्या पिढीच्या ग्रामीण साहित्यिकांकडे. त्यांना आत्मभान आणून देण्याकडे. त्यांच्यावर योग्य ते वाङ्मयीन संस्कार करण्याकडे. पूर्वसूरींच्या आंधळ्या अनुकरणातून, व्यक्तिकेंद्रित कलावादातून, साहित्याकडे समाजपरिवर्तनाचे साधन म्हणून पाहण्याच्या बटबटीत दृष्टीतून, मध्यमवर्गीय अभिरुचीचे पोषण करणाऱ्या परात्मवृत्तीतून त्यांना खेचून बाहेर काढण्याकडे आज माझा ओढा आहे. शिवाय त्यांना आत्मभान देण्याचा माझा प्रयत्न आहे. म्हणूनच मी मघाशी म्हणालो की, हे साहित्यातील समाजकारण आहे. अंतिमत: ते एकूण मराठी वाङ्मयाला नवी दिशा द्यायला उपकारकच ठरणारे आहे.

भोसले : नवोदित ग्रामीण लेखकांच्या मेळाव्यांचा पुरस्कार तुम्ही करता. त्यातून काही दृश्य चांगला असा परिणाम जाणवतो का? असं मार्गदर्शन नवोदितांना खरोखर उपयोगी पडतं का?

यादव : हे मार्गदर्शन त्यांना जरूर उपयोगी पडते आहे. त्याचा दृश्य परिणाम पाहावयाचा असेल तर मी आणि बाबा पाटील यांनी संपादित केलेले 'तिसऱ्या पिढीची ग्रामीण कथा' हे पुस्तक तुम्ही पाहा. या तिसऱ्या पिढीच्या ग्रामीण साहित्यिकांच्या लेखनात निश्चितपणे बदल होत चालला आहे; याचे प्रत्यंतर मला येते आहे. हे लेखक स्वत:च आता स्वत:चा विचार करू लागले आहेत. त्यांच्यात या चळवळीमुळे एक मोठा आत्मविश्वास निर्माण झाला आहे. आपले साहित्य हे काही सवंग करमणुकीचे साधन नसून महाराष्ट्राच्या ग्रामीण विभागातील ऐतिहासिक स्थित्यंतराची ती 'गाथा' होणार आहे, आपल्या समाजाच्या नव्या संस्कृतीचा तो इतिहास आहे, एका युगान्तराचे मानस आपणास पकडावयाचे आहे, याची जाणीव त्यांना स्पष्टपणे होऊ लागलेली आहे. 'ग्रामीण साहित्य संमेलनांना' उपस्थित राहणाऱ्या कुणाही मराठी माणसाला त्याचा प्रत्यय आल्याशिवाय राहणार नाही. आता एक गोष्ट खरी की, ग्रामीण साहित्याची चळवळ ही लेखकाच्या मानसिक परिवर्तनाशी, त्याच्या व्यक्तिमत्त्वाच्या घडणीशी, अनुभवाकडे पाहण्याच्या त्याच्या दृष्टीशी निगडित असल्याने ती एखाद्या साखर कारखान्यासारखी लगेच दोन-तीन वर्षांत उत्पादन करू शकणार नाही. तिची दृश्य फळे पुढच्या पाच-दहा वर्षांत स्पष्ट स्वरूपात दिसू लागतील. आताशा ही चळवळ अंग धरू लागली आहे. प्रस्थापितांनाही आता तिच्याविषयी आस्था वाटू लागली आहे.

भोसले : या बाबतीत ज्येष्ठ ग्रामीण साहित्यिकांचे मार्गदर्शन कितपत उपयोगी पडते? त्यांचे मार्गदर्शन तुम्ही घेता का?

यादव : बरं झालं हा प्रश्न विचारलात ते! माझ्यावर असा आरोप केला जातो

की ग्रामीण साहित्याच्या चळवळीच्या बाबतीत मी ज्येष्ठ ग्रामीण साहित्यिकांच्या मार्गदर्शनाची उपेक्षा करतो; पण हा आरोप निखालस चुकीचा आणि संपूर्ण गैरसमजावर आधारित आहे. तुम्हाला आठवत असेल की, पुणे येथील 'भारती विद्यापीठा'तर्फे ग्रामीण साहित्यिकांचे पहिले दोन मेळावे महाराष्ट्रीय पातळीवर मी आयोजित केले होते. ती एका अर्थी पहिली दोन ग्रामीण साहित्यसंमेलनेच होती. त्या दोन्हीही मेळाव्यांत ग. ल. ठोकळ, व्यंकटेश माडगूळकर, शंकर पाटील, द. मा. मिरासदार, सरोजिनी बाबर, उद्धव शेळके ही ज्येष्ठ ग्रामीण साहित्यिक मंडळी उपस्थित होती आणि त्यांनी मार्गदर्शन केले होते. रणजित देसाई, गो. नी. दांडेकर यांनाही वेळोवेळी संमेलनास येण्याविषयी विनंत्या केल्या होत्या; पण ही मंडळी येऊ शकली नाहीत.

आणि दुसरे असे की, कोणताही ग्रामीण वा शहरी, ज्येष्ठ वा कनिष्ठ लेखक नवोदित ग्रामीण साहित्यिकांना उद्देशून कोठेही आपले मार्गदर्शनपर विचार व्यक्त करू शकतो. गंगाधर गाडगीळ यांनी रायपूरच्या अखिल भारतीय मराठी साहित्य संमेलनाच्या अध्यक्षपदावरून आणि पु. ल. देशपांडे यांनी विटे (जिल्हा सांगली) येथील स्थानिक ग्रामीण साहित्य संमेलनाच्या अध्यक्षपदावरून असे विचार व्यक्त केले. इतर अनेकांनी अशा प्रकारे आपले विचार निरनिराळ्या नियतकालिकांतून, शिबिरांतून, व्याख्यानांतून व्यक्त केलेले आहेत. तेव्हा ज्याला मार्गदर्शन, विचार व्यक्त करण्याची तळमळ आहे, तो कोणताही लेखक आपले विचार लेखी किंवा तोंडी कुठेही व्यक्त करू शकतो.

भोसले : आज खेड्यांचे झपाट्याने शहरीकरण होत चालले आहे. आणखी चाळीस-पन्नास वर्षांनी ही खेडी शहर-रूप झाली तर ग्रामीण साहित्याचे भवितव्य काय?

यादव : हा दोन दृष्टींनी फसवा प्रश्न आहे. समाजशास्त्रीयदृष्ट्या 'खेडे' आणि 'शहर' यांची जी व्याख्या आहे ती फार वेगळी आहे; पण त्या घोळात मी न जाता असे म्हणेन की, खेड्यात सुधारणा आल्यावर त्या खेड्याचे आधुनिकीकरण होते; शहरीकरण नव्हे. तेथील आधुनिक शेतकरी मग फोनवरून बोलेल, ट्रकने ऊस वा धान्य नेईल, ट्रॅक्टरने नांगरट करील, टी. व्ही.वर संध्याकाळ घालवील; पण त्या खेड्याचा शेती हाच व्यवसाय राहील. जोपर्यंत ही शेती खेड्यात आहे तोवर ते खेडेच राहणार; फार तर ते आधुनिक खेडे होईल.

तुमच्या प्रश्नात दुसरा तर्कदोष मला असा जाणवतो की, साहित्याचे भवितव्य हे त्याच्यात प्रतिबिंबित झालेल्या वास्तवाच्या अस्तित्वावर अवलंबून असते; पण मला तसे वाटत नाही. अहो, खेडेच काय, आणखी पन्नास वर्षांनी आपली शहरेही

बदलणार आहेत. खरे तर प्रत्येक पन्नास वर्षांनी जगही बदललेले दिसते. शेक्सपिअरच्या वेळचे इंग्लंड किंवा ज्ञानेश्वरांच्या वेळचा महाराष्ट्र आज कुठे आहे? तो किती तरी बदलला आहे. तरीही शेक्सपिअरची नाटके, 'ज्ञानेश्वरी' यांना आपण मानतोच ना? सारांश काय, तर साहित्याचे मूल्य हे स्वतंत्र, स्वयंभू असते. ते ज्या समाजात निर्माण झालेले असते, तो समाज नंतर कितीही बदलला तरी त्या साहित्याचे वाङ्मयीन मोल कमी होऊ शकत नाही. उलट, ते साहित्य हे त्या समाजाचा सांस्कृतिक ठेवा बनू शकते.

भोसले : ग्रामीण साहित्य आणि शहरी साहित्य एकमेकांच्या विरोधात उभे आहे काय? शहरी साहित्य तुम्ही मानता की नाही?

यादव : ती एकमेकांच्या विरोधात आहेत असे मी कधीही मानलेले नाही. दोन्हीही 'साहित्य'च आहे; मात्र मी असे जरूर म्हणेन की, आजवर निर्माण झालेल्या शहरी मराठी साहित्यात समग्र मराठी समाजाचे प्रतिबिंब पडू शकलेले नाही. त्यात एका विशिष्ट वर्गाचे, शहरी मनोवृत्तीचे प्रतिबिंब उमटलेले आहे. त्यामुळे ते समग्र मराठी समाजाचे प्रतिनिधित्व करू शकत नाही. साहित्य म्हणून त्याची योग्यता बऱ्यापैकी असली तरी त्याला 'मराठी' हे विशेषण लावताना अतिव्याप्तीचा दोष निर्माण होतो, असे मला वाटते. म्हणून मी त्याला 'शहरी मराठी मध्यमवर्गीय मनाचे प्रतिबिंब असलेले ते साहित्य आहे', असे म्हणतो. वास्तविक मी असे म्हणून त्याचे यथार्थ वर्णन करतो आहे. यात काही मी चूक करतो आहे, असे मला वाटत नाही.

'शहरी साहित्य', या शब्दप्रयोगाने मी त्या साहित्यातील साहित्यिक मूल्यांबद्दल बोलत नसून; त्या साहित्यातील मराठी जीवनाच्या संदर्भात त्याच्या आशयाला पडलेल्या मर्यादांबद्दल मी बोलतो आहे. १९२५ पासून 'ग्रामीण साहित्य', असा शब्दप्रयोग रूढ होताच ना? त्याला प्रस्थापितांनीच पूर्वीच रूढ केला आहे; मी नाही. त्याच्याविषयी आजपर्यंत कुणी खळखळ केलेली नाही. मग 'शहरी साहित्य' असा शब्दप्रयोग रूढ करतानाच का खळखळ व्हावी, ते कळत नाही. मला वाटते, या खळखळीच्या पाठीमागील सुप्तमनात आजवरचे शहरी मध्यमवर्गीय साहित्य; हेच खरे 'मराठी जीवनाचे प्रतिनिधित्व करणारे साहित्य', अशी श्रेष्ठत्वाची समजूत होती, तिला ढळ पोहोचतो आहे; म्हणून ही खळखळ होत असावी. उलट, 'ग्रामीण साहित्य', 'जानपद साहित्य' असे शब्दप्रयोग १९२५ ते ३५च्या आसपास करताना त्या साहित्याला तुच्छ मानण्याचीही प्रवृत्ती होती, असे दिसते. तसे पुरावे आहेत. ऐतिहासिक सत्याला इच्छा, भावना, श्रद्धा बाजूला ठेवून सामोरे गेले पाहिजे.

भोसले : नेवासे येथे झालेल्या ग्रामीण-साहित्य संमेलनानिमित्त पुण्याच्या 'तरुण भारत'ला दिलेल्या मुलाखतीत तुम्ही असे एक विधान केले आहे की, 'येत्या पन्नास वर्षांत ग्रामीण साहित्य हेच खरे मराठी साहित्य होऊन बसणार आहे.' असे म्हणताना तुम्ही 'शहरी साहित्याला' साहित्य मानणारच नाही की काय, अशी शंका येऊ लागते.

यादव : माझी 'आधुनिक ग्रामीण साहित्याविषयीची' समग्र भूमिका समजून घेतली, तर आपणास शंका येईल असे वाटत नाही. ग्रामीण साहित्यावरील माझ्या दोन्ही पुस्तकांत मी ती व्यक्त करण्याचा प्रयत्न केला आहे. मला असे वाटते की, येत्या पन्नास वर्षांत ग्रामीण विभागांतील बहुतेक सर्व सामाजिक स्तरांत झपाट्याने परिवर्तन होत राहतील, हे सर्व सामाजिक स्तर समपातळीवर येण्याची प्रक्रिया जोरदार सुरू होईल. त्या स्तरांतून सुशिक्षितांचे प्रमाण मोठ्या संख्येने वाढेल. त्यामुळे त्यांच्या त्यांच्या स्तरांतील सर्वच जीवनविषयक प्रश्नांना वाचा फुटेल. त्यातून 'प्रस्थापितांविरुद्ध या विविध स्तरांतील सुशिक्षित', असा सामाजिक संघर्ष सर्व पातळ्यांवर सर्व जीवनांगांमधून सुरू होईल आणि शहरवासीयांना या संघर्षमय जीवनातून ग्रामीणांच्या प्रश्नांकडे अपरिहार्यपणे वळावे लागेल, त्यांचे प्रश्न सोडविण्यात सक्रिय सहकार्य करावेच लागेल, त्यांना प्रगत जीवनात समावून घ्यावे लागेल. असे सामावून घेता-घेताच खेडे आणि शहर व विविध जाती यांत विभागला गेलेला आपला समाज फरफटत का होईना, एकसंधतेकडे प्रवास करू लागेल. हा प्रवास म्हणजे ऐंशी टक्के जनता जिकडे आहे तिकडे होणारा प्रवास असेल. या टप्प्यावरचे आपले जे मराठी साहित्य असेल ते एका व्यापक अर्थाने 'खरे मराठी साहित्य' असेल. ते समग्र मराठी समाजाचे प्रतिनिधित्व करणारे असेल आणि समग्र मराठी समाज ग्रामीणांचा असल्यामुळे ते 'आधुनिक मराठी ग्रामीण साहित्य' असेल. आज शहरांना जी आसपासच्या मराठी प्रदेशापासून मनाने तुटून बेटासारखी सांस्कृतिक अवस्था आलेली आहे आणि त्या अवस्थेत त्यांचे जे साहित्य निर्माण होते आहे, ती अवस्था आणि ते साहित्य या टप्प्यावर अतिशय गौण स्थानी असेल किंवा जवळजवळ इतिहासजमा झालेले असेल, असा हा विचार आहे.

भोसले : नव्याने लिहिणाऱ्या समीक्षकांत अपेक्षा निर्माण करील, असा कोण समीक्षक आपणास दिसतो काय?

यादव : मर्ढेकर म्हणतात त्याप्रमाणे साहित्यिकाची कुंडली जशी कुणी मांडू शकत नाही; तसे समीक्षकाची कुंडली मांडणेही धोक्याचे आहे; पण मी असे म्हणेन की, नव्या साहित्यनिर्मितीचे केंद्र आता कलावादातून बाहेर पडले आहे. तेव्हा जो

समीक्षक या आत्मसंतुष्ट कलावादी समीक्षादृष्टीतूनही बाहेर पडेल आणि निर्माण होणाऱ्या नव्या साहित्याच्या प्रेरणांचा भेदक मागोवा घेईल तोच समीक्षक काही अपेक्षा निर्माण करील. आणि आता तो पुण्या-मुंबईच्या बाहेरच निर्माण होईल असे मला वाटते. कारण या दोन शहरांत वाङ्मयीन परंपरांचा रेटा फार मोठा आहे. मनाने या रेट्यातून मोकळे होऊन, आसपासच्या वातावरणाबाहेर जाऊनच नव्या साहित्याच्या प्रेरणा समजून घेता आल्या तर येतील. म्हणजे असे की, मनोवृत्तीने तरी नवा समीक्षक या वातावरणाच्या बाहेर राहिला पाहिजे; असा तो राहिला तर मग पुण्या-मुंबईतही तो मूळ धरू शकेल.

भोसले : दलित साहित्य आणि ग्रामीण साहित्य तसे देशी असताना ते एक का होऊ नये?

यादव : या प्रश्नाला उत्तर देण्याअगोदर काही घटनांची नोंद करतो. अण्णा-भाऊ साठे, शंकरराव खरात, बाबूराव बागूल यांचा उल्लेख 'दलित साहित्य', ही संकल्पना निर्माण होण्याच्या पूर्वी 'ग्रामीण साहित्यातच' होत असे. ग्रामीण साहित्य-संमेलनात बाबूराव बागूल, दया पवार, योगीराज वाघमारे, वामन होवाळ यांसारखे अनेक दलित लेखक भाग घेतच असतात. एवढेच नव्हे तर योगीराज वाघमारे यांची दलित कथा आणि भास्कर चंदनशिव, श्रीराम गुंदेकर, गणेश आवटे यांची ग्रामीण कथा आज एकत्र वाचली तर एकाच प्रेरणेतून निर्माण झालेली, एकाच पातळीवरचे जीवन रेखाटन करणारी तुम्हाला वाटेल. 'आठवणींचे पक्षी' सारखे प्र. ई. सोनकांबळे यांचे साहित्य मला तर खास ग्रामीण साहित्यच वाटते. कारण सोनकांबळे आपण अनुभवलेल्या जीवनाला कोणत्याही एका सामाजिकतेच्या भडक सुराचा रंग न देता समग्रपणे सामोरे गेले आहेत. त्यामुळे त्या पुस्तकाचे साहित्यिक मूल्य वाढलेले आहे; पण सगळेच दलित साहित्य अशा प्रकारचे नाही. ते सामाजिक क्रांतीचे शस्त्र (म्हणजे साधन) बनते. त्यामुळे त्यात फक्त सामाजिकतेचा, अन्यायाचा, विद्रोहाचा एकच एक सूर आळवला जातो. त्यामुळे ते शस्त्र म्हणून परिणामकारक ठरत असले, तरी 'साहित्य' म्हणून एकारलेले वाटते. ग्रामीण साहित्याने सामाजिक प्रश्नांचे वा तदनुषंगिक 'निष्कर्षाचे भान' ठेवलेले नसून, ते समग्र वर्तमान सामाजिक जीवनाचे भान ठेवते. त्यामुळे ते साहित्याला 'साहित्य' म्हणून सामोरे गेले आहे; सामाजिक जीवनातील ताणतणावांचे ते दर्शन घडवित असले तरी सामाजिक क्रांतीचे साधन म्हणून ते जन्माला येत नाही. इथे या दोन भूमिकांत फरक पडतो. शिवाय दलित साहित्यिक 'जन्माने दलित असला पाहिजे' असे जर कुणी गृहीत धरले असेल, तर मात्र मामला कठीण आहे. तसेच दलितांप्रमाणे सर्व मराठी समाजाशी, परंपरांशी, धर्माशी, संस्कृतीशी एकजात

विद्रोह करणेही 'ग्रामीण' माणसाला कठीण आहे. आधुनिकता, विज्ञाननिष्ठा, लोकशाही, सर्व सामाजिक स्तरांना समान पातळीवर आणू इच्छिणारी समाजवादी दृष्टी यांचे भान ठेवून कुणाचेही योग्य ते विचार स्वीकारत, अयोग्य ते नाकारत, व्यक्तीपेक्षा विचारांना मानत जाणारे आधुनिक ग्रामीण साहित्य आहे. एरवी हे दोन्हीही प्रवाह एकच आहेत असे मला वाटते. आताशा दलित साहित्यिकांच्या तात्त्विक भूमिकेत बदल होत चालला आहे. आधुनिक ग्रामीण साहित्याच्या भूमिकेला ते अधिकाधिक संवादी होत चालले आहे. त्यामुळे आणखी आठ-दहा वर्षांनी हे प्रवाह एकत्र होतील असे मलाही वाटते. तसे ते एक झाले तर मराठी साहित्याला प्रचंड बळ लाभेल.

भोसले : दलित साहित्यिक नवे साहित्य-शास्त्र रूढ करू पाहतात. तसे ग्रामीण साहित्याला नवे निकष असावेत का?

यादव : याही बाबतीत ग्रामीण साहित्य दलित साहित्यापेक्षा वेगळी भूमिका स्वीकारते. दलित साहित्यिक नवे साहित्यशास्त्र रूढ करू पाहत होते; पण त्यांना अपयश आले आहे असे मला वाटते. साहित्यशास्त्र हे 'शास्त्र' आहे. त्याला एक तर्कपरंपरा आहे. त्याच्यात विकास होऊ शकेल; पण अभिनिवेशाच्या पोटी संपूर्ण नवे साहित्यशास्त्र जन्माला घालण्याची कल्पना आपण कितीही मांडत राहिलो तरी ती अस्तित्वात येणे अशक्य आहे, असे मला वाटते. शास्त्र हे स्थल-काल-वस्तुनिरपेक्ष आणि जागतिक असते. ग्रामीण साहित्याची समीक्षा करण्यासाठी असे काही नवे साहित्यशास्त्र असावे, असे मला वाटत नाही. मात्र साहित्याच्या मूल्यमापनात अनुभवातील व्यामिश्रतेला महत्त्वाचे स्थान असते, असे मी मानतो.

भोसले : आत्तापर्यंतचं तुमचं ललित साहित्य तुम्हास कितपत समाधान देतं?

यादव : प्रत्येक लेखकाला निर्मितीचं एक समाधान, एक आनंद असतो. ते माझं साहित्य मला देतं. मात्र काही लेखक 'माझी अमुक-अमुक साहित्यकृती मी आज लिहिली असती तर वेगळी झाली असती,' असे आपल्या साहित्यकृतीच्या कच्चेपणाविषयी उद्‌गार काढतात आणि असमाधान व्यक्त करतात, त्या प्रकारचे असमाधान मला नाही. कारण सहसा माझे लेखन पुरेसे मुरल्यावरच मी प्रसिद्ध केले आहे.

भोसले : समीक्षेच्या बाजूने काही नवे संकल्प आहेत का?

यादव : बरेच काही करावे असे वाटते; पण ते जाहीर करण्यात काही रस नाही. ते कधी पार पडतील तेव्हा खरे. कारण मी नेहमी द्विधा परिस्थितीत

अडकलेला असतो. समीक्षेकडे लक्ष द्यावे तर निर्मितीस वेळ मिळत नाही नि निर्मितीत दंग व्हावे, तर माझ्यातील समीक्षक अस्वस्थ होऊ लागतो. या ओढाताणीतूनच जे काही निर्माण होईल नि सिद्धीला जाईल ते खरे!

■